KU-132-108

CONTENTS

YORUBA

TEACH YOURSELF BOOKS

YORUBA

E. C. Rowlands

TEACH YOURSELF BOOKS
Hodder and Stoughton

First Printed 1969
Fourth impression 1980

Copyright © 1969
Hodder and Stoughton

This volume is published in the U.S.A. by David McKay Company Inc., 750 Third Avenue, New York, N.Y. 10017

ISBN 0 340 05995 8

Printed in Great Britain for
Hodder and Stoughton Paperbacks
a division of Hodder and Stoughton Ltd,
Mill Road, Dunton Green, Sevenoaks, Kent,
Editorial Office: 47 Bedford Square, London, WC1B 3DP, by
J. W. Arrowsmith Ltd, Bristol

INTRODUCTION

The Yoruba people and their language

Yoruba is the mother tongue of upwards of ten million people who live in the Western Region of Nigeria and in adjoining areas of the Northern Region and also in Dahomey. Their language was first written down, by Christian missionaries, in the early part of the nineteenth century. It is now being increasingly used in books and weekly newspapers and is widely taught in schools, but it has not yet attained the status of being an official language.

As is the case with most languages, Yoruba has certain regional variations—dialects—but a generally accepted 'Standard Yoruba'* has gradually come into being since the language came to be written and this is what is found in books and taught in schools. There are two slightly different forms of 'Standard Yoruba', one of them corresponding closely with the type of Yoruba spoken in Ọyọ province while the other is associated with Lagos. As the differences between the two forms are found mainly in the grammar we shall occasionally have to take note of them in the course of this book.

TONE

Like many other languages in Africa and other parts of the world, Yoruba is a 'tone' language. This means that in learning words we have to take account not only of the sounds but also of the tune which is an integral part of each word. To a limited extent we have something comparable in English in that we have to learn what

* The abbreviation 'S.Y.' is used to refer to this in the body of the book.

1

syllable to stress, e.g. we must learn to stress 'invalid—
sick person' on the first syllable and 'invalid—null and
void' on the second syllable. In Yoruba such cases are
so numerous that unless you get most of your tunes right
you will either not be understood at all or you may find
yourself making embarrassing mispronunciations which
cause general amusement. The stock example of this is
to say 'go and smash this dish' instead of 'go and wash
this dish', the difference between 'smash' and 'wash' (fọ́
and fọ̀) resting merely on a distinction of tone. These
distinctions are explained in detail in the early lessons
which follow.

The distinction between the two meanings of 'invalid'
is, as we explained above, made by differences of *stress*.
It is very important to realise, however, that the distinc-
tions we make in English between stressed and unstressed
syllables do not exist in Yoruba. All syllables are approxi-
mately equally stressed regardless of the *tones* they carry
and we do not get any of the differences we make in
English in the pronunciation of vowels and consonants
according to their position in the word. In speaking
Yoruba we must avoid the following habits:

(*a*) vowels in unstressed syllables in English lose their
distinctiveness, e.g. the second syllables of 'heated' and
'fetid' sound the same. In Yoruba **kékeré** 'small', how-
ever, there is no variation in the quality of the vowels.

(*b*) unvoiced stop consonants (e.g. *p*, *t*, *c/k*) are in
English pronounced with quite a strong puff of breath
following them when at the beginning of a stressed
syllable, but without this puff of breath elsewhere, e.g.
in 'cocoa', 'total' the two 'c's and 't's differ. But in
Yoruba **kòkó** 'cocoa' and **tètè** 'early' there is no distinc-
tion: in each syllable the consonant is pronounced with
a very slight following puff of breath. (Yoruba **p**, as
explained below, represents quite a different sound from
English 'p' and is not followed by this slight puff of
breath.)

(*c*) voiced stop consonants (e.g. *b*, *d*, *g* as in 'go') at the beginning of stressed syllables in English sound more energetically pronounced (because they are partially unvoiced) than in other positions, e.g. compare the consonants in 'bob', 'dead' and 'gig'. But in Yoruba **baba** 'father', **dúdú** 'dark' and **gígùn** 'long' the consonants are pronounced in all positions like their *unstressed* counterparts in English, i.e. they are always pretty well fully voiced.

LETTERS AND SOUNDS

The Yoruba alphabet has the letters **a b d e ẹ f g gb h i j k l m n o ọ p r s ṣ t u w y**. Note that there are three letters, **ẹ ọ ṣ**, which must be written with a distinguishing dot or line beneath them. Failure to insert such a distinguishing mark is a common spelling mistake in Yoruba.

By means of this alphabet Yoruba indicates very clearly the distinctive sounds of the language, so that there is rarely any doubt as to how a written word is to be pronounced. To describe these sounds we will make the usual distinction between vowels and consonants and in making comparisons with English we will take as our standard the pronunciation of B.B.C. news-readers on the national transmitters.

(*a*) Yoruba, like French, has two sorts of vowels—oral vowels, **a e ẹ i o ọ u**, whose sound comes out entirely through the mouth, and nasalised vowels, **an/ọn in un ẹn**, whose sound comes out through the nose as well. As in French, this nasalisation is shewn by writing an **n** after the vowel letter, so learners must be on their guard against pronouncing **n** in these cases as a separate consonant. All single vowels are to be regarded as short and length is generally shewn in this book by writing doubled vowels, e.g. **aa**. The earlier way of shewing a long vowel was by writing a tilde over the vowel, e.g. **ã**, but the use of doubled vowels is now becoming popular because it is easier with this way to add tone marks.

a is about mid way between the short front 'a' of 'fat' and the long back 'a' of 'father'.

e is like French 'é' or the first part of the vowel sound of 'bay', i.e. it is a simple vowel, not a diphthong.

ẹ is like the vowel of 'bet', 'bed', pronounced in the very front of the mouth.

i is like the vowel of 'eat', 'feet'.

o is like the first part of the vowel of 'hoe', 'sew'.

ọ is like the vowel sound of 'caught', 'brought' (only short).

u is like 'oo' in 'cool', 'hoot'.

an/ọn has with many Yorubas a tongue position close to that of 'a' in 'father'. Some Yorubas actually make quite a difference between **an** and **ọn**, but others do not and it is convenient for learners to adopt this latter pronunciation. The distinction then becomes merely a matter of spelling. The convention is that **ọn** is written after consonants in which the lips play some part in the articulation, i.e. **b f gb m p w**, while **an** is written after the other consonants. A further convention is that **ọ** is written after **m** instead of **ọn** and **a** is written after **n** instead of **an**. This is possible because the oral **ọ** and **a** cannot occur in this position. Thus **na** is to be pronounced as **nan** and **mọ** as **mọn**.

un has about the tongue position of short English 'oo' in 'foot', or of 'u' in 'put'.

in has about the tongue position of 'i' in 'pit', 'sick'.

ẹn (which occurs only rarely) has the same tongue position as **ẹ**.

(*b*) Among the consonants only two, **gb** and **p**, present any difficulty.

b d g (always as in 'go', never as in 'gem') and **t k**, apart from the differences already commented on, are very like their English counterparts.

f h as in English.

w y as in English when followed by oral vowels, but when followed by nasalised vowels these consonants themselves are strongly nasalised, so that you may think that an **n** is pronounced in front of them.

m n as in English.

s is like English 's' only rather higher pitched.

ṣ is like English 'sh' but with higher pitch and pronounced with spread lips.

l is like the clear 'l' at the beginning of words in English, e.g. 'low'.

r is very like the 'r' heard in English between vowels, e.g. as in 'bury', 'carry'. It is a light sound, tending to drop out in certain words, and it must never be strongly trilled. Like **w** and **y**, it is itself strongly nasalised when it is followed by nasalised vowels so that you may think you hear an **n** pronounced in front of it.

j has less friction than English 'j', often sounding almost like 'dy'.

gb and **p** represent sounds which do not occur in any European language. These two sounds are related to each other in the same way that 'p' and 'b' are related to each other, but as Yoruba does not possess an ordinary 'p' sound the letter **p** is used for this other sound, which in various other West African languages is denoted by **kp**. Whereas in ordinary 'p' and 'b' the tongue is in a neutral position, in these two sounds the back of the tongue is raised to the position which it takes in pronouncing 'k' and 'g' while the lips are closed as in pronouncing 'p' and 'b'. The tongue is moved away from this position at the same time that the lips are opened, producing sounds in which the qualities of 'k' and 'g' are combined with those of 'p' and 'b'. The important point to note is that the qualities are heard *simultaneously*, not in succession. Learners practising these sounds are apt to tense the muscles of the mouth, but actually the sounds are produced with these muscles quite relaxed. There is no puff of breath after **p**, and **gb** is fully voiced. A useful way of acquiring these sounds is to take English words like 'Blackpool' and 'rag-bag' and try to pronounce them as 'Bla-ckpool', 'ra-gbag'.

To acquire a good pronunciation it is advisable to hear the sounds from the lips of a Yoruba, but the foregoing description will help to avoid some pitfalls. If you can get

hold of an informant, get him (or her) to read slowly
through the early examples and exercises in the book and
repeat them after him. To help in picking up the distinc-
tion between e and ẹ, o and ọ, b and gb the following pairs
of words will be useful: ògèdè* 'incantation', ọ̀gẹ̀dẹ̀
'banana'; oko 'farm-plot', ọkọ 'husband'; ení 'one', ẹní
'mat'; Èkó 'Lagos', èkọ́ 'education'; èrò 'thought', èrọ̀
'antidote'; igbé 'forest', ìbẹ́ 'mouth sores'; àbàlá 'sort of
food', àgbàlá 'back-yard'; ègbé 'destruction', ègbẹ́ 'side';
àbá 'attempt', àgbá 'barrel'. Note that in each pair the tone
pattern is the same, so you will not be distracted by having
to attend to this feature as well.

THE MAKE-UP OF SYLLABLES

A syllable in Yoruba may have one of three forms: it may
be a vowel, a consonant plus a vowel or a nasal (written
m or n). It is not possible to have groups of consonants in
any position or to have syllables ending in consonants.
This is seen clearly in the way English words borrowed into
Yoruba are treated; vowels are added and consonants
dropped to make them conform to the system, e.g. 'bed'
becomes bẹ́ẹ̀dì (bẹ̀dì), 'street' becomes títì, 'shilling' be-
comes ṣílè, 'Christmas' becomes Kérésìmesì and so on.

There are no diphthongs in Yoruba and sequences of
vowels are pronounced as separate syllables, so that e.g.
láìpẹ́ 'soon' and ráúráú 'completely' are to be pronounced
as three and four syllable words respectively. In some ways
it is convenient to think even of long vowels as made up of
two separate syllables as they are usually obviously derived
from such groups, e.g. aago 'clock, watch' from agogo.

Learners often have difficulty in pronouncing a syllabic
nasal at the beginning of words, though we are accustomed
in English to saying them at the end of words, e.g. 'cotton'
is usually pronounced 'cotn'. It is important to know that
a syllabic nasal is always homorganic, i.e. pronounced in

* The significance of the marks over the vowels is explained later
on in this Introduction.

the same part of the mouth, as a following consonant, regardless of how it is actually spelt. For example, in **ńkọ́** 'what about . . .?' the nasal sound represented by **n** is the same as that found in the English word 'ink', while in **ńpa** 'is killing' the nasal has the same double articulation as the **p**. In a few cases the sound of **n** in 'ink' is represented by the spelling **ng** (as in English 'sing').

WORD DIVISION

Ordinary colloquial Yoruba is difficult to understand at first because there is a strong tendency to run words together and in the absence of a word stress accent it is hard to know where one word ends and another begins. In written Yoruba elisions are often not shewn and people tend to read a written text in an artificial, disjointed way. When asking a Yoruba to read something to you it is worth while explaining that you want it read as it would be naturally spoken. In this book we shall adopt as colloquial a style of writing as possible.

We speak of the 'elision' of a vowel when one of two vowels in contact is just dropped without any compensatory lengthening of the other vowel, e.g. in **pẹja** (**p'ẹja**) from **pa ẹja** 'to kill fish' = 'to fish' the **a** of **pa** 'to kill' disappears without any effect on the following **ẹ**. But in **òótọ́** from **òtítọ́** 'truth' we say that there is 'assimilation' of **i** to the preceding **o** after dropping or eliding the intervening **t**, because here the **i** is replaced by **o**, producing the long **òó**. Elision most frequently occurs when a verb or preposition is followed by a noun object, as in **pẹja** above, while assimilation often occurs between two nouns which are closely linked, e.g. **ilé ìwé** 'school' (lit. 'house of books') is generally pronounced **iléèwé**.

It is not possible to give simple rules about which vowel will drop out in cases of elision. We can say that the commoner a word is the more likely it is to lose its vowel. Where a word is used in two different senses we may get different results, e.g. **sí** 'to' with **ara** 'self' produces **s'íra** but with **ara** 'body' it produces **s'ára**. It will be necessary to memorise examples as they turn up.

TONE MARKING

Though tone is so important in Yoruba very few tones are
marked in an ordinary Yoruba text. The general principle
is that tones are marked when they are necessary to avoid
ambiguity, but many writers use no marks at all, so that
it is sometimes necessary to read a passage through more
than once in order to be certain of what is intended. Where
tones are marked, an acute accent, e.g. fọ́ 'to break',
indicates a high tone while a grave accent, e.g. fọ̀ 'to
wash', indicates a low tone, mid tones being left un-
marked. In this book (as will be explained later) some
extra signs are used to indicate certain modified tones
with which the ordinary orthography cannot deal, and
tones will be consistently marked so that the learner may
be in no doubt as to the pronunciation.

1

SIMPLE TONE PATTERNS
DESCRIPTIVE VERBS

Tone is so important in Yoruba that we shall have to concentrate our attenion in the first few lessons on learning tone patterns, but various points of grammar will be introduced in the examples. In this first lesson these are:

(*a*) There is no grammatical gender in Yoruba. The single word **ó** equals English 'he/she/it', as in the phrase **ó kéré** 'he/she/it is small'.

(*b*) The subject always precedes the verb.

(*c*) Note that the single Yoruba word **kéré** corresponds to the two English words 'is small'. In English the adjective is the basic form and in making a statement containing an adjective we must add a verb 'is/was'. In Yoruba, on the other hand, the basic form is the one used in making statements and it is proper to think of this form as a verb. The adjective, in this case **kékeré** 'small', is derived from this basic verb form. We shall deal with the formation of adjectives later.

(*d*) The word **kéré** was translated above as 'is small', but if we add the word **télèrí** 'previously' to it we shall have to translate the phrase **ó kéré télèrí** as 'it *was* small'. In English the verb form itself shews whether the time referred to is present or past, but this is not so in Yoruba. It is the situation in which a phrase is used or some accompanying word which fixes the time as present or past. This may seem strange at first, but one soon gets used to it. In this present case it is as if we said 'it small' or 'it small once'; the first of these might refer to either the present or the past while the second obviously refers to the past.

(e) A number of descriptive words which begin with the letters l or n are made up of a verb ní 'to have' and a noun, e.g. lówó 'to have money, be wealthy' is made up of ní and owó 'money'. Most nouns in Yoruba begin with a vowel, as in the example just given. The vowel of ní is elided before the vowel of the noun but the high tone is transferred on to the surviving vowel. An l replaces the n of ní except when the noun begins with the vowel i, e.g. nírun 'have hair, be hairy' from ní irun. The spelling of these forms is not absolutely fixed and sometimes an apostrophe is used to shew that two words have run together, e.g. l'ówó instead of lówó. This does not mean that there is any difference in the pronunciation.

(f) Descriptive verbs often occur with some qualifying word added. This may itself be a verb, e.g. tó 'be enough', jù 'surpass'. ó kéré tó means ' it is small enough' while ó kéré jù means 'it is too small'. Other common words used in this way are púpọ̀ 'much' and díẹ̀ 'some'. ó kéré púpọ̀ means 'it is very small' and ó kéré díẹ̀ 'it is somewhat small'.

TONE PATTERNS

1. The first pattern given consists of a sequence of level high tones. The first syllable of the word or phrase is pitched at about the same level as the first *accented* syllable of the corresponding English word or phrase and this level is maintained over all the remaining syllables. Note particularly that there is no dropping of the voice on the last syllable. This is a speech tune which we do not use in English and it produces on an English ear an effect of chanting or singing. The actual level of pitch may vary from person to person and the same person will pitch his voice higher at some times than at others. A higher than usual pitch may indicate that the speaker is excited or is asking a question rather than making a statement.

ó dúdú, he is dark
ó lówó tó, he is wealthy enough
ó fọ́jú, she is blind

ó fúyẹ́, it is easy, light in weight
ó jáfáfá, he is active, keen
ó ní kókó, it has lump(s), is lumpy

Note that in the last example **ní** occurs as a separate word because the object noun **kókó** begins with a consonant. Other common nouns which, like **kókó**, have level high tones are **kọ́kọ́rọ́** 'key'; **ṣíbí** 'spoon'; **dígí (jígí)** 'mirror'.

2. When a high tone is followed by a mid tone one is conscious of a step down in pitch but again it is important to note that the mid tone syllable maintains its own level of pitch even at the end of a sentence. In a short sentence said in a matter-of-fact way the interval between high and mid is about a major third, but it might be less in a longer sentence or more in the stress of excitement. If a high tone follows the mid it is on the same pitch as the preceding high tone.

ó tóbi, it is big
ó tóbi tó, it is big enough
ó dára, it is nice, good to look at
ó le, he is hard
ó le tó, it is hard enough
ó ga, it is lofty
ó pupa, it is red
ó nírun, it is hairy
ó wúwo, it is heavy
ó lágbára, he is strong (**agbára** 'strength')

3. When a high tone is followed by a low tone one hears a pronounced fall on the low tone syllable, particularly when this syllable is at the end of the sentence. The tune of Yoruba sentences like **ó dùn** 'it is tasty', **ó pọ̀** 'it is plentiful' is very like that of such English sequences as 'hot stew', 'cold soup' pronounced with matter-of-fact statement intonation.

ó dùn, it is tasty
ó kéré jù, it is too small
ó dúdú jù, it is too dark (in colour)

ó dúdú púpọ̀, he is very dark
ó fúyẹ́ díẹ̀, it is fairly light
ó dára púpọ̀, it is very good
ó lẹ́wà, she is beautiful (ẹwà 'beauty')
ó gùn jù, it is too long

When low tone follows mid tone the falling effect is
not nearly so marked.

ó tóbi jù, it is too big
ó ga jù, it is too lofty
ó korò, it is bitter

EXTRA VOCABULARY FOR PRACTICE

wọ́n, to be expensive
tẹ́jú, to be level
kún, to be full
dájú, to be certain
kúrú, to be short
mọ́, to be clean

nípọn, to be thick (cloth,
  paper)
wúlò, to be useful
sanra, to be stout, fat
funfun, to be white
kan, to be sour
yi, to be tough

EXERCISE 1

Read aloud and then translate into English: ó lówó díẹ̀;
ó kúrú púpọ̀; ó kún jù; ó wọ́n púpọ̀; ó le jù; ó wúlò; ó
mọ́ tó; ó korò jù; ó lágbára púpọ̀; ó ga díẹ̀; ó nípọn jù;
ó yi púpọ̀; ó kan jù; ó wọ́n jù; ó tẹ́jú tó; ó funfun díẹ̀;
ó dájú; ó pupa jù; ó nírun púpọ̀; ó dúdú tó; ó sanra púpọ̀;
ó wúwo jù; ó kan díẹ̀.

*Now turn to the key at the back of the book and re-
translate the sentences into Yoruba.*

2

THE NEGATIVE KÒ;
UNEMPHATIC PRONOUNS (1)

The negative **kò** 'not' is placed in front of the verb. No pronoun corresponding to 'he/she/it' is used with this word, so that e.g. 'he/she/it is not small' is translated simply by **kò kéré**. To say **ó kò kéré** would be completely wrong. Otherwise the subject is placed in front of **kò**, e.g. **igi kò wón** 'wood is not expensive'. When **kò** has a word preceding it in the sentence in this way, the **k** is generally dropped, e.g. **igi kò wón** (the usual written form) is pronounced **igi ò wón** unless one is speaking in a very careful way. Sometimes you will find the **k** actually dropped in writing. To remind learners of this point we shall write **(k)** in such situations in the early lessons.

Negative sentences containing **kò** will provide us with convenient examples for learning tone patterns which begin with a low tone. In such sentences the verb is often qualified with a following **rárá** 'at all' or **mọ́** 'any more, again'. Note that this **mọ́** has no connection with the word **mọ́** 'be clean' which we learnt in the preceding lesson. In learning Yoruba it is often rather confusing to find that one and the same syllable functions as two or more different words according to the position which it occupies in the sentence or the words which accompany it. It is better to learn Yoruba words in sentences rather than try to memorise them as isolated items in a vocabulary.

TONE PATTERNS

1. Low tone followed by mid tone—the low tone has the pitch of an *unaccented* initial syllable in a phrase of comparable length in English and the mid tone rises a step above this with an interval of about a minor third in a

13

short phrase. For example, in **kò ga** 'it is not lofty' the **kò** is pitched at about the level of the first syllable of 'correct' pronounced as an unexcited statement. But, unlike the second syllable of 'correct', the **ga** maintains a level pitch. If a high tone follows this mid tone, as in **kò ga rárá** 'it is not lofty at all', that will be a step higher again with an interval of about a major third in a short phrase like the above.

kò pupa, she is not 'red', i.e. light of colour
kò pupa mọ́, it is not red any more
kò funfun tó, it is not white enough
kò yi, it is not tough
kò sanra rárá, he is not fat at all

2. Low tone followed by high tone—the low tone is pitched as before and a very perceptible rise of pitch, starting a little above the low tone level, is heard on the high tone syllable. The effect is quite different from that of the step up in pitch which characterises the movement from low to mid. In a short phrase the interval at the top of the rise may be as much as a fifth above the level of the low tone. Any following high tone has level pitch. For example in **kò dúdú tó** 'it is not dark enough' the first syllable of **dúdú** has rising pitch but the two following syllables have level pitch.

kò dúdú rárá, it is not dark at all
kò kéré mọ́, it is not small any more
kò dájú, it is not certain
kò tóbi tó, it is not big enough
kò wúwo rárá, it is not heavy at all

3. A sequence of low tones has level low pitch and a final low tone drops right away below the level of audibility.

kò pọ̀ jù (pọ̀jù), it is not too much
kò gùn jù rárá, it is not too long at all
kò dùn mọ́, it is not tasty any more

It is very important to notice that, in unexcited speech

at any rate, the intervals down to low tone are always bigger than the corresponding upward intervals. For example, in **májèlé** 'poison' after the low tone of **-jè-** the high tone of **-lé** does not rise to quite the same pitch as the high tone of **má-**, while in **adìẹ** 'chicken' the mid tone of **-ẹ** sounds flat in comparison with that of **a-**.

UNEMPHATIC SUBJECT PRONOUNS

Yoruba is like French in having separate sets of un-emphatic and emphatic pronouns, e.g. *je* and *moi* 'I' etc. In English we shew emphasis by adding stress to the pronoun but this cannot be done in Yoruba. Leaving the emphatic pronouns to be dealt with later, we now give the complete set of unemphatic subject pronouns used with the verb forms we have so far learnt.

Singular	*Plural*
mo, I	**a,** we
o, you	**ẹ,** you
ó, he/she/it	**nwọ́n,** they

Notes:

(1) Note the distinction between **o** and **ó**, which is merely one of tone.

(2) The singular **o** is used in speaking to children, familiar friends and servants and in general implies familiarity. The use of the plural **ẹ** implies respect. Even when *referring* to a person the plural is sometimes used to shew respect, e.g. a child referring to one of its parents will use **nwọ́n** instead of **ó**.

(3) **nwọ́n** is pronounced as if written **wọ́n**. This arbitrary spelling was adopted in order to distinguish the pronoun from the verb **wọ́n** 'be dear'.

Before the negative **kò** the forms are slightly different:

Singular	*Plural*
ng, I	**a,** we
o, you	**ẹ,** you
(zero), he/she/it	**nwọn,** they

Notes:

(1) **ng** is pronounced like 'ng' ın English 'sing'. Southern Yorubas use **mi** instead of **ng**, e.g. **ng (k)ò mò, mi (k)ò mò** 'I do not know'. This **mi** is not often written.

(2) **nwọn** has a *mid* tone here, not a high tone.

(3) After **a** and **ẹ** the negative **kò** not only loses its **k** in ordinary speech but the remaining **ò** is also assimilated to the preceding vowel, e.g. **a kò mò** 'we do not know' is heard as **a à mò** and **ẹ kò mò** as **ẹ ẹ̀ mò**, or rather, **aà mò** and **ẹẹ̀ mò**. To distinguish the negative from the positive, note that the vowel is longer and *drops to low tone*. The same distinction holds good between **o** and **o (k)ò**, as in **o mò** 'you know' and **o (k)ò mò** 'you do not know', and the distinction between **mo** and **ng (k)ò** is very similar.

The verb in Yoruba does not alter for person or number.

TONE PATTERNS

Phrases containing pronouns will provide examples of patterns beginning with a mid tone. Be careful to distinguish **o** from **ó**, and also to fall on a low tone following a high and to rise on a high tone following a low.

VOCABULARY

gbọ́, to hear, understand	**kàwé,** to read
jó, to dance	**kòwé,** to write
mò, to know	**ṣiṣé,** to work
lè, to be able	**ṣiré,** to play
kọrin, to sing	**pàló,** to ask riddles
lọṣọ, to wash clothes	**pìtàn,** to tell stories

EXERCISE 2

Read aloud the following pairs of sentences and then translate them into English: o sanra pupọ, ó sanra púpọ̀;

a lè kàwé, a à lè kàwé; mo gbọ́, ng (k)ò gbọ́; nwọ́n lè
sáré, nwọn (k)ò lè sáré; ó lè kọrin, kò lè kọrin; ó kéré
jù, o kéré jù; o lè lọṣọ, o (k)ò lè lọṣọ; ẹ lè pàlọ́, ẹ ẹ̀ lè
pàlọ́; mo lè pìtàn, ng (k)ò lè pìtàn; nwọ́n ṣiṣẹ́ púpọ̀, nwọn
(k)ò ṣiṣẹ́ púpọ́; o lè kọ̀wé díẹ̀, ó lè kọ̀wé díẹ̀; mo mọ̀,
ng (k)ò mọ̀; ng (k)ò lè ṣiré mọ́, nwọn (k)ò lè ṣiré mọ́.

*Now turn to the key at the back and retranslate the
sentences into Yoruba.*

3

MORE ABOUT VERBS
UNEMPHATIC PRONOUNS (2)

We have said something about verbs which denote qualities; we now go on to talk about verbs which denote actions and processes and the states arising from them. We shall see that the great majority of these verbs are monosyllables, e.g. tì 'push', jẹ 'eat', kú 'die'.

It has already been pointed out that the Yoruba verb does not contain any built-in distinction between past and present and we must keep on bearing this fact in mind in dealing with these new verbs. When we describe the completion of an event in English we normally use the past tense, e.g. 'he suddenly got up, ran to the door, opened it and rushed out'. But if we want to produce a vivid, dramatic effect or are giving instructions to actors in printed copies of plays we use the present, e.g. 'he suddenly gets up, runs to the door, opens it and rushes out'. This particular dramatic effect is something which cannot be easily reproduced in a Yoruba translation because that language has only one form—made up of the simple stem of the verb—which conveys the meaning of completed action. There is another form which corresponds to the English present tense in 'he gets up at seven o'clock every morning and goes out for a walk' but we cannot use this form to translate 'gets up' in the other sentence because it conveys the idea of the habitual repetition of an action.

Besides denoting a completed action or process the simple stem form can also convey the idea of a state which is the result of this, e.g. ó kú 'he died, he is dead'. Here too the absence of any distinction between past and present must be kept in mind. English uses a past tense to describe a state existing in the past, e.g. 'they said he was dead', while **nwọ́n l'ó kú (nwọ́n ní ó kú)** can be rendered as 'they say he is dead' or 'they said he was dead'. (The verb **ní** 'say' used here behaves in every way like **ní** 'have' which was mentioned earlier.)

Because the same simple verb form can denote both action and state there are some cases where Yoruba uses one verb while English uses two quite different verbs, e.g. **ó wọ̀ aṣọ dúdú** 'he put on dark clothes, he is/was wearing dark clothes' English treats the wearing of clothes as a sort of process or action while Yoruba treats it as a state resulting from the putting on of clothes. We could actually here get nearer to the Yoruba way of expressing the idea by saying instead 'he has/had on dark clothes'. (Note that in this example the adjective 'dark' happens to have the same form as the verb 'be dark'.)

UNEMPHATIC OBJECT PRONOUNS

Verbs of action may be followed by noun or pronoun objects, e.g. **ó lù Òjó** 'he hit Ojo', **ó lù mí** 'he hit me'. Yoruba is like English in having different sets of forms for subject and object pronouns but not for nouns, e.g. **mo lù Òjó** 'I hit Ojo', **Òjó lù mí** 'Ojo hit me'. But this distinction occurs only among the *unemphatic pronouns*; we shall see later (p. 27) that the *emphatic pronouns* behave just like nouns.

The unemphatic object pronouns are:

Singular	*Plural*
mi, me	**wa,** us
ọ/ẹ, you	**nyin,** you
vowel of verb repeated, him/her/it	**wọn,** them

Notes:

(1) The distinction between **ọ** and **ẹ** is one of dialect. **ọ** is generally written in books but **ẹ** is widely heard in speech.

(2) The 'vowel of the verb repeated' is best explained by examples, e.g. **fà á** 'pull it', **tì í** 'push it', **sè é** 'stew it',

fọ̀ ọ́ 'wash it'. Nasalised vowels are extended in the same
way, but it is a fairly general convention not to write n
twice, e.g. sìn í 'accompany him' rather than sìn ín is
the commoner written form. The verb plus extension is
pronounced as one long vowel, not as two separate short
syllables. This serves to distinguish 'him/her/it', in
deliberate pronunciation at any rate, from 'you' where
the written forms are identical, e.g. kọ̀ ọ́ 'reject you/reject
him', 'reject him' being pronounced as one long vowel
while 'reject you' is pronounced as two separate short
vowels. A hyphen is sometimes written where 'you' is
intended, e.g. kọ̀-ọ́ 'reject you'.

(3) nyin is an arbitrary spelling. Yorubas not familiar
with the convention write it yin, which represents the
actual pronunciation.

(4) It is conventional to write nwọn for 'they' but wọn
for 'them'. People not familiar with the convention write
wọn for both.

(5) The tones of these pronouns vary according to the
tones of the preceding verbs. The general rule is that they
have *high* tone after low and mid tone verbs but *mid* tone
after high tone verbs, e.g. pè mí 'call me', pa mí 'kill me',
but fún mi 'give me'. nyín is exceptional in having high
tone even after a high tone verb. In this case the vowel
of the verb is extended onto the mid tone in front of the
pronoun, though this extension is not shewn in writing,
e.g. mo rí nyín 'I saw you' is pronounced mo rí (i)nyín.

The long vowel of the third person singular is a special
case. It follows the general rule (*a*) regularly in careful
pronunciation, (*b*) even in quicker pronunciation when
it has either a high tone syllable or nothing preceding it
in the sentence, e.g. ó fà á 'he pulled it', fà á 'pull it';
ó jẹ ẹ́ 'he ate it', jẹ ẹ́ 'eat it'; ọ́ ṣí i 'he opened it', ṣí i 'open
it'. Otherwise some simplification occurs. After a mid or
low tone syllable jẹ ẹ́ sounds as jẹ́ and so on, e.g. mo jẹ ẹ́
'I ate it', kò jẹ ẹ́ 'he did not eat it, while ṣí i sounds as
ṣii or even ṣi and so on, e.g. mo ṣí i 'I opened it', kò ṣí i 'he

did not open it'. After a *low* tone not only does **jẹ ẹ́** sound
as **jẹ́** but also **dè é** sounds as **dé** and so on, i.e. the dis-
tinction here between mid and low tone verb does not
operate. We shall see later (p. 35) that there are other
cases of this.

VERB COMBINATIONS

The English learner of Yoruba may be struck by the fact
that it is often necessary to use two or more Yoruba
verbs to convey an idea expressed by a single English
verb. For example, 'bring' will according to circumstances
be translated by **mú . . . wá** 'grasp . . . come', **gbé . . . wá**
'lift . . . come' or **kó . . . wá** 'gather . . . come'. **mú . . . wá**
is used if we are talking of a person or a light object such
as a book, **gbé . . . wá** if we are talking of a heavy object
or a person who has to be carried, e.g. somebody on a
stretcher, and **kó . . . wá** if we are talking of several
persons or objects thought of collectively. Similarly,
'take' is translated by **mú . . . lọ, gbé . . . lọ, kó . . . lọ**
'grasp . . . go etc.'. Note that in these combinations the
object is placed after the *first* verb, e.g. **ó gbé e wá** 'he
brought it'.

A second feature we should notice is that many verbs
are followed by the preposition **ní**. This word may be
regarded as equivalent to 'in, at' in English and is actually
the only word in Yoruba which we can properly call a
preposition. From the point of view of elision it behaves
exactly like the verbs **ní** 'to have' and **ní** 'to say'. Looking
at these combinations with their English translations in
mind we can distinguish two types.

(*a*) Where English verbs have two objects the second
object in Yoruba is always preceded by **ní**.

> **ó fún mi l'ówó (ní owó),** he gave me money
> **nwọ́n kọ́ wa ní Yorùbá,** they taught us Yoruba
> **mo yá a ní sísì,** I lent him 6d

This **ní** cannot be followed by an unemphatic pronoun,
and 'he gave me it' is translated simply by **ó fún mi**.

(b) Various single English verbs are rendered in Yoruba by a verb plus **ní** with a noun.

ó yà mí l'ẹ́nu, it surprises me (it opens me in mouth)
ó fà mí l'étí, he gave me a hint (he pulled me in ear)
ó ràn mí l'ọ́wọ́, she helped me (she helped me in hand)

Very often the verb, as actually in the last example above, has no clear meaning apart from the words which follow, cp. 'do' in 'do up, do down'. Notice how Yoruba prefers to say 'pull me in ear' rather than 'pull my ear'. Other examples are:

ó jí mi l'ówó gbé, he stole my money (stole me in money take)
ó bà mí n'ínú jẹ́, it made me sad (spoilt me at inside— bà ... jẹ́ 'spoil')
ó bá mi l'ára mu, it agrees with me (bá ... mu 'agree', l'ára 'in body')

VOCABULARY

tì, to push; to shut
jẹ, to eat
kú, to die
ní, to say; to have
lù, to hit
pè, to call, pronounce word
rí, to see, find
ká, to fold; to pluck fruit
wá, to come
lọ, to go
kọ́, to teach, learn
yá, to lend, borrow
ilé, house, home
nílé, (n'ile) at home
wà, to exist, be located
oko, farm
wù, to please, attract
fà, to pull

sè, to stew
fọ̀, to wash (articles)
sìn, to accompany person
kọ̀ ... sílẹ̀, to reject, divorce
pa, to kill
fún, to give, transfer to (often = to, for)
ṣe, to do, cause, affect
mú, to grasp; to cause to do
gbé, to lift, carry
kó, to gather, collect
bá, to meet, be in association with (often = for)
inú, inside
nínú (n'ínú), (at) inside
ọjà, market

EXERCISE 3

Read aloud and then translate into English: ó wù mí púpọ̀; ó kọ́ nyín ní Yorùbá; nwọ́n fún wa l'ówó púpọ̀; kò wù wá rárá; nwọ́n pa á kú; ó kọ̀ ọ́ sílẹ̀; nwọ́n gbé e lọ; mo bá wọn nílé; a rí ọ l'ójà; nwọ́n wà nílé; ó bá wa l'óko; ó wà nínú ilé; mo pè é fún wọn; kò fọ̀ ọ́ tó; ó l'ó wù wọ́n díẹ̀; ng (k)ò lù nyín rárá; ó yá mi ní ṣíbí; ó rà á fún mi; kò tà á fún wọn; nwọ́n bá wa rà á; mo rí i nínú àpótí; nwọ́n l'ó tó; ó ní kò tóbi tó; nwọn (k)ò yá wa l'ówó rárá; mo gbé e wá fún u; ó bà wọ́n nínú jẹ́; nwọ́n jí mi ní kọ́kọ́rọ́ gbé.

Now turn to the key at the back and retranslate the sentences into Yoruba.

4

EMPHASIS

QUESTION WORDS (1)

It has already been remarked that we cannot, as we do in English, give extra stress to words to shew emphasis. We now take up this point in greater detail.

If asked to give the English for the Yoruba word **igi** we would say 'wood' or 'tree' with an unemphatic sort of intonation which we might say carried no implications beyond the information given. In answer to the question 'what is this?', however, we would say 'wood/it's wood (a tree)' with an intonation which implied, e.g. that the material in question was wood and not some other possible material such as metal or plastic. The point to notice is that the presence or absence of 'it's' in the answer really makes no difference to the meaning; it is the intonation on the word 'wood' which is important. In Yoruba the situation is quite different. Reversing the questions one would answer the first with **igi** and the second with **igi ni**. The **ni** *can* be translated by 'it's' but what it really corresponds to is the intonation we give to 'wood' in that context. Whereas the 'it's' can be omitted in English without altering the sense the Yoruba **ni** is essential.

Words or phrases made emphatic with **ni** are always placed at the head of the sentence.* Contrast the unemphatic **a fẹ́ owó** 'we want money' with the emphatic **owó l'a fẹ́** 'it's *money* we want, we want *money*'. In 'we want *money*' English has the same order of words as in the unemphatic sentence but the difference of intonation shews the difference of meaning. It is not possible to do

* We shall see later (p. 157) that **ni** can be placed at the end of a whole clause or sentence to add emphasis.

this in Yoruba; **owó l'a fẹ́** is the only possible order for the emphatic meaning.

aṣọ ni mo rà, it was *cloth* I bought
Kẹ́hìndé ni nwọ́n mú wá, it was *Kẹhinde* they brought
Táíwò ni mo fún l'ówó, it was *Taiwo* I gave money to

When a subject is emphasised with **ni** a pronoun follows.

Táíwò l'ó fọ́ ọ, *Taiwo* broke it
Àdùkẹ́ l'ó rà á, *Aduke* bought it
Òjó l'ó kọ́ mi ní Yorùbá, *Ojo* taught me Yoruba

When a noun subject is plural—shewn by the presence of **àwọn** in front of it (see p. 40)—the following pronoun is generally still singular, though some Yorubas use the plural.

àwọn ọkùnrin l'ó gbé e wá, it was the *men* brought it
àwọn ọkùnrin ni nwọ́n gbé e wá, it was the *men* brought it

A second object in this emphatic position is not preceded by **ní**.

owó ni nwọ́n fún mi, it was *money* they gave me

The case of other extensions which have **ní** in the un-emphatic order is more complicated and is left for treatment later (p. 85).

Notes:

(1) The mid tone of **ni** is lost in elisions.

(2) An English sentence like 'it was cloth I bought' can be given several different intonations. The one intended here is that in which 'cloth' is the only stressed word and is given a falling intonation, the implication being that cloth and not some other commodity was bought on the occasion in question. Other intonations would need a different Yoruba translation.

The negative of **ni** is **kọ́**, which must not be confused with the word **kò** 'not' which is used before verbs. **kọ́** by

itself means 'is/was not', and the word preceding it is
emphatic in the same way as when it is preceded by **ni**,
e.g. **ẹja kọ́** 'it is not *fish*'. **kọ́** is usually followed by **ni**
when a verb phrase follows, e.g. **ẹja kọ́ ni mo fẹ́** 'it is not
fish I want'. On the other hand, **àláfíà k'ẹ̀ dé bí** 'is it not
in health you have arrived?' (a greeting), where **k'ẹ̀** is for
kọ́ ẹ.

'WHO' AND 'WHAT'

In **tani** and **kíni**, the common forms of the Yoruba words
for 'who?' and 'what?', the **ni** we have just been dis-
cussing is written as part of the word. The basic forms
are **ta** and **kí** but these are always emphatic, i.e. followed
by **ni**, though **ni** is occasionally separated by an inter-
vening word (see p. 149), in which case the two elements
are naturally written as separate words. Departure from
the usual emphatic order is uncommon, cp. English 'he
gave you what?' compared with 'what did he give you?'.

When **tani** is the subject of the sentence two dialectal
variants are heard, e.g. **tal'ó rà á, taní rà á?** 'who bought
it?'. These can be regarded as different reductions of **tani
ó rà á?** In **tal'ó rà á?**, the northern Yoruba spoken
form and the usual book form, the **ni** is elided in the
normal way, while in **taní rà á?** the **ó** is elided and its
high tone is thrown back onto the **ni**. As the tone patterns
of the two forms are the same, the difference to a Yoruba
ear is very slight. The same variants occur also with **kíni**,
e.g. **kíl'ó dé, kíní dé?** 'what has happened?' (literally
'arrived'); **kíl'ó ṣe, kíní ṣe?** 'what caused?'—the Yoruba
for 'why?'.

The answer to such a question as **tal'ó rà á?** is generally
of the form **Kẹ́hìndé ni** 'it was Kẹhinde'.

When **tani** and **kíni** are objects there is, of course, no
variation.

> **tal'ó rí níbẹ̀?** who did he see there?
> **tal'ẹ rí l'ọ́jà?** who did you see in the market?
> **kíl'ó mú wá?** what did he bring?
> **kíni nwọ́n tà fún u?** what did they sell him?

When **tani** and **kíni** are objects there is often no emphasis in the answer.

kíl'o rá níbè? what did you buy there?
mo ra ata, I bought pepper
tal'o bá l'óko? who did you meet at the farm?
mo bá Òjó, I met Ojo

EMPHATIC PRONOUNS

There is a special set of emphatic pronouns which must be used with **ni** (and also in other emphatic contexts).

Singular	*Plural*
èmi, I, me	**àwa**, we, us
ìwọ, you	**ẹnyin**, you
òun, he/him etc.	**àwọn**, they, them

Notes:

(1) **òun** is sometimes spelt **òn**.

(2) **ẹnyin** is an arbitrary spelling. Yorubas who do not know the convention spell it **èyin**, which reflects the pronunciation better.

(3) As the translations given above clearly shew, these forms are used as either subject or object.

When these pronouns are the subject of emphatic sentences of the type we have just been describing we find a variation in use which is exemplified in the following pairs of sentences: **èmi ni mo fọ́ ọ** and **èmi l'ó fọ́ ọ** 'it was I broke it'; **ìwọ l'o mò** and **ìwọ l'ó mò** '*you* know'. The emphatic pronoun is followed either by the corresponding *unemphatic* form or by the unemphatic **ó** 'he/she/it' throughout just like a noun. From the point of view of grammar we can in fact regard these pronouns as a special sort of noun. There does not seem to be any difference of meaning between the two uses; some Yorubas use one and some the other.

B

VOCABULARY

ẹja, fish
ẹran, meat
igi, tree, wood (material)
irin, iron, metal
wúrà, gold
gõlu (góòlù), gold
fàdákà, silver
iṣu, yam
pákí, cassava
ọ̀pẹ, oil-palm
àràbà, silk cotton tree
fọ́, to break, smash
dà . . . nù, to throw away
    (pour be lost) (liquids,
    collectives)

àgùtàn, sheep
ewúrẹ́, goat
ọ̀dà, paint
èjè, blood
omi, water
ẹmu, palm-wine
ata, pepper
ilá, okro (a vegetable)
ẹiyẹ, bird
ọ̀bọ, monkey
fẹ́, to want
jù . . . nù, to throw away
    (throw be lost) (single
    things)

EXERCISE 4

Fecd alcud and then translate into English: kíni nwọ́n fẹ́?
kíl'ó fún nyín? tani nwọ́n bá l'óko? tani bá ẹ rà á? taní
fún nyín l'ówó? kíni nwọ́n rí nínú àpótí? ơmi kọ́, ẹmu
ni; ẹja kọ́ ni mo fẹ́, ẹran ni; ata kọ́ l'a rà, ilá ni; ẹmu kọ́ ni
mo dà nù, ơmi ni; Àdùkẹ́ kọ́ l'ó gbé e wá, Bísí ni; àgùtàn
kọ́ l'ó fẹ́, ewúrẹ́ ni; ó ní wúrà/gõlù kọ́, ó ní fàdákà ni;
ó l'ọ́dà kọ́, ó l'éjè ni; òun l'ó jù ú nù; iwọ kọ́ ni mo rè wá,
Àìná ni; ewúrẹ́ kọ́ ni nwọ́n tà fún u, àgùtàn ni; àpótí irin kọ́
ni mo rà, àpótí igi ni.

*Now turn to the key at the back and retranslate the
sentences back into Yoruba.*

5

MORE ABOUT TONES

We have seen that a low tone has an effect upon following tones—a following mid tone is flat compared with a preceding mid tone while a following high tone glides up and also does not rise to quite the same pitch as a preceding high tone. It is very important to realise that these effects remain even when owing to elision a high tone comes onto the syllable that originally bore the low tone.

Expressions of time and place consisting of a noun preceded by the preposition **ní** will provide plenty of examples to illustrate this point. In English prepositions are necessary in some time expressions, optional in others and absent in yet others, e.g. 'he came at 2 o'clock, he came (on) Wednesday, he came yesterday'. Similarly in expressions of place, e.g. 'he is at the cinema, he is (at) home, he is outside'. In Yoruba the preposition **ní** is used with *all* expressions of place and time of this sort, though this may be obscured by the fact that it is often written as one word with the following noun, e.g. **nílé** 'at home', **nínú** '(at) inside'. The noun 'today' is **òní** but 'I saw him today' is **mo rí i lóní̌**. Similarly the noun 'outside' is **òde** but 'I saw him outside' is **mo rí i lódè**.

In the ordinary orthography there are no special signs for shewing these modified tones, but we shall here use the tone marks seen on the second syllables of **lóní̌** and **lódè** when modified tones occur without any obvious low tone to cause them. Most words containing such tones can easily be analysed into their component parts, e.g. **kọ́wě** 'to study' is from **kọ́ ìwé** 'to learn book' and **jádè** 'to get out' is from **já òde** 'to reach to outside'. In the speech of some Yorubas one can actually hear a sharp fall at the end of the preceding high tone syllable, but even if

29

such a fall is not audible the modification of the following
tone bears witness to what we may call a latent low tone
preceding it.

It remains to ask whether any difference can be heard
on a *low* tone to shew that the preceding syllable (onto
which a high tone has been thrown) was originally low,
not mid. For example, are there two different pronuncia-
tions underlying the written form ó l'ọ́kọ̀ méjì according
to whether it means 'he has two canoes' (ọkọ̀) or 'he has
two spears' (ọ̀kọ̀)? Many Yorubas, though certainly not
all, definitely do make a difference. In l'ọ́kọ̀ 'has canoe'
the syllable l'ọ́ has level high tone while the syllable kọ̀
has the fall in pitch which we normally get on a low tone
after high and, to a lesser degree, after mid tone. In l'ọ́kọ̀
'has spear', however, there is a sharp fall in pitch at the
end of l'ọ́ while kọ̀ has level low pitch, shewing that the
syllable preceding it must originally have had low tone.
The difference between the two is, indeed, very like the
intonational difference in English between '(a) black
bird' and '(a) blackbird' when answering the question
'what is that?'. No special sign has been introduced in
this case, so the learner must be careful to check on the
underlying basic words in the few examples which occur.
Note that in some fixed phrases containing òkè 'up', e.g.
sókèsódò 'up and down' (sí òkè sí odò), the distinction
has been obliterated, sókè being pronounced as if derived
from sí okè.

We shall need to use the signs for modified tones on
certain commonly occurring words which have two forms,
a longer form with a low tone prefix and a shorter form
without the prefix but with the effect of its low tone
remaining on the high or mid tone of the following
syllable. These words are èyí/ìyí and yì 'this', ìyẹn and
yẹn 'that', òkan/ìkan and kàn 'one' and èwo and wó
'which?'. (The pairs èyí/ìyí and òkan/ìkan are dialectal
variants.) The longer forms are used independently while
the shorter forms are always dependent on a noun or
other word.

èyí tóbi jù, this/this one is too big
àpótí yǐ (k)ò tóbi tó, this box is not big enough
ìyẹn (k)ò wù mí rárá, that does not attract me at all
ẹmu yẹ́n (k)ò dùn rárá, that palmwine is not tasty at all
òkan ṣoṣo ni mo fẹ́, it is one only I want
ojú kàn ṣoṣo l'ó ní, he has only one eye
èwo l'o fẹ́? which do you want?
ewúrẹ́ wó l'ó rà? which goat did he buy?

We have already remarked that when a modified high
tone follows a high tone it does not rise to quite the same
pitch. We can hear this in lónǐ 'today' and ilé yǐ 'this
house'. Where modified high tone follows a mid tone the
glide starts rather below the level of the mid tone and
rises to slightly above it but not as high as an unmodified
high tone. When a modified mid tone follows a high tone,
e.g. as in lódè 'outside', ilé yẹ̀n 'that house', there is a
wider interval drop than when the mid tone is unmodified,
e.g. as in tóbi 'be big', l'óko 'at the farm'. After a pre-
ceding mid tone it sounds perceptibly flat, e.g. ẹmu yẹ̀n
'that palm-wine'.

To recapitulate, in a sequence of words pronounced as
a single intonation group a modified tone is always
slightly flatter than the preceding *tone of the same rank*,
regardless of whether the low tone producing the modi-
fication is obviously present or not. An intonation group
may be a whole sentence, if that is not very long, or a
phrase or clause forming part of a longer sentence.

ELISION

We have used some examples of elision in our discussion
of modified tones, e.g. lódè from ní òde and jádè from
já òde. Elision occurs very frequently in Yoruba between
a verb or the preposition ní and a following noun. Un-
fortunately the elisions which occur in normal speech
are not always shewn in writing. Quite a number of
elided forms have come to be written as one word, e.g.
lódè, jádè above, while others are written with an apos-
trophe, e.g. lórí and l'órí from ní orí 'on top'. In the

examples given we see that, whereas **ní** elides its vowel before **òde** (and also **n** appears as **l**), **já** retains its vowel. There are no simple rules for deciding which vowel will be elided though we can make a rough generalisation that the commoner, more easily recognisable word will elide its vowel. The rules about tone, however, are fairly simple.

(*a*) A high tone always survives whether the vowel which originally carried it survives or not, e.g. **lódè**, **kɔ́wě** 'to study' (from **kɔ́ ìwé** 'learn book').

(*b*) When a mid or low tone verb is involved the tone of the verb can be disregarded; it is always the tone of the initial vowel of the noun which survives, e.g. **kòwé** 'to write' from **kọ ìwé** 'write book'; **kàwé** 'to read' from **kà ìwé** 'read book'; **fọ̀sọ** 'to wash clothes' from **fɔ̀ aṣọ**; **kọrin** 'to sing' from **kọ orin** 'sing song'. (Note the two different words **kọ**.)

We see from these examples that when involved in elisions the distinction between mid and low tone verbs is neutralised. Before a noun object this is so even if no elision takes place, for in that case both classes of verbs are said on a mid tone. Thus, 'he bought cloth' would be heard as **ó r'aṣọ** or **ó ra aṣọ** and 'he bought bananas' as **ó r'ɔ̀gɛ̀dɛ̀** or **ó ra ɔ̀gɛ̀dɛ̀**, though in the Vocabulary 'to buy' is given as **rà***. The same neutralisation occurs also before emphatic pronouns, which we have already seen behave grammatically like nouns, e.g. **ó lu èmi ṣá** 'he hit *me* at any rate' (**lù**). But in writing Yoruba the correct practice is always to give such words their dictionary tones, leaving the reader to make adjustments when necessary. The distinction between mid and low tone verbs which take an object actually appears in two cases:

(*a*) When the verb is followed by an unemphatic pronoun object, e.g. **ó fɔ̀ ɔ́** 'he washed it', **ó jɛ ɛ́** 'he ate it'.

---

*Before a noun beginning with a consonant, of course, it must always be so, e.g. **ó ra kòkó** 'he bought cocoa'.

(b) When a noun object precedes the verb, e.g. ẹran ni
mo jẹ, ẹran ni mo rà 'it was meat I ate/bought', ẹmu tí
nwọ́n mu, ẹmu tí nwọ́n tà 'the palm-wine which they drank/
sold.

VOCABULARY

àwòrán, picture
ọmọdé, child
ọkùnrin, man
obìnrin, woman
àná, lánǎ, yesterday
rí . . . rà, to find to buy
orin, song
àbí, or

pé, to be complete; to be
    profitable
méjì, two
mẹ́tà, three
mẹ́rin, four
lẹ́tà, letter
iṣẹ́, work
àti, and
kọ, to write; to sing

EXERCISE 5

Translate into English: kíl'o rí nínú àwòrán yǐ? mo
r'ọmọdé kàn; mo r'ígi ọ̀pẹ kàn; mo r'ọkùnrin kàn
àt'obìnrin méjì; mo r'ágùtàn mẹ́tà àt'ewúrẹ́ mẹ́rin; èwo
ni nwọ́n fún ẹ? àpótí wò ni nwọ́n gbé wá? mo r'ọ́kàn rà
l'ọ́jà lánǎ; mo r'ẹ́mu púpọ̀ rà fún wọn; aṣọ yẹn (k)ò
nípọn tó; àwòrán yẹn (k)ò wù mí rárá; aṣọ kàn ṣọṣọ l'ó
wọ̀; ìyẹn (k)ò bá mi lára mu; tal'ó lè ràn wá l'ọ́wọ́? iṣẹ́
yǐ le púpọ̀; iṣẹ́ wò l'ẹ ṣe lánǎ? owó yǐ (k)ò pé; ọmọdé yí
(k)ò lè ṣe é; tani fún ẹ l'ówó yǐ? orin wò ni nwọ́n kọ? a
kọ lẹ́tà méjì; ọ̀bọ ni mo rí lórí igi yẹn àbí ẹiyẹ ni? fàdákà
l'èyí àbí wúrà ni? tani dà omi yǐ nù?

*Now turn to the key at the back and retranslate the
sentences into Yoruba.*

6

STILL MORE ABOUT TONES
QUESTION WORDS (2)

If we compare the two sentences ẹja´pọ̀ l'ọ́jà lónǐ 'fish is plentiful in the market today' and ẹja (k)ò pọ̀ l'ọ́jà lónǐ 'fish is not plentiful etc.' we shall hear in the first, but not in the second, a high tone on the last syllable of ẹja. So too, comparing ọ̀gẹ̀dẹ̀´wọ́n lónǐ 'bananas are scarce today' with ọ̀gẹ̀dẹ̀ (k)ò wọ́n lónǐ 'bananas are not scarce today' we hear in the first sentence, but not in the second, a rise in tone from low to high on the last syllable of ọ̀gẹ̀dẹ̀. But in ilá pọ̀ lónǐ and ilá (k)ò pọ̀ lónǐ we hear no difference— the second syllable of ilá 'okro' has a basic high tone. These added high tones are not shewn in the ordinary orthography. We shall here adopt the special device of writing a high tone mark *after* the syllable on which the high tone is heard, e.g. ẹja´pọ̀, ọ̀gẹ̀dẹ̀´wọ́n.

When the subject noun is qualified in any way, then it is the final syllable of the last qualifying word which is modified in this way, i.e. the syllable which immediately precedes the verb. Examples of this are aṣọ yẹ̀n´nípọn 'that cloth is thick', aṣọ funfun´wọ́n 'white cloth is expensive', aṣọ funfun yẹ̀n´wọ́n 'that white cloth is expensive'. But if we put the negative kò in front of the verb the modification does not take place, e.g. aṣọ yẹ̀n (k)ò nípọn. We can in fact make a simple rule that a high tone is added to the final syllable of the subject wherever it is grammatically possible to put the pronoun ó*. We say ó wọ́n, ó pọ̀ but, as we have seen, we cannot use this pronoun in front of kò; for 'it is not expensive, it is not plentiful' we say simply kò wọ́n, kò pọ̀ and in accordance with our rule the modification does not take place in front of kò. Similarly, ó cannot be placed in front of ni 'it is/was' and kọ́ 'it is/ was not'—these words need to be

---

*This high tone, however, is not often audible before the ń prefix described in Lesson II.

34

preceded by the *emphatic* pronouns—and again in accordance with our rule the modification is absent.

We find that in this situation again emphatic pronouns behave as nouns. We say **èmi´rí i** '*I* (at any rate) saw it' but **èmi (k)ò rí i** '*I* (at any rate) did not see it' and **èmi ni** 'it was me'.

When a mid tone is modified in this way the result is indistinguishable from a high tone when the preceding syllable has low or mid tone, but a glide from mid to high is heard if the preceding syllable has high tone. For example, **ẹja´wón** sounds as **ẹjá wọ́n** and **èmi´rí i** sounds as **èmí rí i**, but **òkúta´le** does *not* sound as **òkútá le**. A very interesting point in connection with this difference is that if through elision a high tone is thrown onto a syllable which was originally *mid*, then the glide from mid to high is clearly heard, e.g. in **ó l'ẹ́ja´wọ́n** 'he says fish is dear' the tone on **-ja** is heard as mid rising to high. This variation according to whether or not a high tone precedes may be compared with the similar variation in mid tone verbs followed by the third person singular unemphatic pronoun noted on p. 20.

In slow, careful speech the upward glide from low to high heard in such a sentence as **ọ̀gẹ̀dẹ̀´wọ́n** can be clearly distinguished, as starting from a relatively lower point, from the upward glides of **èkọ´wọ́n** 'pap is dear' and **èlùbọ́ wọ́n** 'yam-flour is dear', but in quicker speech the distinction is not maintained. This ties up with what we learnt about the tones of verbs with a third person singular pronoun (p. 21).

YES AND NO QUESTIONS

Questions of this sort are sometimes expressed in Yoruba merely by raising the general pitch of the voice; this, combined with the obviously expectant attitude of the speaker, is enough to shew that a question is being asked. More usually, however, special words are used, placed at the beginning or end of the sentence. There is no difference in the order of words between a question and a statement, but the pitch of the voice is usually rather higher.

1. The word ṣé at the beginning of a sentence usually shews that the speaker is asking for confirmation of an idea he already has in his mind; he thinks he knows what the answer is going to be. This idea is often expressed merely by intonation in English.

> ṣ'ó dára? (ṣé ó dára), it's nice, I think?
> (The speaker is expecting some such answer as ó dára púpọ̀ 'it is very nice'.)
> ṣé kò dára? it's not nice then?
> (The speaker has perhaps seen some expression of dis-
> approval and is expecting some such answer as kò
> dára rárá 'it's not nice at all'.)

Agreement with the suggestion contained in this sort of question, whether positive or negative, is most simply made by answering ẹn. It is important to notice here the difference between Yoruba and English. In English we express agreement with 'yes' in answer to a positive question but with 'no' in answer to a negative question, e.g. 'yes, it's very nice'; 'no, it's not nice at all'. Yoruba says ẹn, ó dára púpọ̀; ẹn, kò dára rárá. As in English, it is rather abrupt merely to express agreement and leave it at that; as in the examples given above, an appropriate sentence is usually added; in fact agreement is often expressed by means of the sentence alone, e.g. ṣ'ó dára? ó dára. Another way of expressing agreement is to say bẹ́ẹ̀ni (bẹ̀ni) 'it is so' (bẹ́ẹ̀ 'so' is here written as one word with ni). This, however, is more generally used to express agreement with *a statement* somebody has made.

Disagreement is most simply expressed by saying ẹ́n-ẹ̀n, to which an appropriate sentence is usually added, e.g. ṣ'ó dùn? ẹ́n-ẹ̀n, kò dùn rárá. Often the appropriate sentence is used without a preceding ẹ́n-ẹ̀n. The actual sounds represented by the written form may vary some-what; a commonly heard form might be better shewn by writing 'ḿ-'m̀, i.e. two glottal stops pronounced with the lips closed. Other expressions of disagreement are **ó tì** or **ó tì o** and **béèkọ́**. The latter means 'it is not so' and is generally used to disagree with a statement, while **ó tì** could be translated literally as 'it fails'. The addition of **o**, as we shall see later, makes it more exclamatory.

The word **ṣé** usually elides its vowel where possible, e.g. **ṣ'ógèdè' pọ̀ lónì** 'I hope bananas are plentiful today?'. (For the tone of **ṣ'ọ́** see p. 30.) With **ó** 'he/she/it' it produces **ṣ'ó**, while with **o** 'you' we get **ṣó o**, actually written **ṣ'ṍ**, and even **ṣ'o**. Similarly with **a** and **ẹ** we get **ṣ'ã**, **ṣ'a** and **ṣ'ẽ̀**, **ṣ'ẹ**.

2. Doubtful questions are expressed by putting **ǹjé** at the beginning of the sentence or **bí** at the end, e.g. **ǹjé iṣu′pọ̀ lónì?** or **iṣu′pọ̀ lónì bí?**, the difference being purely dialectal. The speaker half expects to be contradicted, a nuance which English again tends to convey by intonation. When the form of the question is negative there is usually a strong suggestion that the answer will be positive, cp. in English, 'am I not right? yes, you are right'.

ǹjé elides its vowel in much the same way as **ṣé**. **ǹjé ó** gives **ǹj'ó** while **ǹjé o** gives **ǹj'oo (nj'ṍ)**, with level mid tones on **j'oo** because of the preceding low tone, cp. the verb and pronoun tones on p. 20.

3. If the questioner has an open mind the two alternatives are posed, e.g. **ó tóbi àbí kò tóbi?** 'is it big or not?'. Note that in Yoruba the second alternative always forms a complete sentence, though it need not contain a full repetition, e.g. **ó wà nínú àpótí àbí béèkọ́?** 'is it in the box or it is not so?'.

Not infrequently the first alternative is suppressed and **àbí** is used to introduce a question which suggests an after-thought, e.g. **àb'ó wúwo jù?** 'or is it too heavy?', **àbí kò lè kà á?** 'or cannot he read it?'.

àbí elides with following words in the same way as **ǹjé**, **àbí ó** giving **àb'ó** and **àbí o** giving **àb'oo (àb'ṍ)**, e.g. **ó tán àb'ó kù?** 'is it finished or does it remain?' = 'have you said all you want to say or not?', **o fẹ́ àb'ṍ (k)ò fẹ́?** 'do you want (it) or not?'.

VOCABULARY

òrò, words, talk, matter, affair
tésàn, station
jìnnà, to be far
jìnnà sí, to be far from (Yoruba 'to')
erù, load
òrombó, orange
gbágudá, cassava
ìgbà, time
ajá, dog
gbóná, to be hot
sísì, 6d
rí, formerly

ìgò, bottle
oba, king, crowned ruler
omo, child
otí, liquor
ìlú, town, territory, country
òyìnbó, white man
àgbàdo, maize
tutù, to be fresh, cold, damp
tútù, fresh, etc.
rorò, to be fierce
dáadáa, well, to a high degree, properly
maa, expresses intention

EXERCISE 6

Translate into English: njé òrò yǐ yà nyín l'énu? sé àpótí yǐ kò wúwo jù? njé e lè wá lóní? s'ó lágbára dáadáa? o lè yá mi ní sísì bí? tésàn Ìbàdàn'tóbi púpò; Ìbàdàn'jìnnà díè sí Òsogbo; Òsogbo kò tóbi tó Ìbàdàn; ní ìgbà kan rí oba kàn'wà, ó bí omo métá; ìgò otí métá'pòjù; ògèdè'wón púpò ní ìlú òyìnbó; mo maa rà àgbàdo àti ògèdè; nj'ájá yǐ rorò? nj'ómi yǐ gbóná tó? àbí owó yǐ kò tó? sé nwón lè kà á dáadáa? s'é maa ràn mí l'ówó? àgbàdo tútù'dùn púpò; ògèdè l'o maa rà l'ójà àbí òrombó ni? nwón fún e àbí nwon kò fún e? ó ní gbágǔdá l'òun'maa rà; àwa'lè ko ó.

Now turn to the key at the back and retranslate the sentences into Yoruba.

7

NOUNS

We have made frequent use of nouns to illustrate the
rules of tone change and elision; it is now time to deal
with them more systematically and in greater detail.

Nouns are always words of two or more syllables and
they generally begin with a vowel, e.g. ẹja 'fish', ọ̀gẹ̀dẹ̀
'banana' though a certain number begin with a con-
sonant, e.g. bàtà 'pair of shoes', kọ́kọ́rọ́ 'key'. The initial
vowel syllable may have mid or low tone but never high
tone. The other syllables may be on any of the three
tones, so that even in nouns of two syllables quite a
variety of patterns is possible. Examples of pairs of disyl-
labic nouns differentiated by tone are:

ẹ̀kọ, gruel	ọkọ, husband
ẹ̀kọ́, education	ọkọ́, hoe
ọbẹ̀, stew	ọnà, decoration
ọbẹ, knife	ọ̀nà, road
òpó, post	àgbọn, coconut
opó, widow	agbọ́n, wasp

Many nouns of three syllables are found in two forms
—a full form and a reduced form in which the middle
syllable loses its consonant and has its vowel assimilated
to that of the preceding syllable. This produces a long
vowel which has the tones of the two syllables of the full
form, e.g. òtítọ́, òótó 'truth'; agogo, aago 'clock, watch';
egungun, eegun 'bone'; egúngún, eégún 'masquerader';
àdìrò, àdàrò 'hearth'; àtitàn, àdtàn 'refuse heap'. The use
of these forms is to some extent a matter of dialect but,
in general, the reduced forms are most commonly used
in the spoken language, while the full forms often occur
in books. There are, however, some nouns of which only
reduced forms are in common use, even in books, e.g.

oògùn 'medicine', òórùn 'smell'. Notice that some nouns
are distinguished by the difference between long and
short vowels, e.g. ààlà 'boundary', àlà 'variety of white
cloth'; ààyè 'life', àyè 'chance, opportunity'; ààjà 'fairy,
whirlwind', àjà 'ceiling'. Long vowels are not confined to
the first syllable; they can occur also in other positions,
e.g. ibòòji 'shade', màlúù 'ox'.

3. Yoruba nouns are like the English noun 'sheep' in
having no separate forms to distinguish singular from
plural. Where it is necessary to shew plurality the em-
phatic pronoun àwọn 'they' is placed in front of the
noun, e.g. àwọn ọkùnrin 'the men', but in many situations
where English uses a plural Yoruba does not use àwọn,
though in written Yoruba there is a tendency to follow
English idioms. Yoruba also has no words which cor-
respond closely with the English articles 'the, a/an',
though kàn 'one' and náà 'that (mentioned)' cover some
of their meanings. The main differences between Yoruba
and English usage on these points are brought out in the
following sections.

(a) English makes a fundamental difference between
nouns denoting liquids, substances and materials on the
one hand and nouns denoting countable things on the
other. This difference is seen in the sentence 'I want to
buy a knife, some dusters, some milk, some flour and
some boot-polish'. With countable things like knives and
dusters English cannot avoid giving some information
as to the number of the objects in question we are going
to buy—we must at least state whether it is one or more
than one of them that we want. With the milk, flour and
boot-polish we can, if we wish to, give this information
by talking about bottles, pounds and tins, but we are not
forced to give this information as in the case of the knife
and dusters. Yoruba here makes no distinction; *every-
thing* is treated as in English we treat a substance. For
example, in answer to kíl'o maa rà? 'what are you going
to buy?' I could reply mo maa rà wàrà, èlùbọ́ àti ọbẹ 'I
am going to buy milk, yam-flour and knife', i.e. I state

the sort of things I want to buy but I give no information as to the quantity or number I want of any of them.

The same difference between the two languages is seen in answers to the questions **kín'ìyí?** 'what is this?' and **kín'ìwọ̀nyí?** 'what are these?'. In English we would say 'it is meat, it is an ant, they are ants' where in Yoruba we would say **ẹran ni, èèrà ni, èèrà ni.** The Yoruba answer restricts itself to giving information about the nature of the object in question—very logically, since the questions themselves shew that the questioner is fully aware of the number of objects he is enquiring about. Yoruba *can* make a distinction between **èèrà ni** 'it is an ant' and **èèrà ni wọ́n** 'they are ants', but this distinction would not necessarily be made in answering the questions given.

(*b*) We make a distinction in English between 'she is washing dishes' and 'she is washing the dishes'; we use the article 'the' with both singular and plural when we are thinking of a particular individual or object or set of individuals or objects that we can identify. We speak of 'the king', 'the doctor', 'the fire' (i.e. one in a particular room), 'the blankets' (i.e. those on a particular bed). Yoruba does not make this distinction; **fọ̀ àwo** means both 'to wash dishes' and also 'to wash the dishes', while 'the king, the doctor' are just **ọba, dókítà.** But Yoruba sometimes makes a distinction which we do not make in English; whereas 'I washed the dishes' is **mo fọ̀ àwo,** 'I saw the chiefs' is **mo rí àwọn ìjòyè.** The distinction is that the dishes are thought of collectively while the chiefs are thought of as a group of individuals. As a rough generalisation we can say that **àwọn** is used more frequently with nouns denoting human beings than with other nouns but there is no fixed rule about this. For example, in **ó pa ọmọ wọn àti ìyàwó wọn** 'he killed their children and wives' we have 'children' and 'wives' treated as collectives without **àwọn,** while 'where are my books?' can be translated **ìwé mi dà?** or **àwọn ìwé mi dà?** according to the way we think of 'books'. **àwọn ìwé mi** means 'my (various) books'.

(*c*) When a noun is used in conjunction with a word denoting number or quantity, if **àwọn** is absent the English

translation will be indefinite, e.g. **mo rí ọkùnrin méjì** 'I
saw two men', **mo rí ọ̀pọ̀lọ́pọ̀ ènìà** 'I saw a lot of people/
many people', **mo rí orísìrísì nkan** 'I saw a variety/various
things'. If **àwọn** is used the translation will be definite, e.g.
àwọn ọkùnrin méjì náà 'the two men (mentioned)', **àwọn
ọkùnrin mẹ́tà yǐ** 'these three men', **àwọn ọmọdé mẹ́rin tí ó
dé** 'the four children who arrived', **ọ̀pọ̀lọ́pọ̀ àwọn ènìà** 'a
lot of the people'.

In these examples with numerals we find that **àwọn** is
used when the noun is followed by a qualifying **náà, yǐ** or
relative clause. This will, in fact, be so even if no numeral
is present, e.g. **àwọn ọmọdé náà** 'the children (mentioned)',
àwọn obìnrin yǐ 'these women', **àwọn àgùtàn tí ó kù** 'the
sheep which remain'. In other words, nouns qualified in
this way are not treated as collectives.

(*d*) In making a general statement in English we can
use either the singular or plural, e.g. 'a goat is very
stupid, goats are very stupid'. In Yoruba we use the bare
noun, e.g. **ewúrẹ́ gọ̀ púpọ̀**. Here again the bare noun is
used collectively.

(*e*) **kàn** 'one' is used when an indication of number is
an important part of the information to be conveyed,
e.g. **mo rí ọkùnrin kàn lódè** 'I see a man outside'. Note
the difference between the situation here and the one
exemplified in the second paragraph of (*a*); it is im-
portant here to state not only the nature of the object but
also its number. Another example is **nígbàkan (ní ìgbà
kan) ọba kàn'wà** 'once upon a time (at one time) there
was a (certain) king'.

Notes:
(1) You will have noticed that 'these' in the examples
was **iwọ̀nyí** when used independently but **àwọn ... yǐ** when
used with a noun. This difference will be explained later
(p. 195). Further details will also be given of the use of
àwọn, kàn and **náà**.

(2) Relative clauses (which are explained in detail later,
p. 87) are introduced by the word **tí**. If this is the subject

of the clause, as in **àwọn ọmọdé tí ó dé** 'the children
who arrived', it is often followed by the pronoun **ó**
'he/she/it'.

VOCABULARY

wó, to collapse
dí, to block up
gùn, to climb, ride, mount
kojá, to pass
ọdẹ, hunter
ẹkùn, leopard
dáradára (dáadáa), fine, good
aláràbarà, of many colours
ńlá, big, important
ìpàdé, meeting

àkàṣù, portion of porridge
àgbọ̀nrín, antelope
ewé, leaf
kọ́, to build, construct
abà, farm-hut
fèrè, flute, whistle
ihò, hole
ṣọ́ọ̀bù, shop
irú, sort
ẹranko, animal
mélǒ, how many?
iwájú, front

EXERCISE 7

Translate into English: igi kàn'wó dí ọ̀nà oko lánǎ; a
kò lè gùn ú kojá; ọdẹ t'ó pa ẹkùn lánǎ n'ìyí; mo rí aṣọ
dáadáa kàn l'ọjà; àwọn eégún wọ́ aṣọ aláràbarà; kíl'àwọn
obìnrin yǐ maa rà? nwọ́n maa rà ata àti èlùbọ́; irú ẹranko
wo n'ìyí? àgbọ̀nrín ni; ọkọ Àdùkẹ́ rà ọkọ́ kàn l'ọ́wọ́ Òjó;
ọ̀nà Ìbàdàn dà? òun n'ìyí; ọnà ara aṣọ yǐ dára púpọ̀;
ewé ni nwọ́n fi kọ́ àwọn abà yǐ; mo rí fèrè kan rà ní ṣọ́ọ̀bù
kan lónǐ; fèrè náá'gùn, ó ní ihò mẹ́rin; kíl'o tún rí nínú
àwòrán yǐ? mo rí màlúù ńlá kàn àti àgùtàn kékeré méjì;
àwọn ọba'ṣe ìpàdé ńlá kàn ní Ìbàdàn; ṣé mo lè rà ọbẹ
níbí? àkàṣù ẹkọ mélǒ l'àwọn ọmọ ilé-ẹ̀kọ́ (ilé-ìwé) jẹ?
ọkọ́ mélǒ l'ọkọ obìnrin yǐ maa rà? mo rí ọkùnrin mẹ́tà
n'íwájú ilé; kíl'àwọn ọkùnrin náá'maa ṣe?

*Now turn to the key at the back and retranslate the
sentences into Yoruba.*

8

NOUN COMBINATIONS
POSSESSIVE PRONOUNS

Combinations of two or more nouns are widely used in
Yoruba to express a great variety of relationships.

(a) Possession:
   filà Àkàndé, Akande's cap
   oko Àìná, Aina's farm
(b) Space:
   inú ápótí, the inside of the box
   orí igi, the top of the tree
(c) Time:
   alẹ́ òní, evening of today, this evening
   oúnjẹ àárọ̀, morning food
(d) Use:
   àpótí aṣọ, box for clothes, clothes box
   ìwé èrí, paper for testimony, testimonial
(e) Material:
   ṣòkòtò àrán, trousers of velvet
   ọbẹ̀ ata, pepper stew

We can combine some of the above examples to form
longer groups, e.g. inú àpótí aṣọ, 'the inside of the clothes
box', oúnjẹ alẹ́ òní, 'this evening's food'. Notice that
Yoruba expresses all these different relationships by the
same simple order of words. Because of this the same
combination of words can sometimes have different
meanings in different contexts, e.g. ọ̀rọ̀ Ojó can mean
'Ojo's words' or 'business/matter about Ojo'. Where the
second noun is descriptive, e.g. ìwé èrí, there may actually
be slight differences of stress which distinguish such com-
binations in speech form possessive groups such as ìwé
Òjó. There is also in such combinations a tendency to run

the two words together, e.g. **ilé ìwé** 'school' (lit. 'home of books') is pronounced **iléèwé**.

If the second noun (or any following noun) in a group begins with a consonant the final vowel of the preceding noun is modified. This is given an extra unit of length, i.e. a short vowel becomes long and a vowel already long becomes still longer. This extra unit (which is not shewn in the normal spelling) is given a mid tone whatever may be the tone preceding it.

> **fìlà Túndé**, 'Tunde's cap', is pronounced **fìlàa Túndé**
> **ọmọ Táíwò**, 'Taiwo's child', is pronounced **ọmọọ Táíwò**
> **ilé Bísí**, 'Bisi's house', is pronounced **iléè Bísí**
> **màlúù Tòkunbọ̀**, 'Tokunbọ's ox', is pronounced
> **màlúùu Tòkunbọ̀**

The low to mid long vowel of words like **fìlà** in this situation may also be heard as a long level mid tone, e.g. **fìlaa Túndé**. Note that the words **tani** 'who?' and **kíni** 'what?' also have this effect, e.g. **bàtà tan'ìyí?** 'whose pair of shoes is this?' **(bàtaa)** and **àwòrán kín'ìyí?** 'picture of what is this/what is this a picture of?' **(àwòránan** becoming **àwòranan)** because of the low tone on **-wò-**, as elsewhere, cf. p. 20).

Where in English we use a genitive form independently, as in e.g. 'John's is no good', Yoruba puts a little word **ti** in front of the noun, e.g. **ti Òjó (k)ò dára**. This **ti** is normally elided when possible, so that our example would be pronounced **t'Òjó**. Yoruba frequently uses a noun preceded by **ti** where English uses such phrases as 'matter of, business of', e.g. **t'Òjó yǐ sú mi** 'this business about Ojo has tired me/I am tired of this business about Ojo'. It occurs in the common phrase **t'òótọ́?** 'really?', more literally 'matter of truth?'.

If this **ti** form is used after another noun (in which case its consonant initial will modify the final vowel of that noun in the way already described) the effect is equivalent to that of a stressed genitive in English, e.g. **fìlà t'Òjó n'ìyí** 'this is *Ojo's* cap', i.e. not Aina's or some other person's, while **fìlà Òjó n'ìyí** means 'this is Ojo's cap/here is Ojo's cap' without any extra stress on 'Ojo'.

POSSESSIVE PRONOUNS

The unemphatic forms are:

Singular	*Plural*
(˴) mi, mi, my	(-) wa, our
(˴) rẹ, ẹ̀, your	(-) nyín, your
(-) rẹ̀, (-) ẹ̀, his/her/its	(-) wọn, their

When carefully pronounced one hears before all these pronouns a lengthening (not written) of the final vowel of the preceding word. Before **mi** and **rẹ** 'your', the added element has a low tone and before the other forms a mid tone. In the usual colloquial pronunciation **rẹ** and **rẹ̀** lose their **r**; the extension of the vowel is not heard before **ẹ̀** but its flat mid tone bears witness to an original low tone element in front of it. as does also the flat tone of **mi**.

ọmọ mi dà? (ọmọọ̀ mi, ọmọ mi), where is my child?
ṣé ilé rẹ n'ìyí? (iléè rẹ, ilé ẹ̀), is this your house?
ẹ̀wù rẹ̀ dà? (ẹ̀wùu rẹ̀, ẹ̀wuu ẹ̀), where is his gown?
ilé wa kò tóbi (iléè wa), our house is not large
ìlú nyín jìnnà (ìlúu=ìluu nyín), your town is far
ọ̀rọ̀ wọn kò dọ́gba (ọ̀rọọ wọn), their words are not equal, consistent

When a possessive pronoun, being the last word of a subject group (as described on p. 34), has a high tone added to it, it is usually very difficult for a learner to hear the difference between **ẹ** and **ẹ̀**, the distinction being now between mid rising to high or high and low rising to high. It is helpful in this situation to pay special attention to differences which can be heard on the preceding syllable, i.e. the final syllable of the noun.

fìlà ẹ́'sọnù, your cap is lost
fìlà ẹ̀'sọnù (fìlaa), his cap is lost

ilé ẹ́'jinnà, your house is far
ilé ẹ̀'jinnà (ilée), his house is far
oko ẹ́'kún, your farm is full (of weeds)
oko ẹ̀'kún (okoo), his farm is full (of weeds)

As with nouns, there is a **ti** form which can be used independently or after a noun to shew emphasis. The **ti** is written as one word with the pronoun.

Singular	*Plural*
tèmi, mine	**tiwa**, ours
tìrẹ, tìẹ, yours	**tinyín**, yours
tirè, tiè, his/hers/its	**tiwọn**, theirs

Note that the first syllable of these forms has in each case the tone of the extension before the corresponding unemphatic forms—low tone in the first two persons of the singular, but otherwise mid tone.

tèmi n'ìyí àbí tìrẹ ni? is this mine or yours?
tiwa dà? where is ours?
oko tiwọn kò tóbi tó tiwa, their farm is not as big as
    ours (is not big reach ours)
tirè'dára púpọ̀, hers is very nice

We have already seen that emphatic pronouns are really a special sort of noun, so it is not surprising to find that they can be used as possessives just like any other noun.

ọ̀rọ̀ ìwọ àti Àkàndé, the matter of you and Akande
èbi èmi nìkanṣoṣo ni, it is the fault of me alone

When **ti** is used with an emphatic pronoun it shews greater emphasis than the **ti** form of the corresponding unemphatic pronoun. This difference tends to be shewn by a change of stress in English.

tiwa náà'dára púpọ̀, ours is very nice too
t'àwa náà'dára pupọ, ours too is very nice

(For **náà** with the meaning 'too' see p. 197.) Note that in the 1st pers. sing. this distinction cannot be made.

VOCABULARY

òdì, reverse side
kejì, second, other
títì, street
dòtí, to be dirty
òfì, loom
yàtò, to be different (sí
  'to')
ìwé okò, ticket
fèràn, to like
àkàrà, fried bean-cake
sòkalè, to put down, get
  down
aiyé, world
ìgbésí aiyé, life
baba, father, senior person

apá, arm; part, direction
ìsàlè, bottom part
àárín, centre, middle
ìròhìn, news
ìsaàsùn, cooking pot
kóbòdù, cupboard
èrò, people (collective);
  èrò okò 'passengers',
  èrò ònà 'passers-by'
nígbàwo, when?
  (ní ìgbà wo)
erèé, variety of bean
ìtàn, story
ìyá, mother
bàbá, Father

EXERCISE 8

Translate into English: ìwé èrí rè dà? òun n'ìyí; ilé(e)
Túndé n'ìyen l'ódì kejì(i) títì; inú àpótí aso yǐ dòtí púpò;
nígbàwo l'o maa rà ìwé okò? aso Adùké kò dára tó tèmi;
ti Bisi'wù mí púpò; ti bàbá mi'tóbi dáadáa; njé e fèràn
àkàrà erèé? díè nínú àwon èrò okò'sòkalè ní Oǹdó; a lè
kà ìtàn ìgbésí aiyé rè nínú ìwé ìròhìn yǐ; àwòrán ara ògiri
yǐ kò wù mí rárá; sé apá ìsàlè ilé náà l'o maa gbé? èwù
mi'wà l'ápá òkè kóbòdù; ilé òdì kejì títì yen'ga púpò;
àárín ìgbooro ìlú ni mo maa gbé nísìsiyǐ; òfì obìnrin'yàtò
sí t'okùnrin; oko bàbá wa'jìnnà púpò sí tinyín; ìyá mi
l'ó rà aso yǐ fún mi; apá kejì ìtàn yǐ dùn púpò.

*Now turn to the key at the back and retranslate the
sentences into Yoruba.*

9

YORUBA GREETINGS AND
PROVERBS

The Yoruba are a very punctilious people and attach great
importance to the proper use of greeting formulas, of
which they have a great many. Apart from enquiries
after the health of various members of the family and
references to the time of day, their greetings always make
some mention of the special circumstances in which the
person addressed is found. The commonest type of greet-
ing is of the form 'you are greeted for morning, for work,
for trouble, for enjoyment etc.'. These greetings always
have two forms—a singular, familiar form and a plural,
polite form which is also to be used in speaking to more
than one person. In the familiar form the pronoun **o** 'you'
is usually omitted but in the polite, plural form the pro-
noun **ẹ** 'you' is always present. A typical pair are **kú iṣé, ẹ
kú iṣé** 'you are greeted for work'; it will be seen that **kú** 'be
greeted' is followed directly by the appropriate noun. This
kú is irregular as a verb because there is no elision with a
following noun; instead of that, in common greetings
either the vowel of **kú** or the vowel of the noun is assimi-
lated. The rule is that a following **i-** is assimilated to the
-u, otherwise **-u** is assimilated to the following vowel.
Thus **kú iṣé** is heard as **kúuṣé**, while **kú àbọ̀** 'greetings on
coming, welcome' is heard as **káàbọ̀**. Where an elision is
not made, then the greeting is more formal, so that
whereas **káàbọ̀** is equivalent (sometimes) to not much
more than a perfunctory 'how do you do?', **kú àbọ̀** is
equal to 'I am very glad to see you'. The plural will, of
course, be substituted for the singular according to
circumstances.

Just as in English we raise the voice in a greeting when
we want to call the attention of the person concerned so

too in Yoruba, but in addition to that a little word ò is
added at the end of the greeting. For example, in calling
out a greeting as we pass to people working at the side
of the road we must say ẹ kú iṣẹ́ ò! Raising the voice by
itself is not enough; the final ò is the signal to the people
working that they are being addressed. (We shall see in
the following chapter that this ò is not confined to greet-
ings; it occurs in all sorts of situations where we would
tend to raise the voice in English.)

A greeting which contains kú is always acknowledged
in the first place with a long drawn out o (rising from
low to mid tone), after which we often add some appro-
priate remark which may itself be a greeting of the same
form, in fact a repetition of the original greeting, e.g.
ẹ kãrọ̀ o! (káàárọ̀ from kú àárọ̀) 'good morning!' is often
answered by õ, ẹ kãrọ̀. It will be noticed that the signal ò
is not necessary in the answer.

We now give a list of the commoner greetings and
enquiries. As these are given in the polite (plural) form
you must remember to make the necessary adjustments
for the familiar form—drop the ẹ before kú and change
ẹ to o in the enquiries. Remember too to add ò at the
end if you want to call somebody's attention.

ẹ kãrọ̀, good morning

Besides the form àárọ̀ (àwúrọ̀) used in greetings, there
is another form òórọ̀ (òwúrọ̀) 'morning' which is a
dialectal variant frequently found in contexts other than
greetings.

ẹ k'ãsăn (kú àsán), good day, good afternoon

Apart from greetings, the form ọsán is generally used.
This word originally meant the main part of the day when
the sun was well up and it is still used in certain phrases
to mean 'day' in contrast with 'night'. Yorubas who
speak English—and they are many—tend to use it in the
greeting as equivalent to English 'afternoon'.

ẹ kũ'rọ̀lẹ́ (kú ìrọ̀lẹ́), greetings for early evening

This is said from the time that the sun is beginning to
set until about nightfall.

ẹ k'ãlẹ́ (kú alẹ́), greetings for late evening
ó d'ãrọ̀ (ó di àárọ̀), good night

This greeting might be translated literally 'it becomes/
will be morning (that we shall see each other again)'.
Various phrases beginning with ó di are used in 'farewell'
situations, e.g. ó d'ọ̀la 'until tomorrow', ó d'ìgbà 'until
(some other) time'. As a reply to ó d'ãrọ̀ one says, õ, ó
d'ãrọ̀, adding sometimes kí Olọ́run ṣọ́ wa ò! 'may God
preserve us'. (For kí introducing a wish see p. 74.)

ẹ kú iṣẹ́, greetings for work

This may be said either when one comes on people
working or as equivalent to 'well done, you have done a
good job' on the completion of a task.

ẹ k'ãbọ̀ (kú àbọ̀), greetings on arrival

This can be equivalent to 'glad to see you' or 'glad to
see you back'. If you are being welcomed to a house you
can reply õ, ẹ kú ilé 'greetings to the household'. In
returning to your own house this latter can be used to
announce your arrival, in which case the *reply* will be
ẹ k'ãbọ̀.

ẹ kú ìjókǒ, greetings for being seated

This is said on entering a room where a party or meet-
ing is to be held and finding some people already seated.
ìjókǒ is a noun derived from the verb jókǒ 'to sit down,
be seated'.

ẹ kú ìdúró, greetings for standing

This may be said when passing people who are standing
about waiting for something or other.

ẹ kú ìnáwó, greetings for spending money

This may be said by the recipient of a present, however
small, or by a guest to the host at a party or, in fact,

on any occasion when money has been spent. Where the
expenditure has been small one may reply **kò tó nkànkan**
'it does not amount to anything', while a host at a party
may say **ẹ kú àbáṣe** 'greetings for taking part', i.e. 'thank
you for coming along'. **ìnáwó** is derived from **ná owó** 'to
spend money', while **àbáṣe** is derived from **bá** 'to join
with' and **ṣe** 'to do'.

ẹ kú ìrójú, greetings for carrying on under difficulties

This is said to a person who has suffered bereavement
or loss. The verb **rójú** has the idea of doing something
though one has no joy in doing it.

ẹ kú àṣẹ̀hìndè, greetings on death of old person

This greeting is bound up with the old Yoruba belief
that an old member of a family who died would soon be
reincarnated in a new baby (see the chapter on Yoruba
names, p. 216.) It means something like 'greetings for
living on in expectation'. **ẹ̀hìn** is 'back, behind' and **ṣẹ̀hìn**
(ṣe ẹ̀hìn) means 'to live on after'. **dè** is a verb meaning
'to await'.

ENQUIRIES

There are two points to note in connection with enquiries
after health. One is that in some cases the forms of
enquiry differ somewhat in different parts of the country,
though of course it does not matter if a foreigner does
not happen to use the local form. The other is that
whereas in English we thank a person for making an
enquiry, in Yoruba one gives thanks to God for being
well. This is the meaning of the commonly heard phrase
a dúpẹ́ 'we give thanks'—'we' here is used in a general
sense equivalent to 'one'. The Yoruba for 'thank you' is
quite different, being **o/ẹ ṣe é** or **o/ẹ ṣeun**, literally 'you
have done it' or 'you have done something' **(ṣe ohun)**.
This is not used in answer to enquiries.

ṣ'álǎfíà l'a jí? it is in health we have woken?
a à jíire bí? (jí rere), have we not woken well?

The word **àláfíà**, which is derived from Arabic, means 'health of body and mind, wellbeing'. The answer to either enquiry is **a dúpẹ́**.

àwọn ọmọdé (k)ò jí bí? have not the children woken?

The answer will be **nwọ́n jí, a dúpẹ́** 'they have woken, thanks be to God'.

Later on in the day the enquiry will be simply **ṣ'álǎfíà ni?** or **ṣé dáadáa ni?** answered by **a dúpẹ́** or by this phrase tacked on to **àláfíà ni, dáadáa ni** as the case may be. Enquiries may then be made about various members of the family, as **bàbá ńkọ́? ìyá ńkọ́? ìyàwó ńkọ́?** 'what about father, mother, wife?'. The answer may be **ó wà** or **ó ḿbẹ. wà** and **ḿbẹ** are dialectal variants meaning 'to exist', so the answer means in effect that the people enquired after are quite well. After **àwọn ọmọdé ńkọ́? àwọn ìyàwó ńkọ́?** 'how about the children, the wives?' the answer will of course have a plural pronoun—**nwọ́n wà, nwọ́n ḿbẹ.**

To someone arriving from a journey one may say

ṣ'álǎfíà l'ẹ dé?, it is in health you have arrived?

dáadáa k'ẹ̀ dé bí? (kọ́ ẹ), have you not arrived well? (the **kọ́** here is the negative of **ni** 'it is'.)

Two other common phrases, of a rather different type, are **àgò, onílé ò?** 'may I come in?' and **níbo l'ó dà báyì?** 'where are you off to?'. The answer to the first query, which may be translated 'permission to enter, householder?', is **àgò´yà o** 'permission to enter is given'. The second query means literally something like 'where will it be/does it become so?', **dà** being the form which **di** (as in **ó di àárọ̀**) takes when it is not followed directly by a noun. The answer might be **mo ńlọ s'ọ́jà ni** 'I am going to the market (it is)'. The form of the verb is explained later on p. 60.

To finish off this section on enquiries, there is the idiomatic **kò tó ijọ́ mẹ́tà?** 'it does not amount to three days?', used on meeting a friend whom one has not seen for some days—the 'three' here is not to be taken literally. To this there is a fixed answer, **ijọ́ kàn pẹ̀lú** 'one day as well'.

PROVERBS

The Yoruba have a great store of proverbs which,
strictly speaking, should only be quoted by elders since
it requires a great deal of experience to know which
proverb is applicable in any particular situation. If a
younger person quotes a proverb in the presence of an
elder, he gets round this difficulty by pretending that
what he has said resembles a proverb but is not really
one! The elder accepts the apology with a prayer that
the speaker will live long enough to quote more.

We have not yet covered enough grammar to deal with
proverbs at this point, but a number of them are given
in the later Exercises. It will be enough here to observe
that, like English proverbs, they can be divided into two
types: those that make straightforward statements about
life, e.g. 'pride comes before a fall', and those that
generalise from a particular type of experience, e.g.
'you can take a horse to the water but you cannot make
him drink'.

10

EXCLAMATIONS
COMMANDS AND PROHIBITIONS

We saw in the last chapter that a little word ò, added at the end of a greeting, has the function of calling the attention of the person to whom the greeting is addressed. This ò is, in fact, along with a general raising of the voice one of two devices which the language uses to produce an exclamatory effect with all sorts of utterances. The second device is to lengthen the final syllable. This extra length has low tone when the final syllable is high or mid and mid tone when the final syllable is low. The extra length is not shewn in the ordinary spelling, so one has to learn to add it on automatically before an exclamation mark when o is not used.

èmi kẹ̀! (kẹ̀ẹ̀), me indeed!
ó tóbi! (tóbìì), it *is* big!
ó lè ṣe é! (éè), he can *do* it!
bẹ́ẹ̀ni! (bẹ́ẹ̀nìì), yes!

The difference in meaning between the two types of exclamation is conveyed in English, as so often, by differences of stress and intonation. The main point to remember is that without ò an exclamatory sentence gives an idea of the attitude of the speaker but does not so directly call the attention of the listener. For example, ó ti dé ò! 'he *has* come!' would be said in calling out to other people, a situation where in English we often cause the voice to rise at the end of the sentence, while corresponding to ó ti dé! we might have 'he's *come*!' with a sharp fall on the word 'come'.

Exclamatory sentences of both types often contain a word mà between the subject and the verb. This adds an emphasis often associated with surprise.

ó mà tóbi ò! how big it is!
kò mà lè ṣe é! he can't *do* it!
èmi´mà rí i ò! well, *I* saw it!
ẹ mà ṣe é ò! thank you very much!
ẹ mà kú iṣẹ́ ò! greetings, you have worked hard!
Òjó mà ni! why, it's Ojo!

Notice that putting **mà** in between the subject and the verb does not affect the situation with regard to the addition of a high tone to the final syllable of the subject. If this happens without **mà** it happens with **mà** and vice-versa.

ẹja´mà wọ́n púpọ̀ lónì ò! fish is terribly dear today!
ẹja mà ni! why, it's fish!

COMMANDS

The simple stem of the verb is used in commands in which the completion of the action is envisaged. If no pronoun is put in front of the verb the command is addressed to a single person in a familiar way, as when speaking to a child or a servant. When speaking in a more polite way to a single person or when speaking to several people the pronoun **ẹ** must be used.

wá, ẹ wá, come
wá níbí, ẹ wá níbí, come here
(níbí is pronounced ḿbí)
fetísílẹ̀, ẹ fetísílẹ̀, pay attention
jù ú nù, throw it away
ẹ mú u wá, bring him in

If **máa/maa*** is put in front of the verb, the completion of the action is not in the speaker's mind. There are three possible meanings in English:

   (*a*) starting to do something—inceptive
   (*b*) carrying on doing something—continuative
   (*c*) repeating an action an indefinite number of times—
       iterative or habitual.

* Some Yorubas say **máa** and others **maa**.

For example, **máa lọ** can mean 'be going, go away somewhere else' (you are only interested in the person starting the action); 'carry on going' (e.g. said to a porter who shews signs of wanting to stop); 'repeat going' (e.g. in **máa lọ kí i lójoojúmọ́** 'go to greet him every day' contrasted with **lọ kí i lọ́là** 'go to greet him tomorrow').

In certain phrases **máa** conveys politeness. When your host has accompanied you, a parting guest, some yards on your way, you say to him **ẹ máa padà níbí** 'be turning round here'. It would be very abrupt to say **ẹ padà níbí** 'turn round here', cp. 'you had better be going now' in English, which is politer than 'you had better go now'. Similarly, if a person has been waiting to speak with you you say to him **máa bọ̀** 'be coming now'. This situation is quite different from the one in which **wá níbí** is used—there the person addressed has no idea of coming to you until you call out to him.

PROHIBITIONS

These are expressed by putting **má** in front of the verb, e.g. **má rà á** 'don't buy it'. When **ẹ** is used this is put in front of **má**, e.g. **ẹ má kà á** 'don't read it'. This **má** is followed by modified high and mid tones, e.g. **má wǎ lọ́là** 'don't come tomorrow', **má ṣi i** (pronounced **má ṣi i**, see p. 20) 'don't open it', **má lọ** 'don't go'. With some Yoruba speakers one can actually hear on the short syllable **má** a sharp fall from high to low tone. Even if one cannot hear this one assumes it was there originally to account for the modified tones (which are automatic after the low tone at the end of the falling syllable). A low tone after **má** has the usual fall which is heard on a low tone following a high tone, e.g. **má bẹ̀rù** 'don't be afraid'.

Learners must be very careful to distinguish between **má** and **máa/maa**, e.g. in **má lọ** 'don't go' and **máa/maa lọ** 'go away'. **má** and **máa** are occasionally used together, e.g. **má maa ṣe bẹ́ẹ̀ mọ́ ò!** 'don't be acting (doing) so any more!'. This combination is not, however, frequent.

The verb following **má** often has a prefix **ì-** which corresponds in meaning with English 'yet', e.g. **má ìlọ** don't go yet'. (Some Yorubas would write this **máì lọ**.) In addition to the **ì-** we sometimes find also a word **tí**, e.g. **má tǐ ìlọ** (which may be written **má tǐì lọ**). This addition of **tí** is a dialectal variant which makes no difference to the meaning. It should be noticed that in English we sometimes say 'don't go' when we really mean 'don't go yet'; this cannot be done in Yoruba—it is quite incorrect to say **ẹ má lọ** when you really mean **ẹ má ìlọ**.

Commands and especially prohibitions are often said in an exclamatory way in English, e.g. 'don't go yet!' and similarly in Yoruba we often find **ó** added, e.g. **ẹ má ìlọ ó!**, **ẹ dúró dè mí ó** 'wait for me!' **má gé e lulẹ̀ o!** 'don't cut it down!'. Occasionally **má** is used with the exclamatory **mà**, e.g. **má mà tún ṣe bẹ́ẹ̀ mọ́!** '(for heaven's sake) don't do so any more!'. The form with **ó** is naturally by far the commoner because in using commands and prohibitions we are trying to get a message across but, as the last example shews, situations can occur where the other type of exclamation is heard.

Instead of **má** one sometimes finds in books a form **máṣe**, with no difference in meaning, e.g. **máṣe rà á** 'don't buy it'. This is made up of **má** and the verb **ṣe** 'to do', so that **máṣe rà á** is literally 'don't do buy it'.

VOCABULARY

rọra, to be gentle, gently
yára, to be quick, quickly
kalẹ̀, to be placed on ground
ẹlẹgẹ́, delicate, breakable
ná, first of all, for a moment
níbí, (at) here
ibí, here
ibi, place

gẹlẹtẹ, at ease
ìwòsàn, medical treatment
ilé ìwòsàn, hospital
nígbàgbogbo, always, all the time
sunkún, sọkún, to weep
jọ, to be together
kó . . . jọ, to gather together
iná, light, fire

tan'ná (tàn), to put on
 light
dá'ná, to make, light a
 fire
mú ... n'ínú dùn, to

make happy
yàrá, room
gbọdọ̀, must
báyǐ, like this

EXERCISE 10

Translate into English: ẹ mà kú ìnáwó ò! o mà káàbọ̀
ò! ọ̀gẹ̀dẹ̀ mà wọ́n púpọ̀ ní ìlú yǐ ò! kò mà wúwo rárá! ẹ
rọra gbé e kalè níbí; ẹ má mà wọ́ ọ ò! ohun ẹlẹgé l'ó
wà ninu rẹ̀ (ní inú rẹ̀); máa fọ̀ ọ́ dáadáa nígbàgbogbo; ẹ
dúró ná, ẹ má tǐ ìlọ ò! ẹ máa ràn àwọn òbí nyín l'ọ́wọ́; ẹ
má sunkún mọ́; kó gbogbo rẹ̀ jọ s'íbi iná; má tǐ ìtan'ná
ò! má ìpè é wá ò! ọ̀rọ̀ yǐ mà yà mí l'ẹ́nu púpọ̀ o! ìròhìn yǐ
mà mú mi n'ínú dùn púpọ̀ o! Táíwò l'ó mà gbé e lọ!
má mà jẹ ẹ́ ò! májèlé ni! má maa jókǒ gẹlẹtẹ báyǐ
nígbàgbogbo ò! gbogbo nyín, ẹ fetísílẹ̀ dáadáa; ẹ kò
gbọdọ̀ dá'ná níbí ò! ẹ yára gbé e lọ sí ilé ìwòsàn; má tǐ
ípa'ná nínú yàrá kẹjì.

*Now turn to the key at the back and retranslate the
sentences into Yoruba.*

C

11

THE N- FORM OF THE VERB

We commonly find in statements and questions verb forms which have ń-* prefixed to the stem of the verb. This has much the same force as the máa used in commands; it adds the idea of action in progress or of repeated, habitual action. We must, of course, continue to bear in mind that the time referred to may be either present or past according to the context.

    kíl'o ńṣe nísìsiyì? what are you doing now?
    kíl'o ńṣe nígbànáà? what were you doing then/at that time?
    mo ńlọ kí i lójoojúmọ́, I go to greet him every day
    nígbàtí mo wà l'Ékŏ, mo ńlọ kí i lójoojúmọ́, when I was at Lagos, I used to go to greet him every day

It is instructive to note that because this form has the two meanings, progressive and habitual, Yorubas who are learning English generally use the English progressive where they should use the habitual, e.g. 'we are having our lunch in the park when it is fine' instead of 'we have our lunch . . .'. We must be careful to avoid in Yoruba the opposite mistake of using the simple stem form of the verb to express the habitual. We say mo kọ létà sí i lánă 'I wrote a letter to him yésterday' but mo ńkọ létà sí i lọ́sọ̀ọ̀sẹ̀ 'I write a letter to him weekly'.

We shall see later (p. 101) that some Yorubas use other forms to express the habitual idea, but the use of this ń- prefix is the commonest and simplest way of doing so. When it is felt necessary to stress the fact that the form is being used in the habitual sense the word maa is placed

---

* For the actual sounds represented by this n- refer back to what was said about homorganic nasals on p. 7. Before b it is written as m, e.g. mo ḿbọ̀ 'I am coming'.

in front of the verb, e.g. **mo* maa ńkà á lójoojúmọ́** 'I read it every day'. Note that most Yorubas who use this form say **maa**, not **máa**.

When the **ń-** prefix is used with a progressive sense the phrase **l'ọ́wọ́** 'in hand' is often added after the verb to bring out the immediacy of the action.

> **nígbàtí mo ńjókǒ l'ọ́wọ́,** as I was in the act of sitting down
> **ó ńkà á l'ọ́wọ́,** he is in the middle of reading it
> **nwọ́n ńfọ̀ ọ́ l'ọ́wọ́,** they are in the middle of washing it

With verbs denoting actions which take place in the mouth **l'ẹ́nu** 'in mouth' is sometimes used instead, e.g. **kíl'o ńjẹ l'ẹ́nu?** 'what are you eating?'.

The **ń-** form of verbs whose simple form denotes a quality is used with various additions to convey the meaning that the quality is coming into being or is being intensified.

(a) **ó ńtóbi sí i,** it is getting bigger
   ó ńle sí i, it is getting harder

This **sí i,** which we can translate literally 'to it', occurs also in such phrases as **fún mi ní méjì sí i** 'give me two more', **lù ú l'ẹ̀ẹ̀kan sí i** 'hit it once more', **bù díẹ̀ sí i** 'add some to it/add some more'. The 'to it' in these expressions means 'to the state/number already existing'.

(b) **ó ńgbóná bọ̀,** it (e.g. water) is getting hot
   ó ńtutù lọ, it (e.g. water) is getting cold
   ó ńle bọ̀, it (e.g. tyre) is getting hard
   ó ńkú lọ, he is dying
   ó ńjí bọ̀, he is waking up/coming to

The verb **bọ̀** 'come, approach' is added when the progression is thought of as towards a desired state while **lọ** 'go' is added in the opposite situation, cp. in English, 'it is going cold'. The use of these words is not, however, essential as one may hear such expressions as **oúnjẹ yǐ ńtutù!** 'this food is going cold!'.

---

*Many Yorubas pronounce the pronouns **mo, o, a, ẹ,** on a *low* tone before this prefix.

A point of pronunciation not shewn in the spelling must be mentioned here. Some Yorubas would pronounce ó ńtutù lọ as ó ńtutùú lọ, ó ńle bọ̀ as ó ńleé bọ̀ and ó ńkú lọ as ó ńkúú lọ, i.e. a high tone extension precedes the second verb in each case. Not all Yorubas do this, however; some pronounce the sentences as they are written. We can regard this high tone extension as, in effect, a repetition of the high tone ń prefix of the main verb. It is a fairly general dialectal variation that some Yorubas repeat prefixes in a sequence of verbs while others do not. In this case some Yorubas actually repeat the n and would say, e.g. ó ńtutù ńlọ, but this is not common.

The ń- form is sometimes used, possibly through the influence of English, to refer to an event in the future, e.g. mo ńlọ s'Ẹ̀kǒ lọ́là 'I am going to Lagos tomorrow'.

In translating it is important to remember that there are some ideas which are treated as actions in English but as states in Yoruba, as was briefly mentioned on p. 19. Common examples of this are:

ó jókǒ, he sat down/is–was sitting down

ó dúró, he stopped/is–was waiting

ó dùbúlẹ̀, he lay down/is–was lying down

ó wọ̀ aṣọ dúdú, he put on dark clothes/is–was wearing dark clothes

ó dé fìlà, he put on a cap/is–was wearing a cap

ó dì táì, he put on a tie/is–was wearing a tie

ó wé gèlẹ̀, she put on a head-tie/is–was wearing a head-tie

ó ró aṣọ pupa, she put on a bright cloth/is–was etc. (Yoruba style)

ó fi dígí s'ójú, he put on spectacles/is–was wearing spectacles

Note how in the above examples Yoruba uses a specific verb with the various articles of clothing, One 'covers' a cap, 'ties' a tie, 'twists' a head-tie, 'drapes' a cloth in the Yoruba style, 'puts glass to eye' and 'gets into' made-up clothes like gowns and coats. We can also use wọ̀ with ṣòkòtò 'trousers', but often we find instead bọ 'insert into narrow opening'.

The ń- prefix is used with verbs of this type in two different ways.

(a) used by itself it gives habitual meaning, e.g. **mo ńfi dígí s'ójú nígbàgbogbo** 'I always wear spectacles'. This meaning can be made more obvious by adding **maa**, e.g. **mo maa ńdi tái ní ṣọ́ọ̀ṣì** 'I wear a tie in church'.

(b) with **l'ọ́wọ́** added after the verb it denotes the process leading up to the state shewn by the simple form, e.g. **mó ńwé gèlè l'ọ́wọ́** 'I am/was in the act of putting on my head-tie', **ó ńjókǒ l'ọ́wọ́** 'he is in the act of sitting down'.

Another point to note is that where in English we add a descriptive participle in '-ing', e.g. 'they ran away crying', Yoruba uses a complete verb phrase—**nwọ́n sálọ nwọ́n ńsunkún** 'they ran away they were crying'. Other examples are **mo jókǒ mo ńsimi** 'I was sitting down resting' and **a dúró a ńronú** 'we stood thinking'. If the subject of the first verb is third person singular some Yorubas do not put a subject **ó** before **ń-**, e.g. **ó jókǒ ó ńsimi** or **ó jókǒ ńsimi** 'he sat resting'.

NEGATIVE FORMS

The negative **kò** which we have used with the simple form can be used also with the **ń-** form, *but only in a negative habitual sense.*

kò ńlọ s'Ékǒ l'ọ́sọ̀ọ̀sẹ̀, he does not go to Lagos every week

ng kò ńjẹ ẹ́ nígbànáà, I used not to eat it at that time

nwọn kò ńfún mi l'ówó, they do not give me money

We shall see later (p. 101) that some Yorubas use a slightly different form for the negative habitual—**kì í-** instead of **kò ń-**, e.g. **kì ílọ s'Ékǒ l'ọ́sọ̀ọ̀sẹ̀.** As the tone patterns are the same the difference to a Yoruba ear is very slight. Note that the addition of **maa** before **ń** after **kò** is very rare.

If we translate an English negative progressive into

Yòruba we may be surprised to find that we have to use
the same form as when we translate an English simple
past tense.

ng kò ṣiṣẹ́ lóni̇̀, I am not working today
ng kò ṣiṣẹ́ lánă, I was not working/did not work
  yesterday
ng kò ṣiṣẹ́ kánkan l'ọ́sẹ̀ t'ó kọjá, I did not do any work
  last week

It is thus the context which decides which tense we must
use in English to translate this form. With **lóni̇̀** 'today' we
must obviously use the present progressive. With **lánă**
'yesterday' we may in English use either the past pro-
gressive or the simple past, which is a slight stylistic
difference which we cannot reproduce in Yoruba. If the
Yoruba verb is followed by **l'ọ́wọ́**, e.g. **ng kò ṣiṣẹ́ l'ọ́wọ́**,
we shall have to use the present or past progressive—
'I am/was not actually working'—and so on.

The same various possibilities occur with verbs which
denote states or qualities, e.g. **kò tutù** may mean 'it is/was
not cold', 'it is/was not getting cold' or even 'it did not
get cold'. Similarly **kò gbóná sí i** may mean 'it is/was
not getting hotter', 'it has/had not got hotter' or 'it did
not get hotter'. But the addition of **bọ̀** or **lọ** would
restrict the translation to the progressive, e.g. **kò gbóná
bọ̀ rárá** means 'it is/was not getting hot at all'.

VOCABULARY

àbẹ̀tẹ́lẹ̀, bribe	**èlú,** indigo plant
ọ̀gá, master, head	**aró,** indigo dye
ọlọ́pă, policeman	**lásán,** bare, useless
wá, to seek, want, prepare (food)	**sùn,** to sleep
òkèèrè, distant point	**kiri,** to go about
wò, to look at, watch	**sáré,** to run
retí, to expect, wait for	**pẹ́pẹ̀pẹ́,** trifling
ẹ̀wà, beans	**apẹja,** fisherman
iná, fire, flame	**àtùpà,** lamp
ọ̀sán, daytime, afternoon	**nígbàwo,** when?

EXERCISE 11

Translate into English: owó àbètélè ni ògá àwọn ọlópǎ
ńwá; mo dúró si òkèèrè mo ńwò ògá mi; ó jókǒ ó ńretí
ọrẹ́ rè; èmi ni mo ńwá oúnjẹ fún wọn; iṣẹ́ wò l'o ńṣe níbí?
nígbàwó l'ẹ maa ńlọ s'ílé? oúnjẹ wo l'ẹ maa ńjẹ l'ọsǎn?
inǎ àtùpa yǐ ńkú lọ; ìnáwó mi ńga sí i lójoojúmọ́; èlú ni
nwọ́n fi ńṣe aró; ó ńtà ọjà pépèpé; àwọn ọmọdé ńsáré
kiri ojú ònà; omi orí inǎ ńgbóná bò dáadáa; kò ńfún wọn
l'ẹ́wà l'ówǔrò; orí ilè lásán ni nwọ́n ńsùn l'óko; o ńkòwé
ni àbí o ńkàwé ni? obìnrin Ègbá kàn l'ó ńtà á; iṣẹ́ apeja
ni mo ńṣe nísìsiyǐ; mo ńkà létà yǐ l'ọ́wọ́; nwọ́n maa ńwò
aṣọ funfun nígbàgbogbo.

*Now turn to the key at the back and retranslate the
sentences into Yoruba.*

12

VERBS WITH LENGTHENED VOWELS
REPORTED SPEECH

There are some verbs in common use which are pro-
nounced with a long vowel when they are followed by a
second verb in the sort of situation where the correspond-
ing English verb is followed by an infinitive, e.g. **mo
fẹ́(ẹ́) rà á** 'I want to buy it'. This lengthening is not
usually shewn in the ordinary spelling, but it will appear
in the early part of this book as above.

1. **mo fẹ́(ẹ́) máa lọ,** I want to be going (now)
   nwọ́n fẹ́(ẹ́) kí wa, they want to greet us
   but **kíl'o fẹ́?** what do you want?

2. **wá(á) jẹun,** come to eat (= and eat)
   but **wá níbí,** come here

wá is often used in Yoruba, like 'come' in English, to
convey the idea that an event is the culmination of things
that have gone before. In this use the lengthening also
takes place, e.g. **mo wá(á) mọ̀ pé** . . . 'I have come to know
that . . ., I now realise that . . .'.

3. **mo ńlọ(ọ) sùn,** I am on my way to lie down
   ó lọ(ọ) gbà owó rẹ̀, he went to get his money
   but **níbo l'o ńlọ?** where are you going?

The extension of **lọ** may be either on a mid tone (as
written) or on a high tone.

4. **kò tó(ó) ṣe é,** he is not fit to do it
   ẹmu yĩ tó(ó) nu, this palm-wine is ready to drink
   but **kò dára tó tèmi,** it is not as good as mine
tó means 'to be enough, to reach the standard of, to
be fit'.

66

5. **kò ní(í) lọ,** he will not go (lit. he has not to go)
but **kò ní owó (l'ówó),** he hasn't got any money

For this use of **ní(í)** in the negative of the future see p. 94.

6. **kò yé(é) kígbe,** he did not stop shouting (cease to shout)

7. **ó bẹ̀rẹ̀sí(í) jẹ ẹ́,** he began to eat it

The extra length given to the vowel in these cases is best regarded as really a prefix of the following verb, which we can think of as an infinitive form like English 'to go', etc. It is sometimes actually written in a conventional way as a prefixed **í-,** e.g. **wá íjẹun.** Note that the following verb may be either the simple form or be preceded by **máa.**

We may mention here two verbs which do *not* take this lengthening. These are **lè** 'can', e.g. **mo lè ṣe é** 'I can do it', and **jẹ́** 'to agree to, be ready to, think of', e.g. **ng kò jẹ́ ṣe bẹ́ẹ̀** 'I would not think of acting so'.

REPORTED SPEECH

1. The verb **ní** is used to report something that has just been said and is usually best translated by the English 'says', e.g. **ó l'ó dáa** 'he says it's all right'. It can be used to quote the actual words spoken, in which case it is followed by a slight pause and there is no elision; otherwise, as in the example given, it elides in the same manner as the word **ṣé** (p. 37).

A feature of reported speech in Yoruba is that the *emphatic* pronoun **òun** is used to render the 'I, me, my, mine' of direct speech and similarly the emphatic **àwọn** is used to render 'we, us, our, ours'. Thus while in English the sentence 'he says he's going home' is ambiguous because it can mean that a person is talking either about his own intentions or about somebody else's intentions, in Yoruba the two situations are clearly distinguished. **ó l'óun ńlọ s'ílé** shews that a person is talking about his

own intentions while **ó l'ó ńlọ s'ílé** shews that he is talking
about somebody else. The following sentences illustrate
this use in detail.

    mo ńlọ s'Ékǒ lọ́là, I am going to Lagos tomorrow
    ó l'óùn ńlọ s'Ékǒ lọ́là, he says he is going etc.
    ó fún mi l'ówó, he gave me money
    ó l'ó fún òun l'ówó, she says he gave her money
    mọ́tò mi´bàjẹ́, my lorry is out of order
    ó ní mọ́tò òun´bàjẹ́, he says his lorry etc.
    tèmi l'ó dára jù, mine is the nicest
    ó ní t'òun l'ó dára jù, he says his is the nicest
    a kò (a à) rí i, we did not see him
    nwọ́n l'áwọn kò rí i, they say they did not see him
    kò fún wa ní nkànkan, he did not give us anything
    nwọ́n ní kò fún àwọn ní nkànkan, they say he did not
       etc.
    ilé wa n'ìyí, here is our house
    nwọ́n n'ílé àwọn n'ìyí, they say here is their house
    tiwa kò dára tó èyí, ours is not as good as this
    nwọ́n ní t'àwọn kò dára tó èyí, they say theirs etc.

2. In asking questions with **kíni** and **tani** the verb **wí**
is used, e.g. **kíl'ó wí?** 'what does/did he say?'; **tal'ó wí
bẹ̀ẹ̀?** **tani wí bẹ̀ẹ̀?** 'who said so?' **wí** is the word used for
reporting anything which is not immediate. It must be
followed by **pé**, which is itself a verb meaning 'to say'
used independently by some Yorubas.

In general Yoruba it has become reduced to being an
introductory word in reported speech like English 'that',
e.g. **mo mọ̀ pé ó lè kà á** 'I know that he can read it'. With
wí it has come to be written as one word—**wípé**—and
this in turn is tending to be used merely as an introduc-
tory word, e.g. **mo mọ̀ wípé** is a common variant for **mo
mọ̀ pé.** It should be noted that this introductory word **pé**
cannot be omitted in Yoruba as we omit 'that' in col-
loquial English, e.g. **mo mọ̀ pé ó dáa** 'I know it's good';
it does however frequently elide, e.g. **mo mọ̀ p'ó dáa.** It
follows in elision the same pattern as **ní** above.

The examples already given shew that **pé,** which

literally means 'to say', is used to report thoughts and ideas. Some common expressions in which **pé** (or **wípé**) occurs are:

    ó wípé òun′lè ṣe é, he said he could do it
    mo rò pé ó tóbi jù, I think it is too big
    mo rí i pé kò wúlò mọ́, I see (it) that it is no longer useful
    mó wòye pé ó pẹ́ jù, I realised that it was too late
    nwọ́n sọ fún mi pé kò pẹ́ rárá, they told (to) me that it
        was not late at all
    kò dájú pé òun l'ó ṣe é, it is not certain that it was he
        did it
    ó là á yé mi pé òótọ́ ni, he explained (it) to me that it
        was the truth
    mo rántí pé ìwọ l'o fún mi, I remember that it was you
        gave (it) to me

The verb **sọ** 'to speak, tell' occurring in the examples above is frequently combined with the word **ọ̀rọ̀** 'words' in the compound verb **sọ̀rọ̀** 'to speak'.

    ó sọ̀rọ̀ sí mi, he spoke to me
    nwọ́n bá mi sọ̀rọ̀, they spoke with me
    kò lè sọ̀rọ̀, he cannot speak
    ọ̀rọ̀ tí mo sọ, the words which I said/spoke

When **wí** is preceded by **bá** it may have one of two meanings, 'to rebuke' or 'to refer to'.

    bàbá mi′bá mi wí púpọ̀, my father told me off properly
    tani nwọ́n m̀bá wí? who are they referring to?

VOCABULARY

olè, thief
rántí, to remember
rán . . . l'étí, to remind
òjò, rain
rò, to fall (rain)
kọ, to write
dàgbà, to grow up
wòran, to watch
pẹ́, to be late, long

dùn, to pain
dùn . . . nínú, to cause
  sorrow to
gbà, to receive, take, get
èrọ, machine
omi èrọ, piped water
orúkọ, name
oníjó, dancer

EXERCISE 12

Translate into English: ó l'óùn'fẹ́(ẹ́) máa lọ; nwọ́n
l'áwọ́n'fẹ́(ẹ́) wá(á) kí wa lọ́lá; mo wá(á) mọ̀ pé olè ni; ó l'óùn
kò jẹ́ ṣe bẹ́ẹ̀ rárá; àwọn ọmọdé kò yé(é) sunkún ní gbogbo
ọjọ́ náà; ng kò wòye pé èmi ni nwọ́n mbá wí; mo mọ̀
dáadáa pé nwọ́n ji owó náà gbé ni; a kò lè mọ̀ dájú pé
òjò kò ní(í) rọ̀ lọ́lá; nwọ́n wípé àwọn'bá a l'ọ́nà oko;
nwọn kò ní(í) pẹ́(ẹ́) dé Ìlọrin; mọ́tò yǐ kò ní(í) gbà gbogbo
wa; ó yà mí l'ẹ́nu pé kò sí omi èrọ ní ìlú nyín; nwọ́n kọ
lẹ́tà sí i pé àwọn'fẹ́(ẹ́) rí i; tani nwọ́n mbá sọ̀rọ̀ níbẹ̀ yẹn?
ọmọbìnrin yǐ dàgbà tó(ó) lọ s'ílé ọkọ; mo rántí pé ìyá
mi l'ó fún mi; ng kò lè rántí orúkọ rẹ̀; ó dùn mí nínú pé
ng kò rí àyè dúró wòran àwọn oníjó; ó rán mi l'étí pé
kò sí owó tó; mo bá wọn wí púpọ̀ pé nwọn kò ṣiṣẹ́ dáadáa.

*Now turn to the key at the back and retranslate the
sentences into Yoruba.*

13

DEPENDENT VERB FORMS

We are using the term 'dependent' here to cover forms of the verb which are preceded by the word **kí**. These forms have much in common with the forms used in direct commands and prohibitions because (*a*) the progressive and habitual sense is expressed by the addition of **máa**, and (*b*) the negative word used is **má**. A very common use of these forms is actually in reported commands and prohibitions, and also after verbs expressing obligation, permission and wish, which have something of the same general idea.

> **ó ní kí n rà á,** he says I am to buy it (or) he told me to buy it
> **nwọ́n ní kí m máa lọ,** they told me to go away
> **mo ní kí o má kà á,** I told you not to read it
> **ó yẹ kí a lọ kí i,** it is proper that we go to greet him (or) we ought to go to greet him
> **kò yẹ kí o wí bẹ́ẹ̀,** you ought not to say so
> **nwọ́n fẹ́ kí ẹ máa lọ,** they want you to go away
> **nwọn kò jẹ́ kí n rí i,** they did not let me see it

It has become a convention now to write **jẹ́** and **kí** as one word **jẹ́kí**.

The unemphatic subject pronouns used after **kí** differ in two respects from those used with the independent forms so far described: (*a*) **mo** is replaced by **ng, n, m**, the actual pronunciation depending on the quality of the consonant which follows (regardless of how it may happen to be written); (*b*) **nwọn** may be heard on either high or mid tone and, in line with this variation, nouns and emphatic pronouns may or may not have the final high tone which we have seen (p. 34) would be obligatory if there were no introductory **kí**. Many Yorubas

who do not require a high tone in this position pro-
nounce a syllable **ó** after **nwọn,** emphatic pronoun or
noun, as the case may be, e.g. **ó ní kí nwọn ó máa lọ** 'he
told them to go away'. This **ó** may be considered a reduc-
tion of **k'ó** from **kí ó**. In written Yoruba which follows
the tradition of the Bible translation we find that when
kí is followed by a noun, emphatic pronoun or **nwọn** a
second **ki** is added along with **ó** 'he/she it'.

> **ó ní kí ọdẹ kí ó pa á,** he told the hunter to kill him
> **ó ní kí nwọn kí ó fún ọmọdé náà l'ówó,** he told them to
> give the child money

In some styles of colloquial Yoruba even the **ki** at the
beginning of the clause is dropped.

> **nwọ́n ní m máa lọ,** they told me to go away
> **nwọ́n ní 'o máa lọ,** they told you etc.
> **nwọ́n ní 'ó máa lọ,** they told him etc.
> **nwọ́n ní 'á máa lọ,** they told us etc.
> **nwọ́n ní 'ẹ máa lọ,** they told you etc.
> **nwọ́n ní nwọn 'ó máa lọ,** they told them etc.

Note that while **kí o** and **kí ẹ** are reduced to **k'õ (kóo),**
k'o, 'o* and **k'ẹ̃ (kẹ́ẹ), k'ẹ, 'ẹ** respectively, **kí a** is reduced
to **k'á, 'á. kí ó** is, of course, naturally reduced to **k'ó, 'ó.**
Reduced forms with the **k** dropped are kept distinct from
statement forms by the absence of elision, e.g. **nwọ́n**
l'ó rà á 'they say he bought it'; **nwọ́n ní 'ó rà á** 'they told
him to buy it'.

Other common uses of these forms are:

1. **kí** followed by the verb **tó** 'to reach, attain to'†
corresponds to English 'before' at the beginning of a
clause.

> **mo ṣàn á dáadáa kí n tó jẹ ẹ́,** I washed (rinsed) it well
> before I ate it

---

* Note that an apostrophe is used here to mark the elision, but
this might not be marked at all in ordinary Yoruba spelling.

† Many Yorubas lengthen the vowel of **tó** in this construction,
see p. 66.

fò ó dáadáa kí o tó fi pamó, wash it well before you put (it) away

ó gbà á l'ówó mi kí n tó lè kà á, he took it from me (my hand) before I could finish reading it (read it finish)

ó kú kí ọmọ rè tó délé, he died before his son reached home

As in English, the 'before' clause may come first.

kí nwọn tó lè gbé e lọ sí ilé-ìwòsàn, ó ti kú, before they could take him off to hospital he was already dead

(For the **ti** used before **kú** here see p. 76.)

2. **kí** followed by **baà** expresses purpose.

sòrò sókè dáadáa kí m baà lè gbó, speak up well so that I may hear

nwón tì í mólé kí ó má baà lè sálọ, they locked him up so that he might not be able to run away

má fùn aago yĩ l'ókùn púpòjù kí ó má baà bàjé, don't over-wind this watch, so that it does not spoil/go out of order

3. In a double command or prohibition, direct or reported, the second verb takes **kí**.

jókǒ kí o simi, sit down and rest

ẹ wọlé wá kí ẹ bá wa şiré díè, come in and chat with us a bit

é má jǒkó kí ẹ máa sòrò lásán títí, don't sit down and be talking idly on and on

nwón ní kí ẹ wọlé wá kí ẹ jókǒ, They say you are to come in and sit down

A very similar use of dependent **kí** clauses is seen in sentences of the following type:

a kò ńwò aşọ àálà kí a jókǒ ní ìsò epo, we do not put on fine white clothes and sit down at the palm-oil stall

a kò lè sişé títí kí a má simi rárá, we cannot work on and on and not rest at all

taní′lè l'ówó l'ọ̀wọ́ kí ebi′pa á? who can have money
(in hand) and go hungry (that hunger strike him)?

4. kí clauses are often used with question words,
especially ṣé.

ṣé kí n ṣí i? ẹn, ṣí i, shall I open it? yes, open it
ṣé k'á gbé e wá? shall we bring it in?
kí m máa kà á ǹṣó bí? am I to go on reading it?

Questions of this sort may be expanded by the use of
verbs such as fẹ́ 'to want', yẹ 'be proper', ní 'to say'.

ṣé o fẹ́ kí n ṣí i? do you want me to open it?
ṣé ó yẹ k'á gbé e wá, ought we to bring it in?
ṣé ó ní kí m máa kà á ǹṣó? did he say I was to go on
reading it?

Similar expansions are possible with sentences which
express a prayer or wish, e.g. kí Ọlọ́rùn (ó) ṣọ́ wa ò!
'may God watch over us!', which could be expanded as
a gbàdúrà pé kí Ọlọ́rùn (ó) ṣọ́ wa 'we pray that God may
watch over us'.

VOCABULARY

ọ̀wọ̀, honour
b'ọ̀wọ̀ (bù ọ̀wọ̀), to
honour
ǹṣó, (shews continuance
of action)
pátápátá, completely
kánnáà, same
ibití, where (place-that)
tẹ̀lé, to follow
yọ . . . l'ẹ́nu, to trouble,
worry
kíákíá, quickly
wáyà, wire, telegram
tẹ wáyà, to send a wire
hàn, be obvious
pamọ́, to keep safe

fi . . . pamọ́, put aside,
away
dè, to await (as second
verb)
padà, to return
ìmọ̀ràn, advice
lésèkẹsè, immediately
pàṣẹ (pa aṣẹ), to give order
àrùn, disease
tànkálẹ̀, to spread about
fi . . . ránṣẹ, to send
(thing)
rán . . . n'íṣẹ́, to send
(person)
fi . . . hàn, to shew,
reveal

EXERCISE 13

Translate into English: ó ní k'ŏ fún òun l'ówó; nwọ́n
ní k'ẹ̀ má tì ilọ ọ̀; a fẹ́ k'ẹ̀ ràn wá l'ọ́wọ́ díẹ̀ k'ẹ̀ tó lọ s'ílé; ó
yẹ k'á máa b'ọ̀wọ̀ fún àwọn òbí wa nígbàgbogbo; ó ní kí
àwọn obìnrin ó máa lọ ǹṣó; kí n tó lè bá a, ó ti sálọ
pátápátá; ibi kànnáà ni k'ŏ máa fi kọ́kọ́rọ́ yǐ sí kí m baà
lè máa mọ̀ ibit'ó wà; ẹran ni k'ŏ máa sè fún mi lálẹ́; òun
ni k'ŏ máa tẹ̀lé nígbàgbogbo; kí n jù ú nù ni* àbí kí n fi
pamọ́ ni? k'á dúró dè é ni àbí k'á padà lọ sí ibi iṣẹ́ wa?
ìmọ̀ràn mi ni pé k'ŏ san owó náà lẹ́sẹ̀kẹsẹ̀; ó pàṣẹ kí nwọn
má jẹ́kí àrùn náà tànkálẹ̀; nwọ́n ṣe bẹ́ẹ̀ kí àrùn náà má
baà yọ àwọn ará ilé wọn l'ẹ́nu; ó tẹ wáyà pé kí nwọn fi
pọ́nùn méjì ránṣẹ́ kíákíá; nwọ́n fẹ́ kí n fi gbogbo rẹ̀ hàn
àwọn; ṣé k'á dà á nù?

Now turn to the key at the back and retranslate the
sentences into Yoruba.

*For the use of ni at the end of a clause see p. 157

14

TI FORMS OF THE VERB

When **ti** occurs in front of the simple verb stem it can generally be translated by 'already' or 'now', though these words might not necessarily be used in the most natural English rendering of the sentence in which it is present. For example, on enquiring after somebody at the office one might be told **ó ti lọ s'ílé** 'he has (already) gone home', and on enquiring after somebody ill in hospital one might be told **ó ti kú** 'he is (now) dead'. The addition of **ti** represents the state referred to as having come into being some time, however brief, before the actual time of reference, which as usual may be either in the present or the past, so that, e.g. **ó ti kú** may be also translated 'he was then/already dead'. To appreciate the difference between the simple form and the **ti** form requires some thought because in this case Yoruba makes a distinction which we do not always make in English. When we do, we usually employ variations of stress and intonation. The following examples will help to bring out the difference.

(*a*) **ǹjẹ́ o rí ọ̀rẹ́ rẹ lónǐ** and **ǹjẹ́ o ti rí ọ̀rẹ́ rẹ lónǐ** may both be translated 'have you seen your friend today?,' but the first question shews that the questioner has an open mind as to whether or not you will be seeing your friend in the course of the day, while the second shews that he assumes you will be seeing him some time. The first question may also be translated 'did you see your friend today?' and is not likely to be asked until towards the end of the day. It expects the answers **mo rí i** 'I've seen him, I saw him' or **ng kò rí i** 'I haven't seen him, I didn't see him', while the other expects **mo ti rí i** 'I have seen him' or **ng kò ìrí i** 'I haven't yet seen him'.

(*b*) If someone is filling up your glass you say **ó tó** 'it is

enough' when the liquid reaches the required level, but
you say **ó ti tó** if the pourer shews any sign of adding
more. You also say **ó ti tó** to refuse more food or drink
when you have had enough.

(c) If you called at a friend's house you might be told
ó lọ s'Ékǒ 'he's gone to Lagos' if the speaker assumed
that you did not know of your friend's intentions, but
ó ti lọ s'Ékǒ if he assumed that you did.

(d) If you went to catch a train and were actually on
the platform when the train came in, you could say **ọkọ̀'dé**
'the train has come'. If however you were still outside
the station when it steamed in you would be more likely
to say **ọkọ̀'ti dé.**

With verbs denoting qualities or states **ti** shews that a
process of becoming is now complete or makes a contrast
with a preceding situation.

> **ó ti le dáadáa nísìsiyǐ,** it is now nicely hard
> **ó ti dàgbà tán,** he is now quite grown up
> **ó ti tóbi jù,** it is now too big
> **ó dọ̀tí tẹ́lẹ̀rí, ṣùgbọ́n ó ti mọ́ dáadáa nísìsiyǐ,** it was dirty
>   before, but it is now nice and clean
> **ó dúdú tẹ́lẹ̀rí, ṣùgbọ́n ó ti funfun nísìsiyǐ,** it was dark in
>   colour before, but it is now white

When **ti** and **rí** are used together the effect is to em-
phasise the previous existence of a state no longer in
being. For example, in answer to the question **níbo l'o
ńgbé?** 'where are you living?', one might say **mo gbé
Ìbàdàn rí, ṣùgbọ́n Abẹ́òkúta ni mo ńgbé nísìsiyǐ** 'I used to
live at Ibadan, but I am now living at Abẹokuta', but in
answer to **ṣé Ìbàdàn l'o ńgbé?** 'is it at Ibadan you are
living?' one might say **mo ti gbé Ìbàdàn rí, ṣùgbọ́n Abẹ́òkúta
ni mo ńgbé nísìsiyǐ** 'I *have* lived/*used to* live at Ibadan, but
etc.'. Another example is **ṣé o fẹ́(ẹ́) kà ìwé yǐ? mo ti fẹ́(ẹ́) kà
á rí, ṣùgbọ́n ng kò fẹ́ mọ́** 'do you want to read this book?
I *did* want to read it, but I don't want (to) any more'.
The use of **rí** is not absolutely essential to convey this
meaning, e.g. it could be omitted in the last example.

In certain phrases where the verb is followed by **jù** 'to

surpass, be too much' **ti** has the effect of producing
emphasis without reference to time, e.g. **ó tì pòjù** 'it is
too much', **ó ti dára jù** 'it is too nice' are polite remarks
which are made on receipt of a gift; **ó ti pòjù** can also be
used as a comment on an unpleasant experience. **ó pòjù**
is used where no special emphasis is thought necessary,
e.g. in commenting on the price first asked for an article
offered for sale.

ti WITH ń- PREFIX FORMS

There are two uses:
(a) Used with **rí** it shews that a habit existing in the
past has now ceased.

> **mo ti (maa) ńkà ìwé ìròhìn yǐ rí,** I *used* to read this news-
> paper once
> **mo ti (maa) ńmu sìgá rí, ṣùgbón ng kò mu ú mọ́,** I
> *used* to smoke cigarettes once, but I do not smoke
> (it) any more

(b) Used with **láti** 'from' it shews that an action or
habit which began some time previously to the time of
reference is still going on.

> **mo ti ńṣiṣẹ́ lát'àárọ́,** I have/had been working since
> morning
> **mo ti (maa) ńkà á láti ọdún mẹ́tà sẹ́hìn,** I have been
> reading it since three years ago
> **nwọ́n ti ńgbé Ìbàdàn lát'èṣín,** they have been living at
> Ibadan since last year

ti FORMS PRECEDED BY kí

These are commonly used with **yẹ** to shew that an
obligation existed in the past.

> **ó yẹ k'á ti rà á nígbànáà,** we ought to have bought it
> at the time
> **ó yẹ kí n ti ṣe é tán kí n tó lọ s'ílé,** I ought to have
> finished it before going home

Contrast with the second example above **ó yẹ kí n ṣe é tán kí n tó lọ s'ílé** 'I ought to finish it etc'.

NEGATIVE FORMS

The commonest negative form corresponding to **ti** with the simple form has **kò** followed by the prefix **ì-** which we have already come across in prohibitions, e.g. **má ìlọ** 'don't go yet'. Here too the prefix may be preceded by the word **tí**, e.g. as in **má tì ìlọ**. This **tí** itself in the speech of some Yorubas may take the prefix **ì-**, e.g. **kò ìtí ìlọ** 'he has not yet gone'; this is another ćase of the repetition of a verb prefix mentioned on p. 62. As with **má**, variations of spelling are not uncommon, e.g. **kòì lọ** for **kò ìlọ**, **kò tì dé** for **kò tí ìdé** 'he hasn't yet arrived'.

> **kò ìle tó,** it is not yet hard enough
> **a kò tí ìrí i,** we have not yet found it
> **nwọn kò ìtí ìsan owó náà fún mi,** they have not yet paid me the money
> **ng kò tí ìdé Ìbàdàn rí,** I have never yet been to Ibadan

Besides its use in sentences which contain a negative word **tí** may be used in questions, often rhetorical, which expect or imply a negative answer.

> **nwọ́n tí ìfún wa ní nkánkan rí?** have they ever yet given us anything?
> **ó tí ìlè kọ orúkọ ara rẹ̀?** can he even yet write his own name?

It sometimes also occurs in relative clauses with the negative word in the main clause.

> **kò sí ẹni t'ó (tí ó) tí ìrí i,** there isn't anyone who has yet seen him
> (for the construction of relative clauses see p. 87.)

kò occurs occasionally with **ti** in sentences where 'previously, already' would be appropriate in English.

> **kò ti fẹ́(ẹ́) pè é wá,** he had not previously/at first wanted to call him

ẹnití kò bá ti sanwó kò lè wọlé, anybody who has not
   already paid cannot enter
(for bá see p. 97.)

kò followed by ti and the ń- prefix form with rí denies
the previous existence of a habit which may subsequently
have developed.

kò ti úpurọ́ rí, he *used* not to tell lies
ng kò ti ńmu sìgá rí, I *used* not to smoke cigarettes
nwọn kò ti ńwọ'ṣọ òyìnbó rí, they *used* not to wear
   European clothes

If we want to translate an English sentence like 'I have
not been working since morning' the negative is placed
outside the phrase, e.g. lát'àárọ̀ kọ́ ni mo ti ńṣiṣẹ́ 'it is
not since morning that I have been working' or kì íṣe pé
mo ti ńṣiṣẹ́ lát'àárọ̀ 'it is not (the case) that I have been
working since morning.'

VOCABULARY

láti, from, since
ọjọ́, day
Sátidé, Saturday
nkàn, something
bí, like, as
àṣẹ, authority, command
ìwé àṣẹ, licence
yè ... wò, to examine
òwò, trade
kòkó, cocoa
kòkó rírà, cocoa-buying
pàdé, to meet
enìkan, somebody
òpópó, road, street
ibẹ̀, there, that place
gbàgbé, to forget
ká, to pluck, gather
bọ́ sí, to turn out, come
   to be

ìwà, behaviour
búburú, bad
wọ̀ ... l'ẹ́wù, to be on
   like a garment
kọ́ ... s'órí, to learn by
   heart
nítorípé, because
àkókò, time, period
òtútù, cold, coldness
ètò, arrangement
sílẹ̀, beforehand
rìn, to walk
jìnnà, to be far
ọ̀dọ́mọbìnrin, girl
ìjọsí, the other day
sòkalẹ̀, to dismount, get off
bẹ̀rẹ̀sí(í), to begin
irọ́, lie, error, vain thought

EXERCISE 14

Translate into English: a ti ṣe gbogbo iṣẹ́ t'ó̃ ní k'a ṣe;
mo ti rí ẹnití mo ńwá; ó ti máa ńwé gèlè rí; ng kò ìtí ìrí i
láti ọjọ́ Sàtìde t'ó kọjá; a kò ìtí ìrí i láti nkàn bí òṣẹ̀ méjì
séhìn; ng kò wí fún u pé mo ti gbà ìwé àṣẹ rí; mo ti yẹ̀
gbogbo rẹ̀ wò pátápátá; òwò kòkó rírà ni ọkọ́ ti ńṣe rí;
ìwà buburú ti wọ̀ ọmọdé yì l'ẹ̀wù púpọ̀; a ti kọ́ gbogbo rẹ̀
s'órí dáadáa; mo ti rà aṣo t'ó nípọn nítorípé àkókò òtútù
ni; mo ti ṣe ètò owó sílẹ̀ fún ìyàwó mi; a kò ìtí íìrìn jìnnà púpọ̀
kí ó tó pàdé ọ̀rẹ́ rẹ̀ ọ̀dọ́mọbìnrin kàn; ẹnìkan'sọ orúkọ
òpópó ibẹ̀ fún mi ní ìjọsí, ṣùgbọ́n mo ti gbàgbé orúkọ
náà; gbogbo àwọn èrò ọkọ̀'ti sọ̀kalẹ̀; nwọn kò ìtí ìbẹ̀rẹ̀sí(í)
ká kòkó wọn; irọ́ pátápátá ni ohun tí mo ti ńrò'bọ́ sí.

*Now turn to the key at the back and retranslate the
sentences into Yoruba.*

15

SOME COMMON VERBS
MORE ABOUT EMPHASIS

Various commonly occurring verbs often have to be
translated by such prepositions as 'to', 'for', 'with', 'from'
in English. Some of these have already cropped up in
examples; the three commonest are described in more
detail here.

1. **fi**

(*a*) As a main verb it means 'to put, place', e.g. **fi** . . .
sílè 'to put down, leave', **fi . . . lélè** 'to put on the ground',
fi . . . pamọ́ 'to put safe, put away'. Note that **fi** in this
sense is used of light, smallish objects, while **gbé** is used
of larger, heavier objects and **kó** of several objects
thought of collectively. Another point is that **gbé . . .
kalè**, not **gbé . . . lélè**, is generally used of putting a heavy
object down on the ground, cp. **gbé . . . kaná (kà iná)** 'to
put (pot) on the fire'. **kà**, which seems to imply a clumsier,
less careful setting down than **lé**, occurs also in **sò . . .
kalè** 'to put down a load', **sòkalè** 'to descend, dismount,
get off'.

fi has the peculiarity that an unemphatic 'him/her/it'
is not usually expressed after it, e.g. for 'put it down,
leave it' one says **fi sílè** (or **fi ’ílè**, see p. 143).

(*b*) It is often used in an instrumental sense, in which
case the translations may vary considerably.

> **abẹ ni mo fi gé e,** it was a razor I put cut it = I cut it
> with a razor
> **kíl'o maa fi owó yǐ rà,** what will you put this money
> buy? = what will you buy with this money?
> **ó fi mí rẹ́rǐn,** he laughed at me
> **ó fi ẹran náà jẹ,** he ate up the meat

82

ó fi àkàrà jẹ èfọ́, he ate vegetables with bean-cake (the
   vegetables being the main dish)
oṣù mélǒ l'o fi kọ́ iṣẹ́ náà, how many months did you
   spend learning the work?
ni gbogbo ìgbà tí mo fi wà ní Lóndòn, kò wá(á) ki mi,
   during all the time I spent (being) in London, he did
   not come to greet me

Notice how in the above examples the second (main)
verb is added in the same simple form as fi, while in
English we use a form in '-ing', e.g. 'spend learning', or
an infinitive, e.g. 'it was a razor I used to cut it'. Where
action in progress or habit is expressed, the commonest
practice is to put fi in front of n- or máa n- if it has no
following object, e.g. kíl'o fi máa ńgé e 'what do you cut
it with?' and vice-versa, e.g. kíl'o máa ńfi owó rẹ rà 'what
do you buy with your money?'. Some Yorubas, however,
have this order even in the first example, i.e. kíl'o maa
ńfi gé e. The same variations hold good for maa expressing
intention, but other particles (negative, future) always
precede fi.

Other examples of the use of fi are given on pp. 163f,
174f.

2. fún

(a) We have seen that as a main verb it has the meaning
'to give, hand over to', the English second object being
introduced by the preposition ní, and that, as ní cannot
be followed by an unemphatic pronoun, 'give me it' is
simply fún mi. With pronouns other than the 3rd pers.
sing. an alternative construction with fi is used, e.g. ó
fi mí fún u 'he took me gave him' = 'he gave me to him'.
This construction is also often used with nouns, especially
if they are qualified in any way, e.g. ó fi owó náà fún mi
'he gave me the money'.

(b) As a second verb (cp. fi . . . fún above) it is generally
translated by a preposition.

nwọ́n tà á fún mi, they sold it to him
rà á fún mi, buy it for me
nwọ́n sá fún u, they ran away from him

mo yẹra fún u, I kept away from him/avoided him
ó kún fún owó, it is full of money
owó wà fún mi, there is money (available) for me

Bilingual Yorubas tend to use fún rather indiscrimi-
nately to translate 'for', e.g. ó gbé ibẹ̀ fún ọdún mẹ́tà 'he
lived there for three years' instead of l'ọ́dún mẹ́tà. Other
examples of this tendency are kò lè sọ̀rọ̀ fún ayọ̀ 'he
could not speak for joy' and kíl'o wá fún 'what have you
come for?'.

3. bá
(a) Used by itself it has the meaning 'to meet, come
upon, find (a person)'.

mo bá a n'ílé rẹ̀, I found him at his house
mo bá a l'ọ́nà oko, I came up on him on the farm-road
ọfa kò bá mi, the arrow did not hit me

(b) When followed by another verb it has the vague
meaning of 'to be in association with' and is often trans-
lated by a preposition.

mo bá a sọ̀rọ̀, I spoke with him
bá mi kí i dáadáa, greet him for me well = give him my
    kind regards
bá mi lọ s'ọ́jà, go for me to the market
nwọ́n bá mi ṣe é, they helped me do it
ìyá wọn ḿbá wọn lọ, their mother is going with them
wá(á) bá mi rà, come and buy from me (said by market
    stall-holder)

Notice that in describing action in progress or habitual
action ń- and maa ń- are prefixed to bá, e.g. mo maa
ḿbá a lọ 'I always go with him'.
    (c) We often find in narratives sentences beginning with
ni (l') followed by bá before the main verb, e.g. ni ó bá
lọ s'ílé 'so with that (the circumstances earlier described)
he went off home'. This use is really very like that
described in (b), except that here the association is with
circumstances, not with people.
    Other uses of bá are mentioned in later chapters.

MORE ABOUT EMPHASIS

We have seen that the **ní** which introduces a second object
is dropped when that object is brought to the front for
emphasis, e.g. **nwón fún mi l'ówó** but **owó ni nwón fún mi**.
The situation is rather different when an adverbial quali-
fying phrase made up of **ní** plus a noun is brought to the
front in this way.

(a) In expressions referring to points of time some
Yorubas drop the **ní** while others retain it, e.g. **mo rí i
lánă** 'I saw him yesterday', **àná/lánă ni mo rí i** 'it was
yesterday I saw him'. But if the reference is to duration
of time **ní** is replaced by **fi** in front of the main verb, e.g.
mo simi ní wákàtí kàn 'I rested for an hour', **wákàtí kàn
ni mo fi simi** 'it was for an hour I rested'.

(b) If the noun refers to place **ní** is dropped and a verb
ti 'to come from' or **gbé** 'to be at' is introduced in front
of the main verb, e.g. **mo bá a l'ónà oko** 'I came on
him on the farm-road', **ònà oko ni mo ti bá a** 'it was on
the farm-road etc.' and **nwón wà l'Ékŏ nísìsiyĭ** 'they are
at Lagos now', **Èkó ni nwón gbé wà nísìsiyĭ** 'it is at Lagos
they are now'. The distinction between the two verbs is
that **ti** is generally used where the main verb denotes in-
stantaneous action while **gbé** is used where there is an
idea of duration, but some Yorubas actually use both
together, e.g. **Ìdànrè ni mo gbé ti rà á** 'it was at Idanre
I bought it'.

(c) When the noun refers to price **ní** is just omitted,
e.g. **mo rà á ní ṣílè métà** 'I bought it for three shillings',
ṣílè métà ni mo rà á 'it was for three shillings etc.'. Com-
pare also **eélŏ ni nwón ńtà á** 'for how much are they
selling it?'.

(d) When the noun denotes an instrument (as it does
in a few expressions) **ní** is dropped and **fi** is introduced in
front of the main verb, e.g. **ó lù mí ní kùmò** 'he hit me
with a stick', **kùmò l'ó fi lù mí** 'it was a stick he hit me with'.

(e) **sí** is substituted for **ní** in **a mò ó l'óba** 'we recognise
him as king', **oba l'a mò ó sí** 'we recognise him as *king*'.

Comparing the various examples above we see that
there are two rather different constructions. In trans-

forming an unemphatic into an emphatic sentence **ní** is
either (i) just omitted or occasionally retained, or (ii) has
its place taken by various different words, i.e. **ti, gbé, fi, sí.**

VOCABULARY

ara ẹni, one's self
tún . . . ṣe, to mend,
  repair
he, to pick up (single
  thing)
ẹnikẹ́ni, anybody
ẹnu iṣẹ́, at work
kì íṣe, it is/was not
jàgidijàgan, hooligan
ké sí, to call out to
ìjẹtà, day before yesterday
agogo ọwọ́, wrist-watch
èérí, dirt
ọmọlanke, hand-cart
pọ́nùn, £1

rù, to carry
wọnyí, these
ẹkún, tears, weeping
olúkúlùkù, oníkálùkù,
  each
túká, to scatter, separate
ìpàdé, meeting
f'etí bà, to mention to
f'orí lé, to set out on
lé, to be on
àṣejù, excess
ìdálẹ̀, being away from
  home
dámọ̀ràn (dá ìmọ̀ràn), to
  advise

EXERCISE 15

Translate into English: àkàrà ni mo fi ńjẹ ẹ́; kíni nwọ́n
maa fún mi? ilú òyìnbó ni mo gbé kọ́'ṣẹ́ náà; ọwọ́ ara
ẹni l'a fi ńtún nkán ara ẹni ṣe; ojú ara mi ni mo fi rí i;
ibi yǐ ni mo ti rí i he; Ọlọ́run bá mi ṣe é, ẹnikẹ́ni kò rí mi;
a bá a l'ẹ́nu iṣẹ́ rẹ̀; ó sọ fún mi pé òun ki íṣe jàgidijàgan
bẹ́ẹ̀; mo bá ọ̀gá mi lọ sí Ògbómọ̀ṣọ́; mo fún u ni pọ́nùn
márǔn fún ìyá mi; ṣílẹ̀ mẹ́rin ni nwọ́n tà á fún mi; ènìà
rere ni gbogbo wa'mọ̀ ọ́ sí; nwọ́n bù ẹmu díẹ̀ fún u; bá
mi ké sí Ọjó pé k'ó wá kíákíá; ìjẹtà ni mo tó rí i; níbo l'o
ti rí agogo ọwọ́ yǐ rà? àpótí yǐ kún fún èérí; ọmọlanke ni
mo fi ńrù ìgi kiri; ó kó gbogbo nkán wọnyí fún ọ̀rẹ́ rẹ̀;
ẹkún ni olúkúlùkù'fi túká nínú ìpàdé yǐ; ó yẹ kí n fi etí
rẹ bà á; a fi orí lé ọ̀nà Ìjẹbú; ó yẹ k'á máa sá fún àṣejù;
ọdún mẹ́fà ni mo fi wà ní ìdálẹ̀: mo bá a dámọ̀ràn pé
k'ó má lọ.

*Now turn to the key at the back and retranslate the
sentences into Yoruba.*

16

RELATIVE CLAUSES

1. Relative clauses are introduced by a word **tí** (except as explained in paragraph 6 below) and always follow the noun or pronoun they qualify. As in English, this introductory word serves for both singular and plural, e.g. **ọkùnrin tí** 'the man who', **àwọn ọkùnrin tí** 'the men who'. This **tí** elides with following vowels according to the patterns of **ṣé** and **ní** 'to say'. Relative clauses precede the qualifying words **yǐ** 'this', **wọnyí** 'these', **yẹn** 'that', **wọnyẹn** 'those' and their variants, also **náà** 'the ... in question', but follow other qualifying words.

> **iṣu tí mo rà lánǎ náà,** the yam (in question) which I bought yesterday
>
> **abẹ kékeré tí mo rí he yǐ,** this small knife which I have picked up
>
> **ẹranko méjì t'ã (tí a) pa,** the two animals which we killed
>
> **owó t'ọba ́fún mi (tí ọba),** the money which the ruler gave me
>
> **ìlú t'ó (tí ó) ńgbé,** the town in which he is living
>
> **àwọn ènìà t'ẹ (tí ẹ) rí níbẹ,** the people you saw there

2. In the above examples **tí** is the object of the following verb; where it is the subject there are complications.

(*a*) If the word qualified by the relative clause is a noun, **tí** must be followed by the subject pronoun **ó** 'he/she/it' if the verb form is one with which that pronoun can be used, e.g. **ọmọdé t'ó (tí ó) rí i** 'the child who saw him', **obìnrin t'ó maa rà á** 'the woman who will buy it', but **ọmọdé tí yió* wǎ** 'the child who will come', **obìnrin tí kò rà á** 'the woman who did not buy it'. With **ń**- forms some Yorubas put in **ó** while others do not, e.g. **ọdún**

---

* For the future particle **yió** see p. 92.

t'ó ḿbọ̀, ọdún tí ḿbọ̀ 'the year that is coming, next year'.

The singular pronoun ó is normally used even though the preceding noun is accompanied by àwọn, e.g. àwọn aláǎrù t'ó gbé e wá 'the porters who brought it'. No difference occurs, either, where ó cannot be used, e.g. àwọn ènìà tí kò sanwó 'the people who have not paid (money)'. The use of the pronoun nwọ́n 'they' in relative clauses of this type has the effect of emphasising the idea of plurality; it shews that the speaker has in mind a number of individuals rather than a collective group, e.g. as in àwọn aláǎrù tí nwọ́n gbé e wá contrasted with àwọn aláǎrù t'ó gbé e wá above. (It should be noted, however, that in written Yoruba the use of nwọ́n is sometimes due to nothing more than a mistaken idea that it is more 'grammatical'.)

(b) If the qualified word is an emphatic pronoun of the first or second persons, the corresponding* unemphatic pronoun is placed after ti.

> èmi tí mo fún ẹ ní gbogbo owó yǐ, I who gave you all this money
> ìwọ t'õ jí owó mi gbé, you who stole my money
> àwa t'ã féràn rè, we who love him
> ẹ̀nyin t'ẹ̃ ẹ̀ (kò) fẹ́(ẹ́) lọ mọ́, you who don't want to go after all

(c) The third person singular òun does not often occur with the relative tí in direct speech since 'he who', 'the person who', 'the one who' is rendered by ẹni tí, often written ẹnití, e.g. ẹnit'ó rí i 'the person who found it'. It does, however, occur regularly in indirect speech representing èmi 'I', e.g. èmi tí mo rí i pàápàá kò rí nkánkan gbà 'I who found it even did not get anything' would become ó ní òun tí òun ´ rí i pàápàá etc. 'he said he himself who found it even etc.'.

The plural àwọn occurs more frequently with relative clauses than òun because, besides representing àwa 'we' in indirect speech, it also functions as the plural of ẹni, e.g.

---

* Occasionally the *third* person pronoun ó is used.

the plural of ẹnit'ó rí i is àwọn t'ó rí i 'those who found
it'. (Here again the repetition of the plural pronoun, e.g.
àwọn tí nwọ́n rí i emphasises the idea of plurality.)

This usage, it should be noted, is not confined to cases
where tí ties up with the subject of the clause; it holds
good in all situations, e.g. ẹnití mo rí níbẹ̀ 'the person
I saw there', àwọn tí mo rí níbẹ̀ 'those I saw there', and
see also the examples below.

3. Yoruba has no special possessive relative word cor-
responding to English 'whose'; it uses tí followed by the
appropriate possessive pronoun, e.g. ọmọdé tí fìlà rẹ̀'sọnù
'the child that its cap is lost, the child whose cap is lost'.

> ọkùnrin tí mo wọ̀ sí ilé rẹ̀, the man at whose house I
>   lodged
> èmi tí bàbá mi'ti kú, I whose father was dead
> àwa tí oko wa'jìnnà, we whose farm is distant
> àpótí tí inú rẹ̀'dọ̀tí, the box with the dirty inside
> àpò tí kò sí nkànkan nínú rẹ̀, the bag with nothing
>   inside it

Note that with àwọn either the plural wọn or the singu-
lar rẹ̀ may be used, the latter conveying the idea that the
several individuals are thought of as forming a collective
group, e.g. àwọn tí ilé rẹ̀ ńjóná 'those whose house is on
fire'.

4. Other words besides ẹnití which have tí joined to the
antecedent are èyítí 'the one that' (not 'this one that'),
ibití, níbití '(at) the place that, where', ìgbàtí, nígbàtí '(at)
the time that, when'.

> èyít'ó sanra ni mo fẹ́, I want the fat one (the one that is
>   fat)
> mo bá a níbit'ó dùbúlẹ̀ sí, I found him where he had
>   lain down
> nígbàtí nwọ́n dé inú ilé oúnjẹ, when they came into the
>   dining-hall

5. A succession of verb clauses in a relative construc-
tion must each be introduced by tí.

àpótí t'ó tóbi t'ó sì mó, a box which is big and (also)
  clean

básíkùlù t'ó jí gbé t'ó sì wá tà fún ẹlòmíràn, the bicycle
  which he stole and then sold to someone else

ẹnìtí nwọ́n jí mọtò rẹ̀ gbé tí nwọ́n sì wá tà á fún oníṣòwò
  kan, lit. 'the person that they stole his lorry that
  they then sold it to a trader', i.e. 'whose lorry was
  stolen and then sold to a trader'.

For the use of sì as a connective with verb clauses see
p. 203. Added tí clauses are not, however, necessarily
linked by sì, e.g. nígbàtí ọba ꞌdìde tí ó lọ sínú ààfin tí ó
sìmi tán 'when the king had arisen and gone into his
palace and had finished resting'.

6. In spoken Yoruba tí is often omitted, e.g. aṣọ mo
rà lánǎ n'ìyí 'this is the cloth I bought yesterday', ńgbà
mo rí i (nígbàtí) 'when I saw him', ńgb'ǒ rí mi (nígbàt'ó)
'when he saw me'. It cannot be omitted where its omis-
sion would produce ambiguity, e.g. màlúù tí (k)ò ní ìrù
'a cow which has no tail'. Proverbs are often found in
two forms, a literary and a colloquial form, e.g. ẹnit'ã fẹ́
l'a mọ̀, a à (kò) m'ẹnit'ó fẹ́ 'ni 'we know whom we love,
we do not know who loves us (lit. a person)' is also
quoted as ẹni a fẹ́ l'a mọ̀, a à m'ẹniꞌfẹ́ 'ni. Note that in
the colloquial form the high tone of t'ó is heard on the
preceding syllable, but not the high tone of t'ã (táa)
where tí is the object.

7. It is important to note that relative clauses intro-
duced by tí have the same pattern as emphatic sentences
containing ni such as are described in the preceding
chapter. There is the same absence of ní before a second
object, e.g. owó tí mo fún u 'the money which I gave
him'; the same use of ti or gbé when the antecedent refers
to place or position, e.g. ibìtí mo gbé ńṣiṣẹ́ 'the place
where I am working', ṣọ́ọ̀bù tí mo ti rà á 'the shop where
I bought it'; and the same use of fi and sí, e.g. oṣù méfà
tí mo fi kọ́ ọ 'the six months I spent learning it', irú
ènìà tí mo mọ̀ ọ́ sí 'the sort of person I know him to be'.

VOCABULARY

igba, 200
fáàrí, airs, display
fi . . . ṣe fáàrí, to put on
  airs at
le koko, to be very hard
kejì, second, following
ọ̀fẹ́, gratis, free
jẹ́, to be

ewu, danger
fà, to draw on, cause
ìsọ̀, stall
ẹ̀gbọ́n, elder relative
agolo, tin
t'orí (ti orí), to act for
ṣòro, to be difficult
simi, sinmi, to rest

EXERCISE 16

Translate into English: gbogbo ohun tí ẹ wí ni mo gbọ́;
àpótí tí mo rí nínú ilé wọn n'ìyí; ẹran tí mo sè fún oúnjẹ
alẹ́ n'ìyẹn; nwọ́n gbé ẹrù aṣọ tí owó rẹ̀'tó igba pọ́nùn lọ;
kò tó ẹnit'ó lè fi mí ṣe fáàrí kàn; mo ńwò gbogbo àwọn
tí ńkọjá; nwọ́n ńsọ̀rọ̀ sínú kiní kàn tí nwọ́n ńpè ní
'microphone'; mo lọ bá àwọn ọ̀rẹ́ mi t'ã jọ ńṣe ọmọ
ilé-ìwé; ẹnití kò tí ìkú, a kò mọ àrùn tí yió pa á; ng kò
fẹ́ràn ọ̀rẹ́ rẹ tí ojú rẹ̀'le koko yẹn; nígbàt'ó di ọjọ́ kejì
t'ã dé Ìbàdàn, a rí mọ́tò t'ó lè gbé wa dé Ìlọrin l'ọ́fẹ̀;
obìnrin tí a wí yĭ ti bí ọmọ mẹ́tà fún ọkọ rẹ̀; àwọn méjì
t'ó jẹ́ ọkùnrin nínú wọn'ti dàgbà dáadáa; èyít'ó burú t'ó
sì l'éwu nípa ọ̀rọ̀ yĭ ni pé a kò mọ ohun t'ó fà á; ìsọ̀ ẹ̀gbọ́n
mi obìnrin kàn tí a ti lè rí ẹja inú agolo rà'wà l'ójà; òkúta
t'ó fi lù ọmọ náà pa n'ìyí; ẹnyin t'ẹ̀ lówó dáadáa lè rà á;
a kò rí oúnjẹ t'ó kù tí a dì sínú ẹrù ìyàwó mi; ẹnití a ńt'orí
rẹ̀ kú, kò wò ẹni l'ójú rere; aiyé t'ã gbé wà yĭ ṣòro púpọ̀.

*Now turn to the key at the back and retranslate the
sentences into Yoruba.*

D

17

EXPRESSING THE FUTURE

The situation is complicated by the existence of alternative dialectal forms.

1. In books and in some northern dialects a particle **yió** is used. This, like the negative **má** used in prohibitions, is followed by modified high and mid tones though no falling tone may be heard on the word to cause automatic modification, e.g. **yió wǎ** 'he will come', **yió lọ** 'he will go'. This **yió**, by the way, is one of a certain number of words* in which an **i** is superfluously written with **y**. The consonant is energetically pronounced and gives an impression of **yi** but the word could actually be spelt more simply **yó**. The unemphatic pronouns used before **yió** are the same as those used before **kò**, i.e. 'I' is **ng**; there is no pronoun representing 'he/she/it' and **nwọn** has mid tone. **yió** (**yó**), like **kò**, loses its consonant when a subject precedes and the resulting **'ó** is assimilated to **a** 'we' and **ẹ** 'you'.

> **yió lọ lọ́là,** he will go tomorrow
> **ng ó wǎ lọ́là,** I shall/will come tomorrow
> **ṣé o ó wǎ lọ́là?** will you come tomorrow?
> **a á (ó) lọ lọ́là,** we shall/will go tomorrow
> **ṣé ẹ ẹ́ (ó) wǎ lọ́là?** will you come tomorrow?
> **nwọn ó wǎ lọ́là,** they will come tomorrow
> **Táíwò ó wǎ lọ́là,** Taiwo will come tomorrow

2. Widely used in spoken Yoruba but not often written are forms with a particle **á** replacing **yió**. This **á** has a plain high tone which does not cause any modification. Note that **a** is short when preceded by a noun (as in the last example below), but *long* when the meaning

---

* The other words are **aìyé** 'world', **ẹiyẹ** 'bird', **àiyà** 'chest, breast'.

is 'he/she/it will . . .'. nwọn 'they' has high tone before á, but the final syllable of a noun does not appear to be raised to high tone in this position.

áá wá ní ìrọlẹ́ òní, he will come this evening (evening of today)

màá wá l'ówǔrọ̀ ọla, I will come tomorrow morning

ṣé òá wá lọ́là? will you come tomorrow?

àá wá n'írọ̀lẹ́ ọla, we will come tomorrow evening

ṣé ẹẹ́ wá l'álẹ́ òní? will you come this evening?

nwọ́n á wá l'áago méjì, they will come at 2 o'clock

ọdẹ á wá l'ọ́túnla, the hunter will come the day after tomorrow

3. The addition of **maa** after either of these particles produces a future progressive or habitual. (Only **maa** on level mid tones is heard here because **máa** would in any case be pronounced **maa** after **yió**—since it iʔ followed by modified tones—while those who use the particle **á** seem always to use the pronunciation **maa**.)

ng ó maa kà á nṣó, I will carry on reading it

á maa wá lójoojúmọ́, she will be coming every day

nwọn ó maa gbà pọ́nùn mẹ́wǎ lọ́sọ̀ọ̀sẹ̀, they will be getting £10 a week

It should be noted that Yoruba uses the simple future, not the progressive, to shew a settled arrangement for a point of time in the future, e.g. 'I shall be going to Lagos tomorrow' is rendered by **màá lọ/ng ó lọ s'Ékǒ lọ́là**.

4. The addition of **ti** produces a form which corresponds to the English future perfect (or pluperfect).

á ti lọ sílé k'á tó(ó) dé'bẹ̀, he will have gone off home before we arrive there

nwọ́n sọ fún mi pé yió ti kúrò ní Lóndòn k'ó tó(ó) lè rí létà mi gbà, they told me he would have left London before he could get my letter

This form cannot, however, be used in translating such sentences as 'I shall have been married six months on Sunday'. This becomes ó di ọ̀sẹ̀ mẹ́fà l'ọ́jọ́ ìsinmi t'ó

ńbọ̀ tí mo ti gbéyàwó 'it becomes six weeks on the day
of rest that is coming that I have married'. The same form
of expression is also used for such sentences as 'I shall
have been working two years by the end of this month',
which becomes ó di ọdún méjì ní ìparí oṣù yí tí mo ti ńṣiṣẹ́
'it becomes two years at the end of this month that I
have been working'. A future perfect progressive or
habitual is, however, used in such sentences as ẹnit'ó bá
ńtẹ́ etí sílẹ̀ yió ti maa gbọ́ oríṣìríṣì ọ̀rọ̀ bẹ́ẹ̀ 'one who keeps
his ears open will have been hearing various reports of
that sort' (tẹ́ . . . sílẹ̀ 'spread out . . . down, completely';
for bá see the following chapter).

5. In relative clauses, after the emphasising word ni and
occasionally elsewhere many Yorubas use the word máa
to signify intention.

> iṣẹ́ tí nwọ́n máa ṣe'le, the work that they are going to
> do is hard
> kíl'ẹ máa ṣe níbẹ̀? what are you going to do there?
> gbágudá ni mo maa rà, it is cassava I am going to buy
> mo rò pé òjò' maa rọ̀ lónìí, I think it is going to rain
> today

máa used in this sense is sometimes used in conjunction
with a second máa used in the habitual sense.

> kíni nwọ́n máa máa ṣe níbẹ̀? what are they going to
> be doing there?

NEGATIVE FORMS

6. Both yió and á can be preceded by negative particles.
kì, which we can regard as a modified form of kò, is used
before yió while kò is used before á. kì yió was used in
the translation of the Bible and it is still quite widely
used in written Yoruba, but the commonest negative
form in spoken Yoruba makes use of the verb ní 'to have',
e.g. 'I will not go' is rendered by ng kò ní(í) lọ 'I do not
have a going' (for the lengthening of ní see p. 67).

> ng kò ní(í) rà á, I won't buy it
> ṣé o kò (ṣ'ố ò) ní(í) bá wa lọ? so you won't go with us?

    kò ní(í) tà á fún wa, he won't sell it to us
    a kò (a à) ní(í) lè ṣe e, we shan't be able to do it
    ṣé ẹ kò (ṣ'ẹ̀ è) ní(í) fún mi? so you won't give it to me?
    nwọn kò ní(í) jẹ ẹ́ n'íyà, they won't punish him

Besides the above simple form Yoruba has also (*a*) a
negative future habitual, (*b*) a negative future perfect.

  (*a*) a kò ní(í) maa wá nígbàgbogbo, we shan't be
      coming all the time
    kò ní(í) maa rí wọn lójoojúmọ́, he will not be seeing
      them every day
  (*b*) kò ní(í) tí ìlọ s'ílé, he will not yet have gone home
    nwọn kò ní(í) tí ìtà á, they will not yet have sold it

USE OF THE FUTURE IN WISHES AND PRAYERS

7. Wishes and prayers are usually exclamatory sentences
containing a verb in either the future form or the de-
pendent form, the standard response being **àmín ò** 'so be
it!'. Many such expressions are conventionally used on
particular occasions, e.g. **ire á kárí (ká orí) ò** 'may good
fortune come to each in turn' (said at a wedding), **èhìn
wọn ó dăra ò** 'may their absence turn out well' (said on
the death of an old person—it refers to the Yoruba belief
that an old person may be re-incarnated in a baby born
soon after), **ẹ ẹ́ tà o** 'may you have sales' (said to a trader),
kí Ọlọ́run má kọ̀ àtúnrí ò 'may God not reject a further
meeting' (said sometimes at leave taking).

    For another form of prayer see p. 185.

VOCABULARY

àabọ̀, half	**àáké,** axe
sin, to bury	**kàn,** to touch, affect
òkú, corpse, dead person	**gún,** to pound, stab
danindanin, important,	**iyán,** pounded yam
tightly	**ìgbéyàwó,** wedding
kedere, clearly	**níláti,** to have to
dá . . . padà, to return	**ṣaájú,** to precede, go
loan	before

ìyókù, remainder
ṣíwọ́ (ṣí ọwọ́), to stop
  work
alágbàfọ̀, washerman
sá, to dry, air
lò, to use, spend
lò, to grind, iron clothes
mǐràn, mǐì, other
kò, to come up against
àgbákò, sudden misfortune
síwájú, in front, forwards
gbádùn, to enjoy, feel well
títí, on and on

ẹsẹ̀, leg, foot
jàmbá, accident
àìsàn, illness
méjèèjì, both
t'ọkọt'aya, husband and
  wife
àjèjì, strange
dá . . . l'ójú, be certain to
gbúrǒ, to have news, hear
  noise
àlejò, guest
àdúgbò, quarter of town
pèsè, to prepare

EXERCISE 17

Translate into English: taní maa sanwó ọkọ̀? ní agogo
mérin àabọ̀ ìrọ̀lẹ́ ni nwọn yió sin òkú; a kò ní(í) rí
nkán danindanin rà lóní; kíni nwọ́n maa jẹ l'ówùrọ̀ yǐ?
yió hàn sí ọ kedere k'ǒ tó kà ìwé náà tán; n'íjọ́ wò l'o
maa dá àaké náà padà? eélǒ ni nwọ́n maa maa fún ẹ
l'óṣòòṣù? èyítí nwọn ó maa wí ni pé ọ̀rọ̀ yǐ kò kàn àwọn;
ilẹ̀ á ti ṣú tán k'á tó dé'lé; iṣu tí mo maa fi gún'yán n'ìyí;
mo maa sọ fún bàbá mi pé k'ó rà irú rẹ̀ fún mi; nwọ́n
níláti wá ọ̀nà tí nwọn ó fi maa jẹun; àwọn ìjòyè ni yió
ṣaájú, àwọn ìyókù ó sì tẹ̀lé wọn; ẹ è ní(í) r'áyè bá a sọ̀rọ̀
lóní mọ́, ó ti pẹ́ jù; nwọn ò ní(í) tí ìṣíwọ́ n'íbi iṣẹ́ wọn;
màá gbé agbádá yǐ fún alágbàfọ̀ pé k'ó bá mi fọ̀ ọ́ dáadáa;
yió sǎ a dáadáa k'ó tó lọ̀ ọ́; màá dúró dè mọ́tò mǐràn
(mǐì); yió lò tó ọ̀sẹ̀ méjì níbẹ̀; mo rò pé o ó gtǎdùn ibẹ̀
púpọ̀; taní maa jókǒ síwájú? yió mọ̀ pé a kò gtàgbé ṣá;
nwọn ò ní(í) máa kọrin bẹ̀ẹ̀ lọ títí; fìlà á pẹ́ l'órí, bàtà á
pẹ́ l'ẹsẹ̀! ẹ è ní(í) kò àgbákò! ẹ è ní(í) rí àìsàn tàtí jàmbá o!
àwọn méjèèjì tí nwọn ó di t'ọkọ t'aya yǐ, ẹniti mo mọ̀
dáadáa ni wọ́n; ó lè jẹ́ pé chun tí ẹ ó rǐ yió ṣe àjèjì l'ójú
nyín; ó dá mi l'ójú pẹ́ ng ó lè là á yé nyín; mo ti gtúrǒ pé
nwọn ó ṣe ìgtéyàwó alárinrin l'ádǔgtò wa; ó l'óun ó
yǎra pèsè nkán àlejò sílẹ̀.

*Now turn to the key at the back and retranslate the
sentences into Yoruba.*

18

DEFINITE AND INDEFINITE
CLAUSES

In a variety of clauses we often find an auxiliary verb **bá**
placed between the subject and the main verb of the
clause. This word, which we can translate as 'happens/
happened to' has the effect, where it occurs, of turning
what would otherwise be a definite clause into an in-
definite clause. Since the future is necessarily uncertain,
this often means altering the time reference from the past
to the future, but this is not so in all cases, since there
can be uncertainty also about the past or present—one
may be uncertain whether something did or did not
happen, for example. We shall work out this distinction
first of all in relation to relative clauses, of which we have
already had a number of 'defir ite' examples.

The difference is clearly seen in the pair of sentences:

    màá/ng ó fǔn ẹnit'ó rí i ní sísì, I will give the person who
      found it 6d
    máá/ng ó fǔn ẹnit'ó bá rí i ní sísì, I will give anybody
      who finds it 6d

We can make the second sentence still more indefinite
or general by substituting **ẹnikẹ́ni** for **ẹni**, i.e. **màá fún
ẹnikẹ́ni t'ó bá rí i ní sísì** 'I will give anybody at all who
finds it 6d'. (This form of reduplication with the insertion
of **k** and a high tone on the following syllable can be
applied to any noun, e.g. **ẹja** 'fish', **ẹjakẹ́ja** 'any fish'.
More details are given on p. 209.) 'Anybody who has
found it' will be **ẹnit'ó bá ti rí i** but 'whoever found it',
on the other hand, will be **ẹnit'ó wù k'ó rí i** (lit.) 'the
person that it pleases that he found it'. The point to note
is that such a sentence as 'I will give whoever found it 6d'
can be rephrased as 'I will give the person who found it—

whoever he may be—6d'. A definite, particular person has found it but the speaker is at the moment ignorant of his identity. This phrase can itself be made indefinite by the addition of **bá,** e.g. **màá fún ẹnit'ó bá wù k'ó ríi ní sísì** 'I will give anybody who finds it—whoever he may be—6d'. A variant form is **ẹnit'ó wù t'ó bá rí i.**

Further examples, with various time references, are added here to bring out the distinction.

> **ẹnit'ó ti kà á,** the person who has already read it
> **ẹnit'ó bá ti kà á,** anyone who has already read it
> **ẹnit'ó ńpariwo,** the person who is making a noise
> **ẹnit'ó wù t'ó ńpariwo,** whoever it is is making a noise
> **ẹnit'ó bá ńpariwo,** anybody who is making a noise
> **ẹnití kò lè lọ,** the person who cannot/could not go
> **ẹnití kò bá lè lọ,** anybody who cannot go
> **ẹnit'ó maa ṣe é,** the person who is going to/intends doing it
> **ẹnit'ó bá maa ṣe é,** anybody who is going to/intends doing it
> **ẹnití yíó dúró tì mí,** the person who will stand by me
> **ẹnití yíó bá dúró tì mí,** anybody who will stand by me
> **ọmọdé tí kò tí ìgbà tirẹ̀ dà?** where is the child who has not yet received his (share)?
> **ọmọdékọ́mọdé tí kò bá tí ìgbà tirẹ̀, k'ó bọ́ s'íbí,** any child who has not yet received his share, let him come here
> **ẹnití kò bá ti gbà tirẹ̀ nísìsiyǐ kò ní(í) jẹun lóǹì ọ́!** anyone who has not already now had his share will not (have anything to) eat today!
> **ẹnit'ó bá ńkà ìwé ìròhìn yǐ lójoojúmọ́ yíó mọ̀ pé . . .,** anyone who reads this newspaper every day will know that . . .
> **àwọn òfin titun tí Ìjọba'bá ṣe l'ó wà nínú ìwé ìròhìn yǐ,** any new laws that the Government makes (it is) are in this newspaper/gazette

Time clauses introduced by **nígbàtí, ìgbàtí** '(at) the time that' are actually relative clauses; these provide many examples of the distinction.

nígbàtí mo rí i, mo kí i dáadáa, when I saw him, I
  greeted him cordially (well)
nígbàt'õ bá rí i, bá mi kí i dáadáa, when you see him,
  give him my kind regards (for me greet him well)
nígbàkígbà t'õ bá rí i, máa bá mi kí i dáadáa, whenever
  you see him, always give him my kind regards
nígbàkígbà t'õ (k)ò bá lè wá, k'õ maa sọ fún mi, any
  time you are not able to come, you should always
  tell me

Notes:

(a) bá is placed after the negative particle kò and the
future particle yió/á but before ti, tí, máa, ń-, ì- and í-.

(b) Where the verb form, either in the relative clause
or in the main clause, refers to action in progress or to
repeated, habitual action, the uncertainty associated with
the use of bá refers to the numbers involved or the
frequency of the action. For 'anybody' in 'anybody who
is making a noise' or 'anybody who reads this paper every
day' we can substitute 'everybody' without radically
altering the meaning. On the other hand, 'anyone who
finds it' is more or less equivalent to 'if anyone finds it'
and 'when you see him' (to the Yoruba, at least) is
equivalent to 'if and when you see him'.

VOCABULARY

ìjàngbọn, trouble
gbọn, to be wise
iye, quantity, value
wọnú, to go in
pa, to make (money)
ìtúmọ, meaning
àgbàlágbà, elderly person
òfọ, bereavement
ọmọléhìn, follower, junior
àtèhìnkú, death out of turn
sàìsàn (ṣe aìsàn), to be
  unwell
nígbàt'ó (bá) ṣe, presently

ìsìnkú, funeral
wádì (wá ìdí), to make
  enquiries
ọgbà, yard, garden; fence
ọgbà ọlópǎ, police station
k'ágò (ké ágò), to say
  àgò, onílé ò
ìtẹ, throne, bird's nest
pèlú, as well, to
  accompany
jẹwọ, to confess
òfọ, incantation, charm
ìjà, fight, quarrel

ìjà, fight, quarrel
ojú á rí nkàn, to
   experience something
   unpleasant

dà ... kọ, to direct ...
   towards
d'ojú ìjà kọ, to challenge

EXERCISE 18

Translate into English: nígbàtí owó bá tán, ìjàngbọ̀n'dé
n'ìyẹn; ẹnit'ó bá rò pé òun'ti gbọ́n tán, kò fẹ́ gbà ìmọ̀ràn;
ẹ lè fi iyekíye t'ó bá wù nyín fún mi; ẹnit'ó wù t'ó bá
wọnú yàrá yǐ, k'ŏ lé e jádè lẹ́sẹ̀kẹ́sẹ̀; mo máa ńfi iyekíye
tí mo bá pa ránṣẹ́ sí ìyàwó mi; gbogbo nkàn tí kò bá yé
ẹ tán, k'ŏ bèèrè ìtúmọ̀ rẹ̀ l'ọ́wọ́ mi; nígbàt'ó bá di pé
àgbàlágbà ńṣe ọ̀fọ̀ ọmọlẹ́hìn rẹ̀ báyǐ, a máa ńkí i pé ó kú
àtẹ̀hìnkú; ìgbàkígbà t'ŏ bá ńṣàìsàn, k'ŏ yára máa ránṣẹ́
pè dókítà wá; nígbàt'ó bá ṣe, nwọ́n á ṣe ìsìnkú bàbá wọn;
ọmọdé t'ó wù t'ó bá ńpariwo, màá jẹ ẹ́ n'íyà dáadáa; màá
ṣe èyítí mo bá lè ṣe; nígbàtí nwọ́n bá wádǐ tán, nwọn ó
padà lọ sí ọgbà ọlọ́pǎ; ẹnit'ó bá máa wọlé nìláti k'ágò
tẹ́lẹ̀; èyít'ó bá ti bàjẹ́ nínú wọn k'ŏ jù ú nù; nígbàtí ọba' bá
dìde lórí ìtẹ́ rẹ̀, kí ẹ̀nyin náà dìde pẹ̀lú; ẹnití kò bá jẹ́wọ́,
ojú rẹ̀ á rí nkàn; ó máa ńpè ọ̀fọ̀ sí etí ẹnit'ó bá wá dà
ojú ìjà kọ ọ́.

*Now turn to the key at the back and retranslate the
sentences into Yoruba.*

19

HABITUAL VERB FORMS

We have seen that the habitual idea is commonly expressed with the ń- prefix, sometimes with the addition of máa. We deal here with some alternative forms which occur in books and are also used by some Yorubas in speech.

1. Instead of the negative kò ń- some Yorubas use kì í-, e.g. kò ńwá(á) ki mi lójoojúmọ́, kì íwá(á) kí mi lójoojúmọ́ 'he does not come to greet me every day'. This form is also used after the relative word tí, e.g. ẹni tí íwá lójoojúmọ́ dà 'where is the person who comes every day?', and also after the emphasising word ni, e.g. òun ni ífún wọn l'óúnjẹ 'it is she who gives them food'. (Note that ni í- is actually pronounced ní í-.) This í- is normally assimilated in pronunciation to a preceding vowel, though this assimilation may not be shewn in writing. For example, in aago mélŏ l'ẹ ílọ(ọ) sùn 'at what o'clock do you retire to sleep?' ẹ í- is pronounced ẹ ẹ́-; in báyì l'a íse ẹ 'it is like this we do it' a í- is pronounced a á-; in aṣọ tí ìyàwó íwọ̀ 'the clothes which the bride wears' ó í- is pronounced ó ó-. We can in fact say that what we have here is a prefix which is conventionally written as í- but which is actually heard as an extension on high tone of the final vowel of the preceding word.

The main verb is sometimes preceded by máa, in which case í- is prefixed to this as well, though owing to the assimilation this may not be obvious, e.g. ohun tí Òjó ímáa írà 'what Ojo always buys' would be pronounced colloquially as ohun t'Ójŏ ómáa árà. The same repetition of the prefix occurs too with other auxiliary verbs which may precede the verb, e.g. iṣu kì ísì íwọ́n níbẹ̀ rárá 'and yams are not scarce there at all', bí a íti íṣe é n'ìyí 'this is how we do it' (for sì and ti see pp. 203 and 178f.)

2. In positive unemphatic sentences we find in books a
particle **a**, often strengthened by the addition of **máa**, the
combination being written either **a máa** or **amáa**. This
particle is like the negative particles **kò, kì** and the future
particles **yió, á** in not requiring a pronoun in front of it
in the third pers. sing., e.g. **a máa fún mi l'ówó lósòòsè** 'he
gives me money every week'. As this is for many Yorubas
a bookish form which they do not use in their own every
day speech, it is generally used in an artificial way with
the long (emphatic) pronouns even where one would
expect the short (unemphatic) forms, e.g. **èmì a máa wè
lójoojúmó** 'I have a bath every day'. For some Yorubas,
however, it is a colloquial form and these make a distinc-
tion between the use of emphatic and unemphatic pro-
nouns in the normal way. The colloquial forms with
unemphatic pronouns which are mostly used are given
in the sentences:

> **m'à máa wò agbádá l'ójó ìsinmi,** I wear an agbada gown
>   on Sundays
> **a máa wò sòkòtò péńpé l'óko,** he wears short trousers
>   on the farm
> **à máa lo(o) kí i lósòòsè,** we go to greet him weekly
> **nwon a máa tà á fún àwon òyìnbó,** they sell it to the
>   Europeans

The second person pronoun forms are **ò** and **è**, but
these are not common since sentences with these pro-
nouns are generally emphatic, e.g. **sé isu l'e ígbìn
s'óko yì** 'is it yams you plant in this farm?' (for this use
of **sí** see p. 141).

It may be thought that there is some danger of am-
biguity between this particle **a** and the future particle **á**,
but in ordinary speech there is no difficulty since it is
only those Yorubas who use the future in **yió** who use
the habitual **a**.

3. A word **sáàbà** 'usually' often occurs in habitual
sentences, e.g. **kò ńsáàbà wá l'ójó ìsinmi/kì ísáàbà íwá
l'ójó ìsinmi** 'he does not usually come on Sundays', **a à
ńsáàbà fún won l'ówó** 'we do not usually give them money'

(sáàbà í-, of course, will be actually pronounced sáàbà á-).
When **maa** is used the order is not absolutely fixed, e.g.
mo maa ńsáàbà rí i, mo sáàbà maa ńrí i are both used for
'I usually see him'.

4. In general descriptions of behaviour, whether refer-
ring to the present or the past, the simple future is used,
cp. 'if you touch a wasp it will sting you' in English. It is
as if a single typical example is described as representative
of the whole group, e.g. **ní igbà láílái, bí ọmọkùnrin´bá rí
ọmọbìnrin t'ó wù ú, yió/á bá a sọrọ̀; bóyá kò ní(í) fún u
l'ésì lẹ́sẹ̀kẹ́sẹ̀** 'long ago, if a young man saw a girl, he
would talk with her; perhaps she would not give him an
answer immediately'. If we substitute **lódẹ̀ òní** 'at the
present day' for **ní igbà láílái**, then the whole description,
without any further alteration, applies to the present, i.e.
'if a young man sees a girl etc.'.

VOCABULARY

sáàbà, usually
bí . . . bá, if
bí . . . ti, as, how
ìyà, suffering, punishment
jẹ, to afflict (with **ìyà**)
ariwo, noise
kọ́wě (kọ́ ìwé), to study
ìrẹ́sì, rice
ṣàì, to fail to
tọ́jú, to prepare, look
    after
bẹ̀ . . . l'ọ́wẹ̀, to ask for—
ọ̀wẹ̀, cooperative help
lùlù (lù ìlù), to drum
pìtàn (pa ìtàn), to tell
    stories
gbìn, to plant
ọkàn, heart
tàn . . . jẹ, to deceive
àjò, travel

ebi, hunger
fi . . . sùn, to report . . .
    to
yọ, to come out, bring out
ẹjọ́, case (in court)
olúwarẹ̀, person concerned
ọ̀ràn, matter, affair
onílé, householder
rè, to go
dá . . . sílẹ̀, to cause,
    found
elépo, oil-seller
àlà, white cloth
àlá, dream
lá, to dream
apó, quiver
ìbínú, anger
ohùn, voice
obì, cola-nut
àpò, bag, pocket, purse

EXERCISE 19

Translate into English: a kò ńsáàbà maa wọ aṣọ òyìnbó;
a kì ílò ó l'áiyé ìsìsiyì; ng kì íjẹ́kí ìyà kàn jẹ ajá yǐ rárá;
ariwo tí nwọ́n ńpa kì íjẹ́kí ènìà lè kọ́wě rárá; ọbẹ̀ ata l'a
maa ńsáàbà jẹ nígbànáà; nwọn kì ísáàbà íjẹ ìrẹ́sì l'áǎrọ̀;
àgbẹ̀ kì íṣàì tójú oúnjẹ fún àwọn t'ó bá bẹ l'ọ́wẹ̀; kíl'ẹ
maa ńṣe lálaalẹ̀? à maa lùlù, à maa pìtàn, à sì maa jó;
kíl'o maa ńgbin s'óko yǐ? m'à maa gbìn àgbàdo àti ẹ̀wà;
ọkàn kì ítàn mí jẹ; bí ènìkan'bá kọjá, kò ní(í) yọ sí i; bí
ẹnikẹ́ni'bá dá ìjà sílẹ̀, nwọ́n á lọ fi ẹjọ́ olúwarẹ̀ sùn àwọn
ọlọ́pǎ; ebi kì íwọnú kí ọ̀ràn mǐràn wọ ọ́; àjò kì ídùn kí
onilé má rè ilé; a kì íwọ̀ aṣọ àlà k'á jókǒ sí ìsọ elépo; àlá
tí ajá bá lá, inú ajá ni ígbé; ìlú kì íkéré k'ó má nǐ ààtàn;
ìbínú ni íyọ ọfà l'ápó, ohùn rere ni íyọ obì l'ápò.

*Now turn to the key at the back and retranslate the
sentences into Yoruba.*

20

THE NUMERALS

The lower Yoruba numerals are easy to understand and simple to operate but as we get into higher numbers we find that they get very complicated, so much so that many Yorubas now cannot use them and turn to English. The system developed during the time that cowry shells were used as currency. These were arranged in piles and strings of varying amounts and by additions and subtractions any required sum could be arrived at. This explains why subtraction plays such an important role in the system. Cowry shells have now disappeared from use as money but various expressions survive which bear witness to their former importance. One form of the numerals actually contains the word **owó** 'money', originally 'cowry money', fused with the basic numeral word; this is the form which is generally used in teaching arithmetic to Yoruba children.

The various forms of the numerals are:

(*a*) The basic form, used in counting. Apart from **eni** 'one', all the numerals in this form have a *low* tone initial vowel. For practical purposes a learner hardly needs to master this form since he can do the counting in English in his head, but a knowledge of the form helps one to understand how the other forms are built up.

(*b*) The 'total' form, derived from the basic form (except in the case of 'one', which is a completely different word) by adding **m** and substituting a *high* tone for the initial low tone, e.g. **èjì, méjì** 'two'. The word for 'one' has two forms—**òkan** (dialect variant **ìkan**) used independently, e.g. **òkan kò dára** 'one is no good', and **kàn** used with a preceding noun, e.g. **ẹja kàn kò tó** 'one fish is not enough'. The other 'total' forms are used indifferently either with nouns (including emphatic pronouns) or independently, e.g. ṣílẹ̀ mẹ́tà́tó '3/- is enough', mẹ́tà́tó 'three are enough'.

(c) The 'cowry' form, in which the word owó is fused with the numeral. Apart from oókàn 'one cowry', in which merely the w is dropped, the vowels of owó are assimilated to the initial vowel of the numeral while retaining the tone pattern, e.g. eéjì 'two cowries'.

(d) The ordinal form, which has a low tone prefix vowel when used independently but which drops this prefix when used with a noun, though the effect of its low tone is retained on the mid tone of the following syllable. As this mid tone itself has been superimposed on the low tone of the basic form (except in the case of 'first') we hear a sequence of modified tones, e.g. in ọmọ kẹ̀tà 'the third child' the modified tone of kẹ̀- shows the influence of the low tone prefix of the independent form ẹ̀kẹtà, while the further modification on -tà shows the influence of the suppressed low tone of the basic form ẹ̀ta. It is actually possible, e.g. in ọmọ mi kẹ̀tà 'my third child', to have a sequence of three successively flattened mid tones.

The complete series of numerals up to 10 is:

	Basic	Total	Cowry	Ordinal
1	ení	ọ̀kan, kàn	oókàn	ẹ̀kǐní, kǐní
2	èjì	méjì	eéjì	ẹ̀kejì, kẹ̀jì
3	èta	mẹ́tà	ẹẹ́tà	ẹ̀kẹtà, kẹ̀tà
4	ẹ̀rin	mérin	ẹẹ́rin	ẹ̀kẹrin, kẹ̀rin
5	àrún	márǔn	aárǔn	ẹ̀karǔn, kàrǔn
6	ẹ̀fà	méfà	ẹẹ́fà	ẹ̀kẹfà, kẹ̀fà
7	èje	méjè	eéjè	ẹ̀kejè, kẹ̀jè
8	èjọ	méjọ́	ẹẹ́jọ́	ẹ̀kẹjọ̀, kẹ̀jọ̀
9	ẹ̀sán	mésǎn	ẹẹ́sǎn	ẹ̀kẹsǎn, kẹ̀sǎn
10	ẹ̀wá	mẹ́wǎ	ẹẹ́wǎ	ẹ̀kẹwǎ, kẹ̀wǎ

From here on we shall give only the 'total' forms except in cases where the other forms present some irregularity.

| 11 | mọ́kànlá | 11 to 14 are contracted forms |
| 12 | méjìlá | meaning '1 over 10' etc. |

13	métàlá
14	mérìnlá
15	méédógún
16	mérìndílógún
17	métàdílógún
18	méjìdílógún
19	mókàndílógún
20	ogún

15 is a contracted form meaning '5 short of 20' and 16 to 19 are longer forms meaning '4 short of 20' etc., dí being a variant of dín 'to reduce, be short of'.

ogún '20' is a noun like English 'a score' and is placed before any accompanying noun, e.g. ogún ènìà '20 people, a score of people'. The ordinal is expressed by a relative clause, e.g. èyí t'ó șe ogún 'the one that makes 20, the twentieth', or ogún may be placed *after* the noun, e.g. ènìà ogún 'the twentieth person'. The 'cowry' form is okòó.

21	mókànlélógún
22	méjìlélógún
23	métàlélógún
24	mérìnlélógún
25	méédógbòn
26	mérìndílógbòn
27	métàdílógbòn
28	méjìdílógbòn
29	mókàndílógbòn
30	ọgbòn

ọgbòn '30' is a noun (like ogún) and is placed in front of its noun, e.g. ọgbòn ènìà '30 people'. The ordinal is formed in the same way as with ogún. The 'cowry' form is ọgbòn ǒ. méédógbòn '25' is contracted like méédógùn; there are no more contracted '5' forms after this.

From 40 up to 180 the even tens are formed by multiplying 20 by 2, 3, 4 etc. The odd tens are formed by contracted subtractions of 10 from the next higher even ten. The intermediate numbers are formed as before by adding up to 4 and then subtracting 5, 4 etc.

40	ogójì	120	ogófà
50	àádótà	130	àádójè
60	ogótà	140	ogójè
70	àádórin	150	àádójò
80	ọgórin	160	ogójò
90	àádórŭn	170	àádósăn
100	ọgórŭn	180	ọgósăn

110 àádọ́fà
56   mẹ́rìndílógọ́tà   153 mẹ́tàlélááдọ́jọ̀

After 30 there are no special 'cowry' forms. 200 is a
new basic word, **igba**, which enters into the system at 190
—**igba´dín mẹ́wǎ** '200 short by 10'. 300 and 400 are basic
words, but after that the even hundreds up to 2000 are
multiplications of 200 and the odd hundreds are formed
by subtraction.

300	ọ̀ọ́dúnrún	1200	ẹgbẹ̀fà
400	irinwó	1300	ẹ̀ẹ́dégbèje
500	ẹ̀ẹ́dégbẹ̀ta	1400	ẹgbèje
600	ẹgbẹ̀ta	1500	ẹ̀ẹ́dégbèjọ
700	ẹ̀ẹ́dégbẹ̀rin	1600	ẹgbèjọ
800	ẹgbẹ̀rin	1700	ẹ̀ẹ́dégbèsán
900	ẹ̀ẹ́dégbẹ̀rún	1800	ẹgbèsán
1000	ẹgbẹ̀rún	1900	ẹ̀ẹ́dégbèwá
1100	ẹ̀ẹ́dégbẹ̀fà	2000	ẹgbàá (ẹgbẹ̀wá)

When the cowry currency was given up, a sack of
20,000 cowries was taken as equivalent to 5/0d, which
makes 2000 cowries worth 6d. **ẹgbàá** was, until recently
at any rate, still used by some Yorubas instead of the
loan-word **sísì** and **ọ̀kẹ́ kán** 'one sack' was used for 5/0d,
and so on.

ẹgbàá is now in its turn made a unit of multiplication
to take us up to 20,000, with the odd thousands formed
by subtraction.

3,000	ẹ̀ẹ́dégbàajì	12,000	ẹgbàafà
4,000	ẹgbàajì	13,000	ẹ̀ẹ́dégbàajẹ̀
5,000	ẹ̀ẹ́dégbàatá	14,000	ẹgbàajẹ̀
6,000	ẹgbàatá	15,000	ẹ̀ẹ́dégbàajọ̀
7,000	ẹ̀ẹ́dégbàarin	16,000	ẹgbàajọ̀
8,000	ẹgbàarin	17,000	ẹ̀ẹ́dégbàasăn
9,000	ẹ̀ẹ́dégbàarŭn	18,000	ẹgbàasăn
10,000	ẹgbàarŭn	19,000	ẹ̀ẹ́dégbàawă
11,000	ẹ̀ẹ́dégbàafà	20,000	ẹgbàawă or
			ọ̀kẹ́ kán

In the higher numbers there is no fixed order and often there are two alternative ways of expressing a number according to whether one adds from below or subtracts from above. The system is extremely cumbersome and is now for practical purposes obsolete. Further details may be found in 'A Dictionary of Modern Yoruba', by R. C. Abraham.*

Corresponding to the numerals there is a series èló, mélŏ 'how many?', eélŏ (the 'cowry' form) 'how much (money)?', èkelŏ, kèlŏ 'which in order?'. Of these the most commonly occurring are mélŏ and eélŏ; èló is occasionally heard instead of the latter.

> işu mélŏ l'o maa rà? how many yams are you going to buy?
> ènìà mélŏ l'ó wá sí ìpàdé náà? how many people came to the meeting?
> eélŏ ni? how much is it?
> eélŏ ni gbogbo rè? how much is it all?
> eélŏ l'o maa fún mi? how much will you give me?

To translate 'how much worth?' we add the 'possessive' prefix oní (see p. 183), which combined with eélŏ produces eléélŏ 'having how much (value)?'. This can be used independently or qualifying a noun.

> eléélŏ l'o fé? how much worth do you want?
> eran eléélŏ l'ó maa rà l'ójà lóní? how much worth of meat are you going to buy in the market today?

Answers to eélŏ ni? might be kóbò méjì '2d', tóró '3d', kóbò mérin '4d', sísì '6d', náí '9d', şílè kan '1/0d', şílè kan àábò '1/6d' ('one shilling a half'—no word 'and' is used with àábò; but, on the other hand, şílè kan àti kóbò kan, şílè kan àti tóró, şílè kan àti náí), pónùn méjì àábò '£2–10–0', pónùn mérin àti şílè mérin '£4–4–0'. Answers to questions containing eléélŏ, on the other hand, would be of the form oní-kóbò méjì, oní-şílè kan and so on. (oní is in such cases actually written as a separate word.)

It should be noted that some Yorubas do not use the

* See Postscript, p. 220.

oní prefix in this way and add the price directly to the preceding noun, e.g. **ẹran ṣílẹ̀ mẹ́tà** '3/0d worth of meat'. If the noun is not expressed, the possessive **ti** is used, e.g. **ti ṣílẹ̀ márŭn** '5/0d's worth'.

Distribution is expressed by doubling the numeral or word denoting value. The doubled form of **òkan, kàn** is **ọ̀kọ̀ọ̀kan, kọ̀ọ̀kan**.

> **fún wọn ní méjì méjì,** give them two each
> **fún wọn ní ṣílẹ̀ kọ̀ọ̀kan,** give them a shilling each
> **nwọ́n tò ní mẹ́tà mẹ́tà,** they formed up in threes
> **pọ́nùn mẹ́rin mẹ́rin ni,** they are £4 each
> **mélŏ mélŏ ni kí n fún wọn?** how many each should I give them?
> **eélèló ni kí n fún wọn?,** how much each should I give them?

Notice the difference between **eélèló?** 'how much each?' and **eléélŏ?** 'how much worth?'; **eélèló** is a contracted doubled form representing **eélŏ eélŏ**. Another word with a contracted double form is **epìnnì** '½d', which forms **epèèpìnnì,** as in **epèèpìnnì ni** 'they are a ha'penny each'. Words like **tọ́rọ́,** on the other hand, are doubled completely, e.g. **tọ́rọ́ tọ́rọ́ ni** 'they are 3d each'.

Another reduplicated series goes **méjèèjì** 'both', **mẹ́tẹ̀ẹ̀ta** 'all three', **mẹ́rẹ̀ẹ̀rin** 'all four', **máràànrún** 'all five' and so on.

> **fún mi ní méjèèjì,** give me both
> **ọkùnrin l'àwọn mẹ́tẹ̀ẹ̀ta,** all three were boys (males)

With 15 and 25 we must use **gbogbo** 'all' and also with any numeral which does not begin with **m-**, e.g. **gbogbo mẹ́ẹ́dógún l'ó lọ** 'all fifteen went', **gbogbo(o) wa ogún l'a lọ** 'all twenty of us went'.

Corresponding to English 'once', 'twice', 'three times', etc. we have **èèkan, èèméjì, èèmẹ́tà** and so on. The **èè-** in these words is contracted from **èrìn-,** which is sometimes written. They frequently occur as adverbial extensions with **ní,** written as one word, e.g. **lẹ́èkan, lẹ́ẹ̀méjì.** The **èè-** element is also combined with the ordinal series, e.g.

èèkíní 'the first time', èèkejì 'the second time' and so on. Occasionally we find such forms preceded by ìgbà 'time, occasion', e.g. ní ìgbà èèkíní tí mo rí i 'on the occasion of the first time that I saw him'.

Fractions are of the form ìdájì 'a half', ìdátà 'a third', ìdárin 'a fourth' and so on or, alternatively, ìdá métà, ìdá mérin and so on—there being no fuller form for 'a half'. Note that there are two words for 'a half'—àabò and ìdájì. àabò, as we have already seen, is used after whole numerals and is added on without any connecting word, e.g. sílè méjè àabò '7/6d', aago méfà àabò 'half past six' (for clock time see p. 114). It is also used in the expression àabò èkó 'half, incomplete education' and in the proverb which begins àabò òrò l'a ńsọ fún ọmọlúwàbí . . . 'it is half a word we say to a gentleman . . .'. Examples of the use of ìdájì are fún mi ní ìdájì rè 'give me half of it', ó kún dé ìdájì 'it is half full' (lit. 'reach half').

In multiplication and division the word ọnà 'way' is used, e.g. ẹgbèrún l'ọnà egbèrún jé mílíọnù 'a thousand times a thousand is a million', pín owó yí s'ọnà mérin dógbadógba 'divide this money into four equally', eélǒ ni ọnà kòòkan? 'how much is each part, section?'.

ADDITIONAL VOCABULARY

rò . . . mọ́, to add (numbers) to
yọ . . . kúrò nínú, to subtract from
báńkì, bank
ọpá, stick, baton, yard length
máìlì, méèlì, mile
ìgàn, piece
pín, to divide, distribute
dógbadógba, equally
àárín, middle, amongst
séńjì, change (money)
kọ́réńsì, paper money

ẹyin, egg
mòwé, to be literate
èsúsú, èésú, thrift club
dá èésú, pay in to thrift club
péré, (emphasises fewness)
sọsọ, (emphasises singleness)
sí i, to it, more
tẹnumọ́, to emphasise
gbé sí, to perish in
ogun, war
súgà, sugar
nìkan, alone

EXERCISE 20

Translate into English: rò ẹẹ́sǎn mọ́ ẹẹ́rin, ó di eélǒ? ó di
ẹẹ̀tàlá; yọ eéjẹ̀ kúrò nínú eéjìlá, ó kù eélǒ? ó kù aárǔn;
mo ní ọgọ́fà pọ́nùn ní báńkì, mo gbà pọ́nùn márǔndí-
lọ́gọ́rin, eélǒ l'ó kù? ó kù pọ́nùn márǔndílááʾdọ́tà; ọ̀pá
mélǒ l'ó ńṣe máìlì (mẹ́ẹ̀lì) kan? ẹẹ́dẹ́gbẹ̀sán ọ̀pá ó lé
l'ọ́gọ́tà; ọ̀pá mélǒ l'ó wà nínú ìgàn aṣọ yǐ? mo pín ṣílè
mẹ́ẹ̀dógún dọ́gbadọ́gba láǎrín ọmọdé mẹ́tà—eélǒ ni
ọmọdé kọ̀ọ̀kan'rí gbà? bí mo bá rà adìẹ méjìlá ní pọ́nùn
méjẹ̀ àti ṣílè kan, eélǒ ni adìẹ kọ̀ọ̀kan? ṣílè mọ́kànlá àti náí;
ṣẹ́ńjì eélǒ ni ng ó gbà nínú kọ́rẹ́ńsì onípọ́nùn márǔn bí
mo bá rà ẹyin adìẹ ní ṣílè méjìdílógún? o ó gbà pọ́nùn
mẹ́rin àti ṣílè méjì; àwa mẹ́tẹ̀ẹ̀ta l'a lọ(ọ) pàdé rẹ̀ l'Ékǒ;
àwọn méjèèjì'mọ̀wé dáadáa; ẹnyin mélǒ l'ẹ dá èésú yǐ?
àwa mẹ́wǎ ni; máìlì mélǒ ni láti Èkó sí Ìbàdàn? ó jù
ọgọ́rǔn máìlì lọ díẹ̀; ẹ̀ẹ̀méjì péré ni mo dé ibẹ̀; fún u ní
méjì sí i; mo tẹnumọ́ ọ lẹ́ẹ̀kan sí i pé o kò gbọdọ̀ lọ; ìdá
mẹ́rin àwọn ará ìlú yǐ l'ó gbé s'ógun yǐ; eéjìlá l'ọ̀nà márǔn
jẹ́ ọgọ́tà; mo fún àwọn ọmọdé mẹ́wǎ yǐ ní ṣílè méjì ààbọ̀
méjì ààbọ̀; ṣílè kan péré ni mo ná; ọmọ kànṣoṣo l'ó bí;
mo rà ṣúgà oní-ṣílè méjì àti àkà'à òyìnbó oní-ṣílè mẹ́tà;
ìyànà kelǒ l'ápá ọ̀tún ni kí ng gbà? igi kẹ̀tà kẹ̀tà ni k'õ gé
lulẹ̀; èmi nìkanṣoṣo ni mo ńgbé yàrá yǐ.

*Now turn to the key at the back and retranslate the
sentences into Yoruba.*

21

SEASONS, TIMES, MEASURES

1. There are no old names for the months in common use
though some may be found as antiquarian curiosities in
books. In newspapers January is referred to as Oṣù kíní
ọdún 'first month of the year' and so on. Yorubas tend
to think more in terms of seasons rather than months.
There are two main seasons, èèrùn 'dry season' from
about the middle of October to the middle of April and
àkókò òjò 'period of rain' during the other half of the
year. Another name for the 'dry season' is ọ̀gbẹlẹ̀. In the
middle of the 'period of rain' there is a dry but cloudy
season called òwòrẹ́.

2. The Yoruba week consisted originally of four days
and there are many recurring markets which are held
every fourth, every eighth or every sixteenth day.
Yoruba names have been found for the days of the seven-
day week. These are used in some newspapers but they
are not generally known. These are:

Sunday	Ọjọ́ àìkú	Day of immortality
Monday	Ọjọ́ ajé	Day of profit
Tuesday	Ọjọ́ ìṣẹ́gun	Day of victory
Wednesday	Ọjọ́ ríru, Ọjọ́ọ́ru	Day of confusion
Thursday	Ọjọ́bọ̀ or Ọjọ́ àṣẹ̀sẹ̀dáiyé	Day of creation
Friday	Ọjọ́ ẹtì	Day of failure
Saturday	Ọjọ́ àbámẹ́tà	Day of three meetings

More commonly used are names derived from English
or Arabic (through Muslim influence). Sunday is Ọjọ́/ijọ́
ọ̀sẹ̀ or Ọjọ́ ọ̀sẹ̀ onígbàgbọ́ 'day of Christian weekly
festival' or Ọjọ́ ìsimi 'day of rest'. The remaining days
may be called Ọjọ́ kẹjì ọ̀sẹ̀ 'second day of the week' and
so on, but Mọ́ńdè, Tọ́sdẹ̀ (Thursday) and Sátidé often

113

occur. The commonest names of Arabic origin are
Àlàmísì 'Thursday' and Jímọ̀ọ̀ 'Friday', while Àtìní
'Monday', Àtàlátà 'Tuesday' and Àlàrùba 'Wednesday'
also occur.

It should be noted that in counting days forward or
backward Yoruba includes the day from which the count
is made, so that in translating into English one day has
to be subtracted and vice-versa. Counting forward we
have lónì 'today', lólá 'tomorrow', lótùnla 'the day after
tomorrow', ní ọjọ́/ijọ́ mẹ́rin òní 'in *three* days time' and
so on. Counting backward we have lónì, lánà 'yesterday',
n'ijẹ̀tà '*two* days ago, the day before yesterday', n'íjẹrin
'*three* days ago' and so on. Note the series ijẹtà, ijẹrin,
ijarùn etc. which presumably contains the word ijọ́ 'day'
condensed with the numeral though the ì- has low tone.

The 'day before Christmas' is expressed by Kérésì-
mesì´kù ọlá 'Christmas is short (by) tomorrow', 'two days
before Christmas' by Kérésìmesì´ kù ọtúnla and so on.
The 'day after Christmas' is expressed by ọjọ́ kẹ̀jì K. 'the
second day of Christmas', 'two days after etc.' by ọjọ́
kẹ̀tà K. 'the third day etc.'.

3. To shew clock time we use the word agogo, aago,
which originally meant 'bell' but has now acquired in
addition the meaning 'clock, watch', e.g. agogo ọwọ́
'hand-watch, i.e. wrist-watch'. In asking the time one says
aago mélǒ ni! 'how many bells is it?'. The answer on the
hour would be aago mẹ́tà ni 'it is 3 o'clock' and so on.
Before the hour it would be aago mẹ́tà´ kú ìsẹ́jú mẹ́wǎ
'it is 10 minutes to 3', lit. '3 o'clock is short 10 minutes',
and so on. After the hour it would be aago mẹ́rin´ kọjá
ìsẹ́jú méjìlá 'it is 12 minutes past 4', lit. '4 o'clock is past
12 minutes', and so on. The word àábọ̀ is used for 'half
past', e.g. aago márùn àábọ̀ 'half past 5', while for a
'quarter' ìsẹ́jú mẹ́ẹdógún '15 minutes' is general, e.g. aago
mẹ́fà´kọjá ìsẹ́jú mẹ́ẹdógún ni 'it is a quarter past 6'.

Similar expressions are used in such sentences as 'the
train will start at 5 o'clock, at 12 minutes past 7, at 20
minutes to 8'—ọkọ̀ á sí l'áago márùn, l'áago méjè´kọjá

ìṣẹ́jú méjìlá, l'áago méjọ̀ ́kù ogún ìṣẹ́jú. A different form of expression, however, using the verb lù 'to strike' is used in such sentences as 'let us hurry, it is already 4 o'clock'— ẹ jẹ́k'á yára, aago mẹ́rin ́ti lù—and the corresponding questions, e.g. ǹjẹ́ aago mẹ́sàn ti lù 'is it 9 o'clock?'. Sentences like 'it is already 10 to 2' and 'it is already 10 past 2' are more complicated. The first could be ìṣẹ́jú mẹ́wǎ péré l'ó mà kù kí aago méjì lù! 'only ten minutes remain that 2 o'clock strike!' or one might hear aago méjì ́mà ti fẹ́(ẹ́) lù! ó kù ìṣẹ́jú mẹ́wǎ péré '2 o'clock already wants to strike! it remains only 10 minutes'. The second would be aago méjì ́mà ti lù! ó ti fi ìṣẹ́jú mẹ́wǎ kọjá báyǐ '2 o'clock has already struck! it has already past 10 minutes'. Note that the use of kù 'to remain' is not restricted to these situations; one might get an answer ó kù díè kí aago mẹ́tà lù 'it is nearly 3 o'clock' in reply to aago mélǒ ni.

WEIGHTS AND MEASURES

4. Foodstuffs are still generally sold by value, e.g. ẹran oní-ṣílè kan 'a shilling's worth of meat'; in the case of things like flour this will be fixed according to the size of the container. English weights are used in selling produce like cocoa. Note èsún 'pound', lit. 'push', i.e. a degree on the bar of the weighing machines used at rail and other depots. For 'stone' and 'quarter' the borrowed words sítónù and kọ́tà are used, but for 'hundredweight' there is òkúta 'stone, rock'. This can be confusing!

5. English measures of length are used; 'inch' is ínṣì, 'foot' is ẹsè bàtà 'foot of shoe', 'yard' is òpá 'walking-stick, baton' and 'mile' is mẹ́èlì, máìlì, though in books we sometimes find ìbùsọ̀ 'stopping point'.

ADDITIONAL VOCABULARY

àgbè, farmer	mọ́ṣáláṣí, mosque
ọlidé, holiday	parí, to complete, finish

kírùn, to recite Moslem
   prayers
fè̩, to be broad
Iléyá, Greater Bairam
   festival

ara mi′dá, I am well
l'ó̩hǔn (of time) next but
  one

EXERCISE 21

Translate into English: aago márǔn àà bò̩ l'a maa ń ṣíwó̩
n'íbi iṣé̩ wa; aago mélǒ ni kí ng wá(á) jí nyín ló̩là? ó di
ijó̩ mé̩rin òní kí n tó lè dá àáké náà padà; àgbè̩ kò ńrí à yè̩
jókǒ ge̩le̩te̩ s'ílé l'ákǒkò òjò; mo rò pé a ó gbà o̩lidé ní
o̩dún Iléyá kù ò̩túnla; ijó̩ tí mo maa lo̩ sí ìlú ò̩yìnbó kù
ijó̩ mé̩fà ni bàbá mi′kú; mo fé̩ kí fè̩rè̩sé kò̩ò̩kan ó ga ní
e̩sè̩ bàtà mé̩rìn k'ó sì fè̩ ní e̩sè̩ bata méjì; iṣé̩jú mélǒ l'ó
kù nísìsiyĭ kí aago mé̩tǎ lù? nígbàtí mo rí i n'íjàrǔn, ara
rè̩ kò dá rárá; àwo̩n Ìmàle′maa ń lo̩(o̩) kírùn ní mó̩ṣáláṣí ní
o̩jó̩ Jímó̩ò̩; nwó̩n kó o̩mo̩ náà jádé ní ijó̩ Ìṣé̩gun, tí íṣe
ijó̩ kérìndílógbò̩n oṣù t'ó kojá; mo rò pé òjò ó bè̩rè̩ l'ó̩ṣù
tí mbò̩ l'ó̩hǔn; òkúta kòkó mélǒ ni nwó̩n rà l'ó̩wó̩ re̩
l'é̩ṣĭn? ó ti parí gbogbo iṣé̩ rè̩ kí aago márǔn to lù; ijó̩
mélǒ ni o̩dún Kérésìmesì′fi kojá lóní̆? yió tǒ ijó̩ mé̩rin
k'ó to lè padà.

*Now turn to the key at the back and retranslate the
sentences into Yoruba.*

22

DIRECT AND INDIRECT QUESTIONS

Where in English we use in direct questions such words as
'who? what? which? etc.', we generally use the same
words in the corresponding indirect questions, e.g. 'who
did it? I want to know who did it; which did he buy? I
do not know which he bought'. In Yoruba, however,
there is usually a change; the question word is dropped
and the relative word **tí** is substituted, along with appro-
priate other changes, e.g. **nígbàwo (ní ìgbà wo) l'o dé?** 'at-
what-time (when) did you arrive?', **ng kò mọ̀ ìgbàt'ó dé**
'I do not know the time-that he arrived'. (You will
remember that in certain cases **tí** is written as one word
with its antecedent, p. 89.) We give a list of some direct
question words and their corresponding relative forms.
Note that all the direct question words are followed by
ni, i.e. they are emphatic.

kíni, what?   **ohun/nkàn tí,** the thing that
kíl'ó fẹ́? what does he want?
bi í léèrè ohun t'ó fẹ́, ask him what he wants
tani, who?   **ẹnití,** the person that
tal'ẹ bá níbẹ̀? who did you come across there?
mo fẹ́(ẹ́) mọ̀ ẹnit'ẹ̀ bá níbẹ̀, I want to know who you
    came across there
èwo, which one?   **èyítí,** the one that
èwo l'o maa rà? which one are you going to buy?
kò fẹ́(ẹ́) sọ èyít'ó maa rà fún mi, he won't tell me which
    one he is going to buy
wò, which? what?   **tí,** that
ilé wò l'o ńgbé? which house do you live in?
a kò mọ̀ ilé t'ó ńgbé, we do not know which house he
    lives in
wò is the dependent form of **èwo** (see p. 30).

117

mélǒ, how many?   iye ... tí, the number that
ènìà mélǒ l'o ńgbé Ìbàdàn? how many people live at
    Ibadan?
ǹjé ẹ mọ̀ iye ènìà t'ó ńgbé Ìbàdàn? do you know how
    many people live at Ibadan?
eélǒ, how much money? iye owó tí, the amount of
                                        money that
eélǒ l'o ná?, how much did you spend?
tani´mọ̀ iye owó t'ó ná, who knows how much money
    he spent?
níbo, ibo, where?   ibití, the place that
níbo l'ó gbé wà? where is it?
apá ibo l'ó gbà lọ? in which direction did he go?
mo fẹ́ mọ̀ ibit'ó gbé wà, I want to know where it is
ǹjé o lè sọ apá ibit'ó gbà lọ fún mi? can you tell me which
    direction he went?

In line with the last example inú àpótí wò? 'inside which
box?' becomes inú àpótí tí, ilé tani? 'whose house?'
becomes ilé ẹnití and so on.

The question words 'how?' and 'why?' present some
complications and are left to be dealt with later.

Direct questions of the type ṣ'õ rí i 'did you see him?'
are made indirect in a way very similar to English, the
word bí 'if' being used to introduce the clause.

ṣ'õ fẹ́(ẹ́) rà á, do you want to buy it?
bi í léèrè b'ó bá fẹ́(ẹ́) rà á, ask him if he wants to buy it

The indirect question, as in the above example, is
generally 'indefinite', i.e. it contains bá between the subject
and the verb, unless some part of the sentence is empha-
sised with ni. In this case the form of the indirect question
may depend to some extent on the form of the direct.

ṣé ìwọ l'o fọ́ ọ? was it you broke it?
bi í léèrè b'óùn l'ó fọ́ ọ, ask him if it was he broke it
ṣé iṣu l'o fẹ́?, is it yams you want?
bi í léèrè b'íṣu l'ó fẹ́, ask him if it is yams he wants
ǹjé iṣu ni? is it yam, I wonder?
bèèrè b'íṣu bá ni, ask if it is yam

The last example shews that the 'indefinite' **bá** used with **ni** corresponds with the tentative direct question expressed by the use of **ǹjẹ́**, while the more confident questions asked with **ṣé** are reflected in the absence of **bá** in the first examples.

In double questions **bá** is not used.

ọ̀gẹ̀dẹ̀ l'o maa rà àbí ọpẹ-ọ̀yìnbó ni? is it bananas you are going to buy or pine-apples?

bèèrè bí ọ̀gẹ̀dẹ̀ l'ó maa rà bí ọpẹ-ọ̀yìnbó ni, ask if it is bananas he is going to buy etc.

Notice the slight variation at the beginning of the second clause, where **àbí** is replaced by **bí**. The repetition of **bí** at the beginning of each clause in the indirect question is more usual, but **àbí** sometimes occurs.

Perhaps because so many Yorubas are becoming bilingual, there is a tendency nowadays towards using constructions which seem to be reflections of the English usage, i.e. the use of the direct question words, introduced by **pé** 'saying', instead of the relative **tí**, e.g. **ó bi mí léèrè pé kíni mo fẹ́** instead of **ó bi mí léèrè ohun tí mo fẹ́** for 'he asked me what I wanted'. In some cases this 'quotation' method is actually more economical than the alternative. For example, a direct question of the type **ṣé kí m mú u wá** 'shall I bring it in?' would naturally be rendered **ó bèèrè bí mo bá fẹ́ kí òun mú u wá** 'he asked if I wanted him to bring it in' in the indirect form, but it could also be rendered **ó bèèrè pé ṣé kí òun mú u wá** 'he asked if he was to bring it in'.

The verb **bi ... léèrè** is lit. 'ask ... in a question (**ní èèrè**)'. In **bèèrè** the **bi** is compounded with **èèrè**, so that it means lit. 'ask question'. This can be followed by **l'ọ́wọ́** 'at the hand of', e.g. **ó bèèrè l'ọ́wọ́ mi bí mo bá mọ̀ ọ́ rí** 'he asked at my hand if I was acquainted with him (knew him before)', which is equivalent to **ó bi mí léèrè bí** etc. But **ó bèèrè nkàn l'ọ́wọ́ mi** can mean 'he asked for something from me' as well as 'he enquired about something from me'. **ó bi mí léèrè nkàn,** however, can have only the latter meaning.

ADDITIONAL VOCABULARY

bóyá, perhaps   **ìlẹ̀kẹ̀,** bead
yí . . . ká, to go round   **ilé aiyé,** the world
àkíyèsí, attention, notice   **oore,** good turn
sọ, to throw   **yàn,** to choose

EXERCISE 22

Translate into English: mo bèèrè l'ọ́wọ́ rẹ̀ pé bóyá ó lè
mú mi yí ìlú náà ká; ó tún bèèrè bí ìyá yí tún ní ọmọ
mǐràn l'áiyé; kò lè rántí ibit'ó fi ìlẹ̀kẹ̀ pamọ́ sí; ng kò mọ̀
nkàn tí mo maa fún wọn jẹ; ó bi mí léèrè bí oúnjẹ tí
òun'bù'tó tàbí kò tó; mo bèèrè iye owó tí yió tà ọ̀kan
nínú wọn fún mi; nwọ́n sọ ìtàn nkàn tí ojú àwọn'ti rí
s'éhìn fún ara wọn; ǹjẹ́ ẹ ti pinnu àkókò t'ẹ̀ maa lọ?
tani'mọ̀ iye ọdún tí òun'maa gbé l'órí ilẹ̀ aiyé? ó ǹronú
ohun t'ó dé bá òun; ǹjẹ́ o mọ̀ iye aago tí nwọ́n maa
ǹṣíwọ́ ní ibi-iṣẹ́ yǐ? ó bèèrè irú oore tí òun'lè ṣe fún mi;
kò mọ̀ èyít'ó yẹ kí òun yàn; ng kò mọ̀ bí ibi-iṣẹ́ ni nwọ́n
ǹlọ bí ilé ni; kò lè rántí ọ̀dọ̀ ẹnití àbúrò rẹ̀ ǹgbé; ó yẹ
k'ò̃ ṣe àkíyèsi irú aṣọ tí nwọ́n wọ̀; ó bá ìwé rẹ̀ níbití nwọ́n
gbé sọ ọ́ sí.

*Now turn to the key at the back and retranslate the
sentences into Yoruba.*

23

ADJECTIVES

We have seen that the basic forms of common descriptive words are verbs, e.g. kéré 'be small', ga 'be lofty'. From these verbs are regularly derived words which function like English adjectives. This is done by prefixing a high tone syllable which has the vowel í and the same consonant as the first syllable of the verb, e.g. ipò gíga 'lofty position', ọtí líle 'strong liquor' (le 'be hard, strong'), oúnjẹ dídùn 'tasty food', ọnà títọ́ 'straight road', omi kíkorò 'bitter water', ọbẹ mímú 'sharp knife.'

Some common adjectival forms are more or less irregular:

dára, 'be fine, good, nice'	dáradára (the regular dídára also occurs)
kéré, 'be small'	kékeré
tóbi 'be big'	ńlá (títóbi also occurs)
kúrú, 'be short'	kúkúrú
burú, 'be bad, nasty, wicked'	búburú and also burúkú
pọ̀, 'be much, many'	púpọ̀ (pípọ̀ also occurs)
tutù, 'be cold, damp'	tútù (perhaps from títutù)

In a few cases the adjectival form is the same as the verb:

dúdú, 'be dark, black' and also 'dark, black'
pupa, 'be red' and 'red'
funfun, 'be white' and 'white'
titun, tuntun, 'be new' and 'new'

2. Besides these common words there is a large number of adjectives which are not derived from verbs. When we want to use one of these words in a statement we generally add the verb rí, which is one of the verbs correspond-

ing to English 'to be' (see p. 154), e.g. àwo roboto 'a round dish', ó rí roboto 'it is round', yàrá wúruwùru 'an untidy room', ó rí wúruwùru 'it is untidy'. These words are all 'phonaesthetic', i.e. they convey to the Yoruba ear some idea of their meaning by their sound, just as in English such words as 'slither', 'zigzag' do. More will be said about these words later.

Some phonaesthetic words may be used with şe instead of rí, e.g. ó rí şákişàki, ó şe şákişàki 'it is rough, shaggy'. The non-phonaesthetic word pàtàkì 'important'* also takes şe. The common word díę 'few, some', on the other hand, cannot be used in this sort of statement at all. The Yoruba for 'they are few' is nwọn kò pò rárá 'they are not many at all'.

3. Descriptive verbs made up of ní 'to have' plus a noun, e.g. lágbára 'be powerful, strong' have no adjectival forms of the sort described. One uses instead either a relative clause, e.g. ọkùnrin t'ó lágbára 'a man who is powerful' or a noun form meaning 'one who has . . .', e.g. alágbára 'one who has power'. These forms are explained in detail later on page 183, while the possible variations in word order—ọkùnrin alágbára or alágbára ọkùnrin—are referred to below.

In the case of lęwà 'have beauty, be beautiful' the noun form in use is a completely different word—aręwà—so that one says either, e.g. obìnrin t'ó lęwà or aręwà obìnrin/obìnrin aręwà for 'a beautiful woman'.

It should be noted that, even where an adjectival form is in use, Yoruba often prefers to use a relative clause, which adds a certain amount of emphasis to the qualifying word, e.g. mo rà aşọ kàn t'ó dára instead of mo rà aşọ dáadáa kàn. This construction is obligatory if the 'adjective' is qualified in certain ways, e.g. one can only say mo rà aşọ kàn t'ó dára púpò. It is also usual with a sequence of such words, e.g. for 'I saw two big black snakes' one says mo rí ejò méjì t'ó dúdú t'ó sì tóbi 'I saw

---

* This word is used as a verb in the sense of 'to consider important', e.g. ó pàtàkì ara rè 'he considered himself important'.

two snakes which were black and also big' rather than
mo rí ejò dúdú ńlá méjì.

4. Words which function as adjectives can also function
as nouns, e.g. **kékeré** can mean 'a small one' or 'small
ones', as in **kékeré ni mo fẹ́** 'it is a small one/small ones
I want'. Any other adjectival form could be substituted for
kékeré in this and similar sentences. Many can also be
constructed with the preposition **ní**, e.g. **fún mi ní dúdú**
'give me a black one/black ones'. Some are used with **ní**
in special phrases, e.g. **ní kíkún** 'in full', **ní kúkúrú** 'in
short', while **ni kékeré** means 'in (time of) youth'.

If we want to say '*the* small one' etc. we use **èyí** followed
either by a relative clause or the adjectival form, e.g.
èyít'ó kéré or **èyí kékeré**, with no difference of meaning.
The plural forms of these alternatives are **àwọn t'ó kéré**
and **àwọn kékeré** etc. '*This* small one' etc. is either **èyít'ó
kéré yì** or **èyí kékeré yì**, the corresponding plurals being
àwọn t'ó kéré yì/wọnyí and **àwọn kékeré yì/wọnyí**. (For
the use of the plural form **wọnyí** see p. 195).

5. It is not unusual to have nouns functioning as ad-
jectives, e.g. **obìnrin òyìnbó** 'European (white) woman',
ọkùnrin alágbára 'powerful man', **ìgbìmọ̀ aṣòfin** 'legis-
lative council' (**aṣòfin** 'law-maker'). The normal order, as
in the above examples, is for the qualifying noun to be
placed second, but in certain combinations this can be
emphasised by being placed first, e.g. **alágbára ọkùnrin**
'powerful man', **òṣìṣẹ́ ènìà** 'hard-working person'. This
possibility of inverting the order of words distinguishes
this sort of noun sequence from the type exemplified by
àpótí aṣọ 'box for clothes' (see p. 44), in which there can
be no variation. Inversion for emphasis is sometimes
found even with adjectival forms, e.g. in the Yoruba
proverb **a kì írí kékeré àna** 'one does not see a young
(lit. small) relative by marriage', i.e. all such relatives,
however young, must be treated with the greatest respect.

Nouns, like adjectives, are preceded by **èyí** in contexts
where a contrast is stated or implied, e.g. **èyí ìyàwó** 'the
younger wife' (in contrast with the senior wife) or **èyí**

E

òyìnbó 'the European' (in contrast with one or more
Africans who were with him).

In a certain number of common words ọkùnrin and
obìnrin have lost their initial vowels and have been
reduced to the status of suffixes, e.g. ọmọkùnrin 'son',
ọmọbìnrin 'daughter', ẹrúkùnrin and ẹrúbìnrin 'male/
female slave', arákùnrin and arábìnrin 'male/female
relative', ọbabìnrin 'female ruler, queen'. In more unusual
combinations and where some emphasis is intended the
full forms are used, e.g. dókítà obìnrin 'female doctor',
ọmọ mi ọkùnrin 'my *son*' (i.e. as distinct from my
daughter).

6. Yoruba has nothing corresponding to the compara-
tive and superlative forms of adjectives with which we
are familiar in European languages, e.g. English 'big,
bigger, biggest'. To translate 'he is bigger than I' we say
ó tóbi jù mí lọ, which is literally 'he is big surpass me go'
(lọ 'go', which brings out the idea of surpassing, going
beyond, is sometimes omitted). The verb jù can, in fact,
be used by itself in contexts where the meaning is clear,
e.g. ó jù mí lọ 'he is older/more important/ stronger than
I'. jù and lọ are written as one word when they come
together, e.g. èyít'ó dara jùlọ nínú wọn ni mọ fẹ́ 'I want the
best one of (among) them'. Notice that 'the best one' is
translated by a relative clause in Yoruba; it is not possible
to add jù, jùlọ to adjectival forms. Such a phrase as èyít'ó
kéré jù èyí lọ may be translated, according to context, as
either '*the* one that is smaller than this' or just 'one that
is smaller than this', but for this latter we may also have
èyít'ó bá kéré jù èyí lọ, which we might translate 'the one
that happens to be smaller than this'.

Where no comparison is intended jù corresponds to
'too', e.g. ó kéré jù 'it is too small' or, more emphatic, ó
kéré púpọ̀ jù (púpọ̀jù). Contrast with that òun l'ó kéré
jù/jùlọ 'he/that one is the smaller/smallest' (there being
no distinction whether two or more than two are being
compared). To translate 'that is the one that is too small'
one says òun l'ó kéré púpọ̀jù.

In a certain number of titles translated from English, e.g. aláànú jùlọ 'most merciful', ọlọlá jùlọ 'most honourable', we find jùlọ added to what are actually nouns—'one who has mercy, honour'. This is a quite un-Yoruba construction. We might add that in some old-fashioned Yoruba grammars jù was equated with the English comparative '-er' and jùlọ with the superlative '-est' but this was very arbitrary and not in accordance with the facts of the language.

7. Adjectives which function as nouns, e.g. Kékeré used as a nickname 'Little', have the same effect on preceding words as nouns beginning with a consonant (see pp. 32, 45). For example, when such a word is the object of a preceding 'low-tone' verb, this verb is actually heard on a mid-tone, e.g. ó wù Kékeré púpọ̀ 'it pleased K. very much', while a preceding noun in genitive (possessive) relationship has its final syllable extended on a mid-tone, e.g. ọmọ(ọ) Kékeré 'K's child', fìlà(a) Kekere 'K's cap'. Where kékeré functions as an adjective we have on the other hand ọmọ kékeré 'little child', fìlà kékeré 'little cap' without the extensions.

8. There are certain rules about the order of qualifying words. Possessive pronouns come next to the head noun unless some other word is very closely bound to it, e.g. one says ìyá mi àgbà 'my senior mother' = 'my grandmother', but ọwọ́ ọ̀tún mi 'my right hand'. Adjectives denoting colour and size are not so fixed in their order as in English. After these come numerals and finally demonstratives, e.g. agbádá funfun títóbi kàn 'a big white gown', àwọn ọmọ kékeré méjì yǐ 'these two little children'.

9. gbogbo 'all, every' can function either as a noun or as an adjective, usually with some difference of emphasis, e.g. gbogbo(o) wa l'a fẹ́(ẹ́) lọ 'all of us want to go, we all want to go', àwa gbogbo rí i 'we all saw it'; mo ńlọ(ọ) kí i nígbàgbogbo 'I go to great him always/all the time', ní gbogbo ìgbàtí mo lọ(ọ) kí i . . . 'on every occasion that I went to greet him . . .' or 'on all the occasions etc.'; fún mi ní gbogbo rẹ̀ 'give me all of it'.

It should be noted that words like **kékeré** functioning as nouns can also be constructed with possessives in this way, e.g. **kékeré rè´wà, ńlá rè´sì wà pèlú** 'there are small ones (of it) and there are also big ones (of it)'.

VOCABULARY

ẹlẹ́dẹ̀, pig
pòjù, to be most common
gọbọyi much (of money)
pọ́ọ́kú, little (of money)
òde aiyé, the world at
  large
èmí, life, spirit
òkìkí, fame, reputation
ikú, death
yá, to be ready
èsín, humiliation
tọ̀ . . . wá, to come to
ńlá, important, big
lẹ́hìn, after, behind
já, to find out

já sí, to come out to
ọgbọ́n, wisdom, device, trick
láti, to, in order to
ìbílè̩, native, not foreign
awọ, skin
tẹ́ẹ́rẹ́, thin
bò, to cover
ikùn, belly, mind
aṣeni, secret enemy
kọ́lọkọ̀lọ, winding, twisted
èhìn odi, outside town
odi, town wall
kàn, to knock
pupa, to be fair-skinned
  (African)

EXERCISE 23

Translate into English: ẹran ẹlẹ́dẹ̀ àti ẹja tútù l'ó pòjù nínú oúnjẹ rẹ̀; owó gọbọyi ni nwọ́n san fún mi; mo tà gbogbo ẹrù mi ní owó pọ́ọ́kú; ohun mẹ́rin ni gbogbo ènìà ńwá l'óde aiyé—èmí gígùn, owó, ọmọ àti òkìkí; oúnjẹ dídùn l'ó maa ńfún mi jẹ; gbogbo àwa ọmọ Yorùbá l'a mò pé ikú yá jù èsín lọ; mo ṣí ilèkùn, mo rí àlejò ńlá kàn t'ó tọ̀ mi wá; kò yẹ kí owó orí mótò yǐ jù igba pọ́nùn lọ; lẹ́hìn ọjọ́ pípẹ́ mo já ọgbọ́n kàn; aṣọ t'ó dúdú jù èyí lọ díẹ̀ ni mo ńwá; orí̩ṣìrí̩ṣì ọ̀nà l'àwọn Yorùbá maa ńgbà láti kí ara wọn; èyí ènìà dúdú nínú wọn wọ̀ aṣọ ìbílè̩; awọ tẹ́ẹ́rẹ́ bo'nú, kò jẹ́k'á rí ikùn aṣeni; ọ̀nà kọ́lọkọ̀lọ l'a gbà já s'ẹ́hìn odi; èyí ńlá l'ó wù mí jù; nígbàtí mo kàn ilèkùn, arẹwà obìnrin kàn l'ó jádẹ sí mi láti inú yàrá; dúdú ńwù ú, pupa ńwù ú.

Now turn to the key at the back and retranslate the sentences into Yoruba.

24

EMOTIONS, SENSATIONS, AILMENTS

The Yoruba way of expressing emotions, sensations and
ailments differs from English in that the person involved
is usually the grammatical object, not the subject of the
verb of the sentence, e.g. the Yoruba for 'I feel cold' is
òtútù mí mi lit. 'cold has caught me'. Another point is that
the verbs used are very specialised in their meaning, e.g.
in inú bí mi 'I feel/felt angry' it is impossible to assign a
meaning to bí apart from its use here with inú 'inside'.
One could give it some such meaning as 'stir up', but
with the restriction that it is used in this sense only with
inú. A third point is that in some cases a reverse order is
possible, e.g. besides inú bí mi there is also mo bínú. The
difference in meaning is that where the person is the
grammatical object the emotion is thought of as coming
on him of its own volition, as it were, while where the
person is the subject he is thought of a summoning up
the emotion, which is entirely under his control. For this
reason forms with the person as subject are usual in pro-
hibitions, e.g. má bìnú 'don't be angry', though one might
sometimes prefer to say má jĕkí inú bí o 'don't let yourself
get angry'. Another example is má bèrù 'don't be afraid'
in contrast with èrù bà mí 'I felt afraid'. The difference is
well brought out in ó bèrù Olórùn 'he fears God', where a
deliberate choice is implied, and èrù Olórùn bà á 'the
fear of God is on him, he is afraid of God'.

A number of common expressions are listed here to
shew the variations which occur.

èrù bà mí, I feel/felt afraid
èrù rè bà mí, I am/was afraid of him (fear of him fell
on me)
èrù mbà mí, I am becoming afraid/I am always afraid

127

ẹ má bèrù ẹ̀ (rẹ̀), don't be afraid of him

ọ̀rọ̀ yí bà mí l'ẹ́rù, these words made me feel afraid

ó dẹ́rùbà mí (dá), he frightened me (deliberately) (dá
'cause')

inú bí mi sí i, I got angry with him

inú ṁbi i púpọ̀, he always gets very angry

ọ̀rọ̀ yí bí mi nínú, these words/this matter made me
angry

ojú tì mí, I felt bashful/ashamed (face shut me!)

má tijú, don't be shy

ó gbà mí l'ójú tì, it made me feel ashamed

ó dójútì mí (dá), he put me to shame/caused me to be
shamed

inú mi´dùn, I am happy/glad (my inside is sweet)

inú dídùn, happiness

ó mú mi nínú dùn, he made me feel happy

Note that there is another **dùn** 'to pain', which occurs
in the phrase ó **dùn** mí nínú/l'ọ́kàn, it pains me inside/in
the heart' = 'I am sorry'.

inú mi´bàjẹ́, I am upset (my inside is spoilt)

ara mi´bàjẹ́, I am overcome with grief or disappoint-
ment (my body is spoilt)

má banújẹ́, don't be upset

ó bà mí nínú jẹ́, it made me feel upset

ara´fu mí sí i, I felt suspicious of him

mo fura, I suspected

nwọ́n rẹ́rìn (rín èrín), they laughed (laughed a laugh)

kíl'ó pa wọ́n l'ẹ́rìn, what made them laugh?

èrín pa wọ́n sí ọ̀rọ̀ náà, they were overcome with
laughter at these words

ebi ṅpa mí, I am feeling hungry

ó d'ébi pa mí (dá), he starved me

iṣẹ́ yǐ sú mi, I am tired of this work

ọ̀rọ̀ yǐ t'ojú sú mi (ti), this business completely puzzles
me

ó sú mi, I am fed up

ó rẹ̀ mí, I am tired

iṣẹ́ yǐ rẹ̀ mí, I have got tired at this work

àárè́ mú mi, I feel tired

òrò t'ó sọ́yà mí l'ẹ́nu, what he said surprised me (opened me in mouth)

ẹnúyà mí, I was surprised

mo rí ohun ìyanu lónǐ, I saw a wonderful thing today

iyàlẹ́nu l'ó jẹ fún mi pé ng kò rí i, it was a surprise to me that i did not see him

ojú rè̀ bájẹ́, his face took on a scowl (his face was spoilt)

ó b'ojú jẹ́, he scowled

ojú ńro mí, I feel down in the mouth (face is paining me)

ó fajúro, he pulled a long face (fà 'pull')

Note the difference in these examples between dá and mú, both of which can be rendered in English by 'cause'. dá is used with names of parts of the body, emotions etc., e.g. d'ójútì, dẹrùbà, while mú is used with the person who is affected, e.g. ó mú mi nínú dùn 'it caused me inside to be sweet'. Other examples of this construction are: ó mú mi l'ọ́kàn le 'he caused me in heart to be strong, i.e. he reassured me', ó mú mi l'ára dá 'he caused me in body to be well, i.e. he cured me'. This second example has the counterpart ara mídá 'I am well'. But it must be remembered that there are many phrases in which dá is used in a different sense, in which case it may take as its object the person affected, e.g. agarádá mi 'I am exasperated', ó dá mi l'ágara 'he made me feel exasperated'.

Further examples of Yoruba usage are:

kíl'ó/kíní ńṣe ọ́/ẹ́? what is the matter with you? (is affecting you)

ikọ́ ńṣe mí, I have a cough

orí ńfọ́ mi, I have a headache (head is breaking me) (but orí rè̀ fọ́, he is a fool

ó fọ́ mi ní kùmọ̀ l'órí, he broke my head with a club)

inú ńrun mí, I have a stomach-ache (inside is crushing me)

inú ńlọ́ mi, I have the gripes (inside is twisting me)

ibà ńṣe mí, I have fever

òùngbẹ ńgbẹ mi, I am thirsty (thirst is drying me)
òtútù´mú mi, I am cold
ooru´mú mi, I am hot
oorun ńkùn mí, I feel sleepy (oorun 'sleep')
ẹkún ńgbọn mí, I want to cry (tears are shaking me)
ìtọ̀ ńgbọ̀n mí, I want to go round the corner (ìtọ̀ 'urine')
ìgbọ̀nsẹ̀ ńgbọ̀n mí, I want to go to the lavatory (ìgbọ̀nsẹ̀ 'excreta')
ó tẹ́ mi l'ọ́rùn, I am satisfied (ọrùn 'neck' tẹ́ '?')
ó rí mi l'ára, it nauseates me
ìríra, hatred
ó ni mí l'ára, it irks me
ìnira, discomfort
ó yọ mí l'ẹ́nu, it worries me (makes my mouth come out)
má ṣẹ́ ìyọnu, don't put yourself out

Yoruba has a certain number of basic nouns for feelings, emotions etc., e.g. ẹ̀rù 'fear', sùúrù 'patience', ọgbọ́n 'wisdom', ebi 'hunger', làákàyè 'common sense', but the majority are formed by adding the prefix ì- to the verb stem (this being a general way of forming abstract nouns from verbs, see p. 184), e.g. ìtìjú 'shame', ìbínú 'anger', ìbanújẹ́ 'sorrow', ìfura 'suspicion'. But note inú dídùn besides ìdùnnú 'happiness', and also ara líle besides ìlera 'good health', corresponding to ara mi´le 'my body is hard, strong, i.e. I am well'. ìbẹ̀rù exists side by side with ẹ̀rù, but with a rather different meaning, e.g. ẹ̀rù Ọlọ́run 'fear inspired by God', ìbẹ̀rù Ọlọ́run 'having a feeling of fear/awe for God'.

There are no adjectives corresponding to 'angry', 'hungry', etc. Where the verb ní 'to have' is used with the name of a quality we can form a noun with the prefix oní- 'owner of' (see p. 183) and use this as a qualifier, e.g. onísùúrù 'patient person', onílàákàyè 'intelligent person', ọlọ́gbọ́n 'wise person'. Otherwise we must use a relative clause, e.g. ẹnití inú bí 'person who is angry', ẹnití ebi ńpa 'person who is hungry', ọmọdé tí ẹ̀rù ńbà 'child who is frightened'.

ADDITIONAL VOCABULARY

erin, elephant
ipò, position
ọlá, honour
farabalẹ̀, to be calm
ọmọlúwàbí, gentleman
délé, to arrive home

ọrọ̀, wealth
àpárá, joke, fun
dápàrá, to joke, poke fun at
èfọ́rí, headache
kórïra (kó ìríra), to hate
ìkà, cruelty, cruel person

EXERCISE 24

Translate into English: kò sí ohun t'ő lè ṣe k'ő té ẹ l'ọ́rùn;
nígbàtí mo rí erin náà l'ókèèrè, ẹrù'bà mí púpọ̀; ó yà mí
l'ẹ́nu pé àwọn tí nwọ́n wà ní ipò ọlá lè maa gbà owó
l'ọ́wọ́ àwọn tí kò l'ówó tó tiwọn; ẹrù ọlọ́pǎ kò bà mí rárá;
ojú gbà mí tì fún ọ; ó ní ẹ̀rín pa òun nígbàtí òun'gbọ́ ọ̀rọ̀
yï; a kò gbọdọ̀ bà àwọn òbí wa nínú jẹ́; ẹniti ebi ńpa kò lè
farabalẹ̀ gbà ìmọ̀ràn; kò yẹ kí ọmọlúwàbí barajé béè;̣ ọ̀rọ̀
t'ó sọ yï bí mi nínú púpọ̀; sùúrù ni baba ìwà, ìbínú kò dá
nkàn; mo ńlọ sùn, nítorípé ó pẹ́ tí oorun'ti ńkùn mí;
ẹnit'ó bá ní làákàyè kò ní(í) bẹrù ẹmí búburú kánkan;
kò sí ojú iṣẹ́ t'ó ńtì mí; kò sí ẹnití inú rẹ̀ kò dùn nígbàt'ã
gbọ́ pé ẹ délé l'álǎfíà; ara líle l'oògùn ọrọ̀; àpárá tí mo
dá pa ọ̀rẹ́ mi l'ẹ́rïn; má bẹ̀rù ohunkóhun tí nwọ́n bá lè ṣe;
oògùn èfọ́rí wà l'ápò mi; ìbanújẹ́ ńlá l'ó jẹ́ fún u nígbàtí
ìyá rẹ̀'kú; mo kórïra ìwà ìkà; ng kò mọ̀ ohun t'ó ńṣe mí.

*Now turn to the key at the back and retranslate the
sentences into Yoruba.*

25

MORE ABOUT VERBS

It has already been remarked that the meanings of mono-syllabic verbs are very dependent on that of accompanying words. We have something of this in English in the case of (for example) 'do', e.g. 'do up, do away with, do down etc.' but it occurs on a much bigger scale in Yoruba.

1. To illustrate this point we will give first of all some of the various meanings of the verb **pa**, to which we may assign a vague meaning of 'to act in a sudden or energetic manner'. The list given is by no means exhaustive.

(a) **mo p'ejò ńlá kàn lánǎ**, I killed a big snake yesterday
 nwón pa púpò nínú àwọn ènìà ìlú yǐ, they killed many of the people of this town

(b) **ebi ńpa mí púpò**, I am very hungry (hunger is affecting me)
 òjò´pa mí púpò lónǐ, I got soaked with rain today (rain beat on me)

(c) **mo pìtàn**, I told a story (**ìtàn**)
 mo pàlò, I asked a riddle (**àlò**)
 mo pòwe, I quoted a proverb (**òwe**)
 mo puró, I told a lie (**ìró**—irregular elision)
 mo pariwo, I made a noise (**ariwo**)

(d) **mo pa ìlù**, I stopped drumming
 kéké pa, silence fell

(e) **mo pa obì**, I split the cola-nut
 mo pa èkùró, I cracked the palm-kernel

(f) **mo pa şílè métà**, I made 3/0d

(g) **mo pa wón pò**, I amalgamated them (**pò** 'be in a mass/group')
 mo pa ilèkùn dé, I closed the door (**dé** 'cover up')

2. The last two examples shew how two verbs may be

132

used in sequence to convey an idea which is expressed by one verb in English. (We have already had some examples of this, e.g. **mú . . . wá** 'take hold of . . . come' for 'bring'.) In the case of **pa . . . dé**, pa seems to express the idea of putting the door in motion while **dé** expresses the result—the covering up of the gap. **pa . . . dé** can only be used of a door or something with an attached lid, e.g. a box or suitcase; **dé** by itself is used for something which has a detached lid. On the other hand, an added verb often needs separate translation in English, either by a second verb joined on with 'and', e.g. **nwọ́n pa á jẹ** 'they killed and ate it', or by some more complicated re-arrangement of order, e.g. **nígbàtí nwọ́n pa á tán . . .** 'when they had finished killing it . . .', or by an adverb, e.g. **nwọ́n gbé e kalẹ̀** 'they put it down (settle on ground)'. Some examples of these various possibilities are given here.

(*a*) The second verb expresses the result of the action of the first or denotes a subsequent action—ideas which cannot always be clearly distinguished.

> ó **fà** á **ya**, he tore it up (**fà** 'pull' **ya** 'tear')
> ó **so** wọ́n **pọ̀**, he tied them together (**so** 'tie')
> ó **pa** wọ́n **run**, he destroyed them (**run** 'be destroyed')
> ó **pa** á **ré**, he erased it (**ré** 'cut'?)
> ó **wò** ó **sàn**, he cured him (**wò** 'look at' **sàn** 'be well')
> ó **tàn** mí **jẹ**, he deceived me (**tàn** 'trick' **jẹ** 'consume')
> mo **rí** létà kan **gbà**, I got a letter (**rí** 'see' **gbà** 'take')
> má **lẽ** e **lọ**, don't drive him away (**lé** 'drive' **lọ** 'go')
> ebí pa á **kú**, he starved to death

(*b*) The two verbs may together express an idea which cannot easily be cut up into two parts.

> omi ti **bà** á **jẹ́**, water had spoilt it (**bà** and **jẹ́** cannot be assigned any separate meanings)
> aṣọ yì **bá** mi **mu**, these clothes suit me ('with me agree', but **mu** does not mean 'agree' except in this phrase)
> ó **para dà** (**pa ara**), he changed his appearance (**dà** cannot be assigned a separate meaning here)

(*c*) The added verb may express the degree to which the action was carried out.

mo kà á tán, I finished reading it, I read it all
mo ṣe é tì, I failed to do it
mo ti sè é tó, I have now stewed it enough
o ti sè é jù, you have stewed it too much
ó gé e kù, he cut it so that there was some remainder

Such qualifying verbs may be added at the end of any sequence of verbs or of a verb phrase.

kò bá mi mu tó, it does not suit me well enough
nígbàt'ó pa wọ́n run tán ... when he completely destroyed them ...
ó wò mí sàn tì, he failed to cure me

(*d*) The first verb may express the manner in which the action denoted by the second verb is carried out. For example, **jí** has the meaning 'to act on a thing stealthily', so that **ó jí i gbé** means 'he stole it' while **ó jí i wò** means 'he had a stealthy look at it', **ó jí i he** means 'he stealthily picked it up' and so on. (**jí** without any following verb is sometimes used in the sense of 'to steal'.) Another example is **tún** with the meaning of 're-', e.g. **tún u ṣe** 're-make it, repair it', **tún u sọ** 're-phrase it', **tún u kà** 're-count it'. Note, however, that when **tún** has the meaning of simple repetition the object is usually placed after the second verb, e.g. **tún ṣe é** 'do it again'.

(*e*) **tún** obviously cannot be used without a following verb. Other verbs with this limitation are **ti** 'come from' and **bá** when used with the meaning 'be in association with', as in **kíl'o mú t'Ìbàdàn bọ̀?** 'what have you brought back from Ibadan (bring from I. return)?', **bá mi kí i dáadáa** 'greet him for me cordially'.

3. We have seen (p. 22) that where in English the object of a verb is qualified by a possessive pronoun, Yoruba often prefers to make the person the direct object, adding the thing possessed as an extension with **ní**. Any following verbs are placed after the extension. Some further examples are given here.

ó fá mi l'órí, he shaved my head

ó gbà mí l'áya, he took away my wife

ó dà mí l'ómi nù, she poured away my water (dà 'pour' nù 'be lost')

omi´ta sí mi l'áṣọ, water splashed on my clothes (to me on clothes)

ó fún u sí mi l'ẹ́nu, he squeezed it (juice) into my mouth

nwọ́n fún u l'ọ̀rùn pa, they throttled him (squeezed him in neck kill)

4. If the first verb in a sequence is not followed by an object it is usually written as one word with the following verb, e.g. ó bàjẹ́ 'it is spoilt' (but ó bà á jẹ́ 'he spoiled it'), ó sálọ 'he ran away', ó kó wọn dànù 'he threw them away (gather pour be-lost)'. The verbs described in 2(c), however, are usually written separately, e.g. ó ti kú tán 'it is already dead', ó kún jù 'it is too full', ó lọ tì 'he failed to go'. But even these verbs are written as one word with preceding verb stems in nouns which are formed from them by adding a prefix, e.g. àṣejù 'acting to excess', àjẹtì 'failing to eat up completely'. It is, in fact, a feature of nouns built up from verb groups that all the separate elements are brought together into one word, ó bà mí l'órí jẹ́ 'he spoiled my luck' but abanilóríjẹ́ (a-bà-ẹni-l'órí-jẹ́) 'one who spoils people's luck', ó fi mí l'ọ́kàn balẹ̀ 'he reassured me' but ìfọkànbalẹ̀ 're-assurance'. Other examples are ìkómọjádẹ 'ceremony of bringing out children', ìrénijẹ (ré ... jẹ) 'deceit', àfẹ́sọ́nà 'betrothed (wooed on the way)'.

5. We have had some examples of verbs with reciprocal meaning, e.g. kọ́ 'to teach, learn', yá 'to lend, borrow'. Further examples of this type are seen in:

mo rán a l'étí, I reminded him

mo rántí, I remember

mo jẹ ẹ́ n'íyà, I punished him

mo jìyà, I suffered punishment

ó fọ́ mi l'ójú, he blinded me

ó fọ́jú, he is blind

ó ṣì mí l'ọ́nà, he misled   ó ṣìnà, he missed his way
me

6. In a few cases it is the second verb only in the
sequence which has an object, e.g. mo tẹ̀lé e 'I followed
him', mo kọlù ú 'I collided with him', nwọ́n kó tì mí
'they gathered together to attack me'. Such sequences,
when they are written as one word, must be carefully
distinguished from the much larger class of verbs
described in the next section.

7. A number of 'verbs' of two or more syllables are
actually compounds of a verb plus a noun, e.g. sọ̀rọ̀ 'to
speak, talk about' (sọ 'say' ọ̀rọ̀ 'words'), dárúkọ 'to
mention' (dá 'make' orúkọ 'name'). The composition of
these verbs is clearly brought out by the fact that they
are always followed by possessives, e.g. mo ńsọ̀rọ̀ rẹ̀ 'I
am talking about it', nwọ́n dárúkọ rẹ̀ 'they mentioned
you'. The final vowel of the verb will be lengthened in
every case before its object where the final vowel of a
noun is lengthened before a possessive, e.g. ó dárúkọ(ọ)
wa 'he mentioned us', mo dárúkọ(ọ) Táíwò 'I mentioned
T.'. Examples of such verbs are rántí 'to remember',
retí 'to expect', tọ́jú 'to look after', bẹ̀rù 'to fear'.

It must be added that there are a few verbs in this class
which cannot be analysed out as compounds of verb plus
noun in terms of present-day Yoruba, e.g. gbàgbé 'to
forget', pẹ̀lú 'to accompany'. In addition, all verbs of
foreign origin are put in this class, e.g. háyà 'to hire',
ṣáátá 'to disparage' (probably from Hausa).

When verbs of this type occur in relative clauses in
which the introductory word tí is the object of the verb,
a few of them are followed by a possessive pronoun
(cp. p. 89) but the majority are not.

ọkùnrin tí mo sọ̀rọ̀ rẹ̀ lẹ́ẹ̀kan, the man I talked about
just now
ọ̀rẹ́ mi tí mo ńretí rẹ̀, my friend whom I am expecting
ọmọdé t'ọ̄ táárí rẹ̀ sẹ́hìn ńsunkún, the child whom you
pushed back is crying
but

owó ti mo ńtójú dà? where is the money I am looking after?

obìnrin tí mo pàdé l'ójú ọ̀nà, the woman I met on the road

àpò mi tí mo gbàgbé s'ílé, my bag which I left (forgot) at home

ohun tí mo rántí n'ìyẹn, that is what I remember

ọkùnrin tí mo ṣaájú dé ibi iṣẹ́, the man I was in front of going to work

idánwò tí mo páàsì l'éṣìn, the examination I passed last year

ilé tí mo háyà fún u, the house I rented for him

The same rules hold when the object is brought to the front and made emphatic with a following **ni.**

ọ̀rẹ́ mi ni mo ńretí rẹ̀, it is my friend I am expecting

ilé pẹ̀tẹ́ẹ̀sì ni mo háyà fún u, it was a storied house I rented for him

ADDITIONAL VOCABULARY

aṣiwèrè, madman

igbooro, built-up area

èsì, reply

pa . . . jẹ, to kill and eat; to preclude, miss

kùn, to apply (paint, powder)

ta, to shoot, splash

èké, deceit, liar

ọrùn, neck

mọ́, onto, against

dá . . . dá, to leave to do alone

yà, to turn aside

láíláí, ever, long ago

yẹ̀ . . . wò, to examine (physically)

tọrọ, to ask for

èrò, thought

sọ sí . . . l'ọ́kàn, to occur to the mind

ìmọ́tótó, cleanliness

panumọ́ (pa ẹnu), to keep quiet

pa . . . l'ẹ́nu mọ́, to shut up

sápamọ́, to run and hide

kábà, dress

idán, majic

ẹ̀wù, coat, gown

níkẹ̀hìn, finally

---

* For more about **dà** 'where is?' see p. 155.

EXERCISE 25

Translate into English: aṣiwèrè ènìà ni òjò ìgbooro ìlú
ńpa; ọ̀rọ̀ t'ó sọ yĩ pa èsì jẹ; ó yà mí l'ẹ́nu pé o pa àkókò
oúnjẹ jẹ báyĩ; ọ̀dà tí nwọ́n fi ńkùn ojú ọ̀nà'ta sí mi l'ára;
ìwà èké ti di ẹ̀wù sí i l'ọ́rùn; nwọn kò lè já àlọ́ tí mo pa;
nwọ́n wípé mo wá purọ́ tàn àwọn ọlọ́pǎ jẹ; jẹ́k'á pa
gbogbo owó t'ã pa lónĩ pọ̀ mọ́ èyít'ã pa lánǎ; òwe tí
nwọ́n pa mọ́ mi'mú mi bínú púpọ̀; ó dá mọ́tò ní fún'ra
rẹ̀; ṣé ilé t'ó tóbi yẹn ni ìwọ nìkan ńdá gbé? má dǎ mi dá
a ò! ó ti fà lẹ́tà náà ya dànù kí n tó lè r'áyè kà á; lẹ́hìn tí
mo jẹun tán, mo tún ńwá iṣẹ́ kiri; mo tún mọ́tò mi kùn
l'ọ́dà; ó fà pọ́nùn mẹ́tà yọ nínú àpò rẹ̀; ó fi ibití mo ti
ṣìnà hàn mí; nígbàtí mo ńti Èkó bọ̀ n'íjẹ̀tà, mo yà kí
ẹ̀gbọ́n mi; oore t'õ ṣe fún mi, ng kò jẹ́ gbàgbé rẹ̀ láíláí;
mo rò pé mo lè háyà rẹ̀ ní pọ́nùn mẹ́rin l'ọ́sẹ̀; èmi pẹ̀lú(u)
wọn l'a lọ(ọ) yẹ ẹ́ wò; màà dárúkọ rẹ sí ọ̀gá ibi iṣẹ́ mi;
tal'ó tọrọ rẹ̀ l'ọ́wọ́ rẹ? níkẹ̀hìn èrò kan'sọ sí mi nínú; ó
yẹ k'á pa òfin ìmọ̀tótó mọ́; ẹ panumọ́ ò! mo yára pa á
l'ẹ́nu mọ́; ó sápamọ́ sínú ilé; kábà yĩ gùn jù, kò bá mi
mu rárá; kò sí idán tí ng kò lè pa.

*Now turn to the key at the back and retranslate the
sentences into Yoruba.*

26

POSITION AND DIRECTION

Yoruba has a whole series of pairs of words like **sínú** 'into', **nínú** 'in'; **sórí** 'onto', **lórí** 'on', which are made up of **sí** and **ní** combined with names of parts of the body, indications of position and so on. With some of these **sí** and **ní** have come to be written as one word, while with others either an inverted comma is used to shew that two words have come together through elision or they may even be written separately in their unelided forms. In such pairs **sí** generally corresponds with 'to, towards' while **ní** corresponds with 'in, at'. We have:

inínú	sínú	inú	inside
lórí	sórí	orí	top, head
l'ábẹ́	s'ábẹ́	abẹ́	underneath
l'ára	s'ára	ara	body, main part
lẹ́hìn	sẹ́hìn	ẹ̀hìn	back, rear
n'ìdǐ	s'ìdǐ	ìdí	base, bottom
l'ẹ́nu	s'ẹ́nu	ẹnu	mouth
l'ójú	s'ójú	ojú	eye, face
l'ọ́wọ́	s'ọ́wọ́	ọwọ́	hand
l'ápá	s'ápá	apá	arm, direction
níhǐn	síhǐn	ìhín	here
níbí	síbí	ibí	here
níbẹ̀	síbẹ̀	ibẹ̀	there
l'ọ́hǔn	s'ọ́hǔn	ọ̀hún	yonder
nílẹ́	sílẹ̀	ilẹ̀	ground, down
lókè	sókè	òkè	mountain, up
lódè	sódè	òde	outside
nílé	sílé	ilé	house, home
l'ọ́dọ̀	s'ọ́dọ̀	ọ̀dọ̀	presence of person

1. We have seen that when a noun beginning with a consonant is put to qualify another noun, this noun has

its final vowel lengthened, e.g. **inú(u) kóbódù** 'the inside of the cupboard'. Since all the above words contain a noun as their second element, we must remember to add this lengthening in such sentences as **ó wà nínú(u) kóbódù** 'it is in the cupboard'. For the same reason such a sentence as 'it is inside it' is translated by **ó wà ninú(u) rè**, i.e. with the possessive of the pronoun.

2. English 'on' may be translated in two different ways, e.g. **fi sórí(i) tábílì** 'put (it) on the table (i.e. on top of the table)', **fi kó s'ára ògiri** 'put (it) to hang on the wall (i.e. on the body of the wall)'. Similarly 'from' will have to be translated differently according to circumstances, e.g. **mo gbà ìwé mi l'ówó rè** 'I got my book from him' (lit. 'at his hand'), **ó k'árùn l'ára ìyàwó rè** 'he contracted (**kó** 'gather') an infection from his wife' (lit. 'at the body of'). Yoruba is always much more detailed and specific than English in reference to any sort of space relationship.

3. Yoruba distinguishes between 'to' in talking or sending a message to a person and 'to' in going to a person. In the first case **sí** is followed directly by the noun or pronoun denoting the person concerned, e.g. **sòrò sí mi** 'speak to me', **ó ránsé sí mi** 'he sent a message to me', **ó ko létà sí mi** 'he wrote a letter to me'. In the second case we must use the noun **òdò** 'presence of a person, place where a person is', e.g. **lo s'ódò(o) Dókítà** 'go to the Doctor'. Similarly, **ó wà l'ódò òré mi** 'he is with my friend' (i.e. at the place where my friend happens to be at the moment). With **òdò** we may contrast **owó** 'hand', e.g. **ó wà l'ówó ìyàwó mi** 'it is in my wife's possession'. **òdò** is used with **èbá** 'vicinity', e.g. **ó dúró s'ébă òdò mi** 'he stood near me' (i.e. in the vicinity of where I was); but we say **ó dúró s'égbè mi** 'he stood at my side' without **òdò** because **ègbé** is a part of the body. Another common expression is **omo òdò** 'personal servant, one who is always on hand to run messages'.

We may remind ourselves here that the translation of 'with' will vary widely according to the context. For the instrumental sense Yoruba uses the verb **fi** 'put, apply',

e.g. ọ̀bẹ yǐ ni mo fi gé e 'it was with this knife I cut it',
kíl'o maa fi owó yǐ rà? 'what are you going to buy with
this money? In the sense of 'accompanying' the verb bá
is used, e.g. tani yió bǎ nyín lọ? 'who will go with you?',
while if the sense is 'in addition to' the verb pèlú is used,
e.g. tani yió lọ pèlú rẹ? 'who will go with you?' (i.e. in
addition to you).

4. Forms with ní are regularly used after verbs which
denote movement away from a position.

> ó kúrò ní Ìbàdàn lánǎ, he left Ibadan yesterday
> ẹ kúrò níbè! get away from there!
> ó dìde nílè, he got up from the ground
> ó jádè nínú ilé, he came out from the house
> ó mú u nínú àpótí, he took it out of the box

These forms are also used with the verb bọ̀ 'approach',
with which sí might be expected, e.g. ó m̀bọ̀ l'ọ́dọ̀ mi 'he
is coming towards me', máa bọ̀ lókè 'come up here' (said
to someone down below who is waiting to talk to you),
and also with wá in wá níbí 'come here'. In níbo 'where?'
(ní ibi wò 'at what place') the form with ní has become
generalised in most contexts, though ibo survives in some
phrases, e.g. lát'ibo s'íbo? 'from where to where (are you
going)?', ará ìlú ibo ni ẹ́? (ìlú 'bo) 'person of town of
where are you?' = 'what is your home town?'.
In contrast with the preceding paragraph we find that
sí is used after a number of verbs with which, from the
English translation, one would expect ní.

> ìlú òyìnbó l'ó kú sí, he died in England
> Abẹ̀òkúta ni mo gbọ́njú sí, it was at Abẹokuta that I
> grew up
> níbo ni nwọ́n bí ẹ sí? where were you born?
> mo ní ilé mǐràn sí Ìbàdàn, I have another house at
> Ibadan
> dúró s'ẹ́gbẹ̌ mi, stand at my side

But it is not unusual to find dúró and jókǒ constructed
with ni.

The word **síbè** (lit. 'to there') has acquired the meaning of 'still, however', so that to translate 'stand over there' one has to say **dúró síbè yen** 'stand to that place there', while **dúró síbè** has the meaning 'stay where you are, continue standing'. **síbè** is often doubled for emphasis, e.g. **ng kò ní(í) gbà á gbó síbèsíbè** 'I still won't believe him'.

5. In English we say 'it is nice here, it is hot in Lagos' and so on, but in Yoruba we have **ibí dára púpò** 'here is very nice', **Ìbàdàn´móoru púpò** 'Ibadan is very hot', i.e. Yoruba does not use any word corresponding to the indefinite English 'it'. A good example of this is **ibè´wù mí púpò** 'there pleased me very much' for 'I liked it very much there'. Further, where we might say 'the water is not good there' Yoruba says **omi ibè kò dára** 'the water of there is not good'. We *cannot* say **omi níbè** 'the water at that place'. Nouns denoting position are constructed exactly like other nouns. We say **oko òhún** 'the farm of yonder' or, with more emphasis, **oko(o) t'òhún; t'òhún** (with the thing referred to understood) 'the one yonder'; **àwon ará íbè** 'the people of there'; **owó owó mi** 'the money of my hand' (i.e. in my possession); **t'owó mi** (thing understood) 'what I have in hand', **fìlà orí mi** 'the cap of my head' (i.e. on my head), **àwòrán ara ògiri** 'picture of the body of the wall' (i.e. the picture on the wall).

Note that there are two words for 'here'—**ibí**, which pairs with **ibè** 'there', and **ìhín**, which pairs with **òhún** 'yonder'. Some Yorubas use one and some the other.

6. We have seen that the verbs **ti** 'come from' and **gbé** 'occupy, live at' are used in a special way as auxiliary verbs in sentences where a word denoting position is in the emphatic position (followed by **ni**) at the head and also in relative clauses, e.g. **níbo l'e gbé ńsisé?** 'where are you (at) working?', **níbo l'o ti rà á?** 'where did you (from) buy it?', **ibè ni mo ti rí i** 'it was there I (from) found it', **Ìlorin ni mo gbé ńkósé** 'it is at Ilorin that I am an apprentice (am learning-work)'. **níbo l'ó gbé wà?**

'where is it?' (lit. 'where does it occupy exist?').* gbé
tends to be used where there is an idea of duration, i.e.
with wà and the ń- prefix forms, while ti is used of
momentary action, but this distinction is not invariably
observed; some Yorubas actually use both words
together, e.g. níbo l'o gbé ti rà á? 'where did you buy
it?'. Note that the ń- is added to the main verb, not to
gbé; this is in contrast with its use as a main verb, e.g.
níbo l'o ńgbé? 'where do you live?'. In examples noted in
which a future tense is used, ti follows yió but usually
precedes maa, e.g. níbo l'o ó ti sòkalè?, níbo l'o ti maa
sòkalè? 'where will you get off (bus or train)?'.

7. A disconcerting point to note about sí is that in
certain common expressions many Yorubas in speech
elide both its consonant and its vowel, so that nothing is
left of the word but its high tone. For example, sòrò
sókè (sí òkè) 'speak up' may be heard as sòrò 'ókè and
mo ńlọ sílé 'I am going home' as mo ńlọólé. In the second
example the initial vowel of 'ílé has been assimilated to
the preceding ọ. This sort of assimilation happens regu-
larly with 'ílè=sílè, e.g. ó bọra sílè (bọ́ ara) 'he undressed
himself' is heard as ó bọraálè.

ADDITIONAL VOCABULARY

fèrèsé, window
ẹnu ọ̀nà, door-way
sègbé, to perish
igbó, forest, 'bush'
fi ... ra iná, to put to
   warm
ọ̀gọ̀dọ̀, swampy place
bọ́, to slip from
òsì, left (hand)

ikoríta, road junction
ọtún, right (hand)
tò, to arrange
àga, chair
kọ́, to hang up
ètò, arrangement
ọ̀kánkán, opposite, exact
   spot

EXERCISE 26

Translate into English: ó lọ jókǒ s'íbi fèrèsé; ọ̀dọ̀ tal'o
ńgbé? ọ̀dọ̀ ègbọ́n ìyá mi ni; ẹ gbé e sókè n'íbi ẹnu ọ̀nà;

* The use of gbé with wà is not universal, e.g. níbo l'ó wà? often
occurs besides níbo l'ó gbé wà?

ó dúró s'ẹ́nu ọ̀nà, kò fẹ́ wọlé; nígbàt'ó ṣe, a dé ibi ihò kan; má jẹ̌kí n ṣẹ̀gbé sínú igbó yǐ; mo kọjú s'ápá ọ̀dọ̀ rẹ̀; mo bọ́ ẹ̀wù ọrùn mi, mo fi ra iná; ó kọjá l'ọ́dọ̀ mi ó sì lọ sí ibi ọ̀gọ̀dọ̀ kan; kò sí ẹnit'ó lè bọ́ l'ọ́wọ́ ikú; ibit'ã ti ńsọ̀rọ̀ yǐ, a sọ̀rọ̀ kàn ìyá mi; apá òsì ọkọ̀ ni k'õ jókǒ sí; nígbàt'õ bá dé ìkoríta mẹ́tà, ọ̀nà apá ọ̀tún ni k'õ gbà; nwọ́n ti tò àga mẹ́rin síwájú Ọba gaan, nwọ́n kọ ojú wọn s'ọ́dọ̀ rẹ̀; gbágudá l'a máa ńjẹ jù l'ápá ọ̀dọ̀ wa níhǐn; ó gbé àpò kọ́ apá (k'ápá); inú obìnrin yǐ kò dùn sí ètò yǐ; ó gbé àpótí náà s'ábẹ́ ibùsùn; apá ìsàlẹ̀ inú kọ́bọ́dù ni k'õ fi pamọ́ sí; mo rántí ọ̀pọ̀lọ́pọ̀ ohun tí ojú mi'ti rí s'ẹ́hìn; nígbàt'ó dé ọ̀kánkán ọ̀dọ̀ mi, ó bẹ̀rẹ̀sí(í) kígbe; kó gbogbo ǹkan wọnyǐ s'ápá ọ̀hún.

Now turn to the key at the back and retranslate the sentences into Yoruba.

27

ADVERBIAL EXPRESSIONS

We saw in a previous chapter that there is really no clear distinction of form between adjectives and nouns, so it will not be surprising to find that Yoruba has no special class of words, like English words ending in '-ly', which we can obviously label 'adverbs'. What we are dealing with in this chapter are words and expressions which can be used to define or qualify verbs or adjectives. Such words and expressions, apart from the special class discussed below in para. 5, follow the verb or adjective except, of course, when they are emphatic, in which case they are placed at the head of the sentence with a following **ni**.

1. Some common words which function as adverbs and also as adjectives and/or nouns are: **dáadáa** 'well', **burúkú** 'nastily', **púpò** 'much', **díè** 'a little', **gbogbo** 'altogether', **yǐ** 'this', **yèn** 'that' (Yoruba often uses 'this' where English uses 'here, now' and 'that' where English uses 'there, then').

> **mo mò ó dáadáa,** I know him well
> **ó wò mí burúkú,** he looked at me nastily
> **ó fèràn mi púpò,** he likes me a great deal
> **ó dára díè,** it is fairly good
> **kíl'è fé gbogbo?,** what do you want altogether?
> **Ìbàdàn l'a dé yǐ o,** it is Ibadan we have come to now/ this is I. we have come to
> **kíl'o wi yèn?** what did you say then/what was that you said?

2. There are a few words in common use which function only as adverbs. These are: **rárá** 'at all', **mó** 'any more, again', **rí** 'previously, formerly', **rí** (at the end of a question) 'I wonder', **ná** 'for the moment, first of all', **sá**

'merely, at any rate', **sẹ́** 'I tell you'. (We exclude from
consideration here the words **bí** and **ndan** (dialectal
variants) which shew that a sentence is a question.)

kò wù mí rárá, it does not attract me at all
kò fẹ́(ẹ́) lọ mọ́, she does not want to go any more
o rí erin l'áàyè rí bí? have you ever seen an elephant
  alive?
kíl'ó fún u rí? what did he give him, I wonder?
dúró ná, wait a moment
mo ti kà á ná, I have already read it
ng kò fẹ́(ẹ́) rà á ṣá, I just do not want to buy it
mo rí i sẹ́, I did see it, I tell you

3. There is a very large number of phonaesthetic words
which are used to emphasise or define more closely the
meanings of verbs and adjectives. For example, **ó mọ́** 'it
is clean', **ó mọ́ tónítóní** 'it is spotlessly clean'; **ó pupa** 'it is
red', **ó pupa fòò** 'it is crimson'; **ó funfun** 'it is white', **o
funfun láúláú** 'it is snow-white', **aṣọ funfun láúláú** 'snow-
white clothes'; **ó ńrìn dùgbẹ̀dùgbẹ̀** 'he is walking heavily',
ó dìde fùú 'he rose in a trice'. In the case of **rí** 'look,
be in appearance' the verb is in itself incomplete and
requires the phonaesthetic word to give it a body, e.g.
ó rí roboto 'it is round', **ó rí múlọ́múlọ́** 'it is soft and downy'.
Note that the function of the words used with **rí** is
exactly the same as that of the words used to qualify the
other verbs; from the Yoruba point of view we cannot
say that these are 'adjectives' while those are 'adverbs'.

Many of the words which function thus as adverbs also
function as adjectives, e.g. **ó han gooro** 'it sounded shrilly',
ohùn gooro 'shrill/high-pitched voice'; **ó rí wúruwùru** 'it is
untidy', **yàrá wúruwùru** 'untidy room'.

4. Many adverbial expressions are formed with the
preposition **ní** 'at, on, in' plus a noun; some of the
commonest of these have come to be written as one word,
e.g. **lónǐ** 'today' (**ní òní**), **lọ́là** 'tomorrow' (**ní ọla**), **lánǎ**
'yesterday' (**ní àná**), **nílé** 'at home' (**ní ilé**), **lódè** 'outside'
(**ní óde**).

wá(á) kí mì l'ọ̀tǔnla, come and visit me the day after tomorrow

mo ní k'ó wá(á) pàdé mi l'áago méjì, I told him to come to meet me at 2 o'clock

nwọ́n san owó náà fún mi lánǎ, they paid me the money yesterday

mo rí i l'ójúde ọba, I saw him in the chief's courtyard

The use of **ní** in expressions of place and time, like the above, can be readily understood because the English usage is similar, but some other uses touched on in previous pages are not so obvious.

(a) We have seen that **ní** is used with what in English is a second object, e.g. **nwọ́n fún wa l'ówó** 'they gave us money', **ó kọ́ mi ní Yorùbá** 'he taught me Yoruba'.

(b) In some cases it has an instrumental sense, e.g. **ó nà mí ní pàṣán** 'he beat me with a whip', **mo rà á ní ṣílè méjì** 'I bought it for 2/0d'.

(c) Often the meaning of the verb is not clear until the extension is added, e.g. **ó rán mi l'étí** 'he reminded me', **ó rán mi n'íṣẹ́** 'he sent me on a message'; **ràn mí l'ọ́wọ́** 'help me' (in a general sense), **ràn mi l'ẹ́rù** 'help me with my load'; **ó dá mi** 'he threw me' (in wrestling), **ó dá mi l'ójú** 'it is certain to me'.

(d) It has a meaning something like 'as' in:

mo kí nyín gbogbo l'ọ́kùnrin l'óbìnrin l'ọ́mọdé l'ágbà, I greet all of you—men, women, children, grown-ups

ó dára l'óbìnrin, she was beautiful as a woman = she was a beautiful woman

5. We have seen that a great many ideas which we express by means of adverbs in English are expressed by the use of a second verb in Yoruba, e.g. **kò dára tó** 'it is not good enough', **ó sálọ (sá lọ)** 'he ran away'. Some of the verbs used in this way may in other contexts occur independently, e.g. **ó tó** 'it is enough', **ó lọ** 'he went', while others have no independent use, e.g. **a jọ lọ** 'we together went', **ó kó wọn jọ** 'he gathered them together'. A group of words which occur only in front of the main verb may be regarded as a type of auxiliary verb; a

feature of the use of these is that while they are placed
after the future tense particles **yío/á** they are placed in
front of **ti, ń-, máa** (though exceptions to this rule
occasionally occur).

ṣì, 'still'
ó ṣì wà níbẹ̀, it is still there
mo ṣì ńkà á l'ọ́wọ́ ni, I am still reading it

kọ́kọ́/kọ́ọ́, 'first'
èmi ni kí n kọ́kọ́ dán a wò, I should be the first to try it
kọ́kọ́ lọ sí pósófìsì, lẹ́hinnáà . . ., first go to the Post-
office, then . . .

tètè, 'early'
kì ítètè dé, he does not come early
ó maa ńtètè lọ(ọ) sùn, she goes to bed early

sá, 'at least, at any rate'. This word, like **yíó** and **má,**
has basically a tone falling from high to low, so that
following high and mid tones have the variant usual
after a low tone.

o sá mọ̀ pé kò sí owó mọ́, you know, of course, there is
no more money
sá pà á dé, just close it (i.e. don't lock it)
sá maa ǹṣó, just carry on

ṣẹ̀ṣẹ̀, 'just now, just then'
mo ṣẹ̀ṣẹ̀ dé ni, I have only just arrived
ó ṣẹ̀ṣẹ̀ ńdìde bọ̀, he is just now beginning to rise in the
world

kúkú, 'really, in fact'
kò kúkú rí bẹ́ẹ̀ gaan, it is not really quite like that
kúkú gbà gbogbo rẹ̀, take all of it, while you are about
it
ng ó kǔkú fi sílẹ̀, I'll just leave it, and that's all about it

jumọ, 'together'
jẹ́k'á jumọ ṣe é pọ̀, let's do it together in a group
a jumọ ńṣ'ọ̀rẹ́, we are friends together

fẹ́rẹ̀,' almost'
mo fẹ́rẹ̀ kú, I almost died
a fẹ́rẹ̀ má lè ri ẹnikẹ́ni níbí t'ó gbọ́ Gẹ̀ẹ̀sì, we can hardly

find anyone here who understands English (= there is hardly anyone etc.)

ó fẹ́rẹ̌ má tǐ ìlọ tí mɔ fi wọlé, he had hardly gone when I came in

wulẹ̀, 'for no particular reason'

ó wulẹ̀ nà mí ni, he just beat me for nothing

dédé, 'suddenly, by chance'

ó dédé ṣubú lulẹ̀, he suddenly fell to the ground

túbọ̀, 'further, more'

ọ̀rọ̀ yǐ túbọ̀ mú mi nínú dùn, this speech made me even happier

iṣẹ́ yǐ túbọ̀ ńle sí i, this work is getting harder and harder

tìlẹ̀, 'in fact'

ng kò tìlẹ̀ mọ̀ ibit'ó wà rárá, I don't in fact know where he is at all

kàn, 'merely, just'

mo kàn f'ẹnu bà á ní ṣókí, I just mentioned it briefly

ha, 'then' (in questions)

kíl'o ha fẹ́? what do you want, then?

kí ha n'ìyí? what is this then?

èmi ha ni mo jí i? was it, I, then, stole it?

Note that ha may either precede or follow ni.

mọ̀ọ́mọ̀, 'deliberately'

ó mọ̀ọ́mọ̀ ṣe é ni, he did it deliberately

ó mọ̀ọ́mọ̀ ńjẹ mí n'íyà ni, he is deliberately making me suffer

It is impossible to give satisfactory short translations of such words as sá, kúkú, ṣẹ̀ṣẹ̀ and tìlẹ̀ (which, by the way, may be heard pronounced as tẹ̀ẹ̀). The precise nuance given by their use varies a good deal and is often conveyed by intonation in English. They need to be learnt in phrases associated with certain contexts, not as isolated words.

Other verbs are sometimes used in a similar way to these 'auxiliaries', e.g. rọra (rọ ara) 'to be gentle' and yára (yá ara) 'to be quick', as in rọra máa wà á 'always drive it quietly' and **mo yára ńlọ rà á** 'I am going quickly to buy it'. Examples of their independent use are **rọra ọ!** 'take it easy!' and **ó yára** 'he is active'.

The words **mà** (used in exclamations) and **sì** 'and' also belong to this class of 'auxiliaries' but for convenience these are dealt with elsewhere, pp. 55 and 203.

6. A common type of adverbial expression is introduced by **bí** 'like, as', e.g. **ó dùn bí oyin** 'it is sweet like honey'. This word behaves as a noun in that its vowel is lengthened on a mid tone if the following word begins with a consonant, e.g. **kò tóbi bí(i) tèmi** 'it is not big like mine'. A related form **bá-** occurs in **báyǐ** 'like this', **báun** 'like that' (Northern dialects), **bákànnáà** 'in the same way, alike', **bámǐràn** 'in a different way'. Another variant is seen in **bẹ́ẹ̀** 'so, like that'. These forms function also as adjectives and nouns, e.g. **ilé bí(i) tìrẹ** 'a house like yours', **ọ̀rọ̀ mi kò jù bẹ́ẹ̀ lọ** 'my words (= what I have to say) is no more than that (so)'.

More will be said about adverbial expressions in Chapter 37, which deals with reduplicated forms.

ADDITIONAL VOCABULARY

dà . . . lé . . . lórí, to pour on
yàà, copiously
kọ, to turn, direct
etí dídí, deaf ear
etí mi′dí, I am deaf
nípa, about
gidigidi, very much
jàjà, at last
bìrìbìrì, very dark
fọnfọn, soundly
gbẹ́kẹ̀lé (gbé ẹ̀kẹ̀ lé), to trust

gbà . . . n'ímọ̀ràn, to advise
nítòótọ́ (ní t'òótọ́), in truth
bámúbámú, very much
kínníkínní, carefully
sílíkì, silk
pìnìn, glossy
kọ mọ̀nà (mànà), to dazzle
wọru, in floods
tààrà, straight
níláárí, to have value, worth

EXERCISE 27

Translate into English: ó dà omi lé mi l'órí yàà; ó kọ́kọ́ ńkọ etí dídí sí wọn; kò kúkú sọ nkánkan nípa rẹ̀ fún mi;

mo gbádùn ibè gidigidi; kò tilè ràn mí l'ọwọ́ rárá; ó fẹ́rẹ̀
jẹ́ pé gbogbo wa l'a fẹ́ lọ wò ó; nígbàtí mo jàjà dé'bẹ̀,
nwọ́n ti tà á; ilẹ̀'ti ṣú bìrìbìrì; mo tẹ́ ẹní, mo sùn lọ fọnfọn;
má jẹ̀kí gbogbo ọ̀rọ̀ tètè máa jáde l'ẹ́nu rẹ; ohun tí mo
kàn fẹ́ fàyọ nínú ọ̀rọ̀ yǐ ni pé ọ̀rẹ́ rẹ yǐ kò tó(ó) gbẹ́kẹ̀lé;
àwọn ni yió tètè kọ́(ọ́) yẹra fún ọ; mo ṣẹ̀ṣẹ̀ rà á ti ilú
òyìnbó bọ̀ ni; tani'ha lè gbà wá n'ímọ̀ràn? mo ti san
gbogbo rẹ̀ sẹ́; aṣọ bí(í) tìrẹ yǐ ni mo maa wọ̀; kò kúkú
fẹ́(ẹ́) fún wa ní nkànkan; ó sá lè mú mi dé ọ̀dọ̀ ọ̀gá rẹ̀;
òtítọ́ pátápátá gbáà ni; nítòótọ́, owó ṣì wà l'ọwọ́ mi
dáadáa; àpótí náà'kún bámúbámú fún owó; mo yè mọ́tò
náà wò kínníkínní; sílíkì funfun pìnìn l'ó fi dá agbádá yǐ;
gbogbo rẹ̀ l'ó ńkọ mọ̀nà; mo rí i pé ó ńsunkún wọru;
ọkọ ìyàwó kò gbọdọ̀ bá ìyàwó rẹ̀ lọ sílé tààrà báun; mo
rò pé àwọn ènìà mǐràn'ṣì túbọ̀ ńdé ni; a kò ṣẹ̀ṣẹ̀ lè máa
sọ pé irú ènìà báyǐ kò níláárí; ẹ jẹ́k'á wá ọgbọ́n tí a ó
lò tí èyí kò fi ní(í) rí bẹ́ẹ̀.

*Now turn to the key at the back and retranslate the
sentences into Yoruba.*

28

VERBS 'TO BE' IN YORUBA

We have seen that with common descriptive words like
kéré 'is/was small' there is no separate Yoruba word
corresponding to the English verb 'to be', but that there
is a word **ni** which corresponds to 'it is/was' in certain
emphatic situations. There are, in fact, several verbs in
Yoruba each of which in its own proper context corres-
ponds to the one English verb 'to be' and it is important
that we should be able to sort these out.

1. **jẹ́** and **ṣe**, which are constructed with nouns
(including occasionally adjectival forms used as nouns),
tend to some extent to overlap; it is, however, possible
to make a broad distinction that **jẹ́** is used when we are
thinking of natural, in-born, permanent characteristics
while **ṣe** is used of what is accidental, acquired or tem-
porary; this meaning of **ṣe** is always clearly present when
the **ń-** prefix is used.

> **ọkan´jẹ́ ọkùnrin, ọkan´sì jẹ́ obìnrin,** one is a boy (male)
> and one is a girl (female)
> **òyìnbó l'ó jẹ́,** it is a European he is/ he is a *European*
> **nígbàtí mo wò ó dáadáa, aya mi l'ó jẹ́,** when I looked at
> her closely (well), she was my *wife*
> **mo ṣe káfíntà rí,** I was once a carpenter/I have been a
> carpenter
> **akòwé ni mo ńṣe nísìsiyì,** I am now a *clerk*
> **Àdùkẹ́ l'ó ńṣe aya mi nígbànáà,** it was Adukẹ who was
> my wife at the time

In the above examples it is not possible to substitute **ṣe**
for **jẹ́** or vice versa. We do, however, get such sentences
as **ọkan´jẹ́ akòwé, ọkan´sì jẹ́ àgbẹ̀** 'one was a clerk and
one was a farmer' where the occupations, without any
time reference, are treated as permanent states. If we

substitute ńṣe here it will create the impression that these occupations were only temporary and in a sense accidental. Even with time references, be it noted, jẹ́ is used when we are talking of moral qualities or of status in society, e.g. ó jẹ́ ọmọ rere rí 'he once was a good boy', olóyè ni mo jẹ́ nígbànáà 'I was a title-holder at the time'.

In some cases there is a sharp differentiation in meaning according to whether we use jẹ́ or ṣe.

> ó jẹ́ ènìà, he is a human being (i.e. not a ghost, animal etc.)
> ó ṣe ènìà, he is kind, humane (i.e. he acts as a human being)
> ó jẹ́ ọkùnrin, he (i.e. a child) is male, boy
> ó ṣe ọkùnrin, he is manly, brave (i.e. he acts as a male)

The use of the simple (perfective) form ṣe referring to present time is restricted to a few phrases like the above; otherwise ńṣe is used, but in the examples above its use could alter the meaning—ó ńṣe ọkùnrin (if not the habitual of the example quoted) could be a slightly derogatory remark made by a woman equivalent to 'he is acting as men always do'.

The meaning of jẹ́ is such that forms other than the simple stem do not often occur; examples are máa jẹ́ ọmọ rere 'always be a good child', ó máa ńsábà jẹ́ ọmọ rere 'he is usually a good boy' and yió jě ọmọ rere 'it will be a good child'—which could be a blessing in connection with a child yet unborn. In the negative kì íṣe/kò ńṣe, the negative habitual of ṣe, corresponds to both jẹ́ and ńṣe, while the negative of ṣe is naturally kò ṣe.

> kì íṣe ènìà, it is not a human being
> kò ṣe ènìà, he is not kind
> kò ńṣe akọ̀wé, he is not a clerk
> kò ńṣe òyìnbó, he is not a European

kò jẹ́ does however occur in certain phrases, e.g. kò jẹ́ bẹ́ẹ̀ rárá lit. 'it is not so at all' but actually meaning 'it is first-rate', and bí kò bá jẹ́ pé 'if it is not the case that' corresponding to b'ó bá jẹ́ pé 'if it is the case that' (for bí . . . bá 'if' see p. 168).

2. wà and ḿbẹ are basically dialectal variants both meaning 'to exist, be in a situation or state'; wà is in more general use in S.Y. but ḿbẹ is occasionally used for the sake of variety.

Olọ́rún wà/ḿbẹ, God exists, there is a God
owó wà, there is money available
ó wà nínú ápótí, it is in the box
ó wà l'ọ́hǔn, she is yonder
nwọ́n wà ní ìdúró, they are in a standing position
ó wà, he exists, i.e. is quite well (in reply to an enquiry about a person)
ó ti wà nínú àpótí yǐ tẹ́lẹ̀ rí, it has previously been in this box
yió wà títí láí, it will exist for ever
omì'máa ńwà níbí nígbàgbogbo, there is always water here

The only negative form occurring is the negative habitual of wà, e.g. in the proverb àgbà kì íwà l'ọ́jà kí orí ọmọ titun 'ó wọ́ 'elders are not found in the market for the head of a new baby to hang sideways', i.e. it is the job of responsible people to draw attention to anything that is wrong. In all other cases a verb sí is used; as in the corresponding English, a definite noun precedes the negative while an indefinite noun follows the verb, e.g. ìwé mi (k)ò sí níbẹ 'my book is not there', kò sí ìwé mi níbẹ̀ 'there is no book of mine there'.

kò s'ówó tó, there isn't enough money
kò sí, there is none
nwọn (k)ò sí nílé, they are not at home
kò sí nínú àpótí yǐ, it is not in this box/there isn't any in this box
kò ìs'ómi tó, there isn't yet enough water
Òjó (k)ò ní(í) sí níbẹ̀, Ojo will not be there

3. rí is used with phonaesthetic adjectives* describing the physical characteristics of people oı things, also in questions asking for descriptions, e.g. 'what's it like?'

* We saw on p. 122 that ṣe, too, is used with some of these adjectives.

and with various words built up from **bí** 'like', i.e. **báyĭ**
'like this', **bẹ́ẹ̀** 'like that', **bákannáà** '(like) the same'.

ó rí pẹrẹsẹ, it is flat
ó rí wúruwùru, it is untidy
ó rí múlọ́múlọ́, it is soft and downy
báwo l'ó ti rí? what is it like? (lit. how is it like?)
kíl'ó ti rí? what is it like? (more colloquial)
kò rí bẹ́ẹ̀, it is not like that
nwọn (k)ò rí bákannáà, they have not the same ap-
    pearance
nwọ́n máa ńrí roboto, they are generally round
kíni yió ti rí lọ́lá? what will it be like tomorrow?

4. **yà** always has a personal subject and is usually fol-
lowed by a noun denoting a type of person of whom
Yoruba society disapproves; it is often written as one
word with this following noun.

ó yadi (odi), he is dumb/became dumb
ó yàgàn (àgàn), she is barren
ó ya ọmọ búburú, he is/turned out a bad boy
nwọ́n ya ọ̀lẹ, they were lazy

5. **dà?** 'where is?' is preceded either by a noun or an
emphatic pronoun. The word is used when the request is
more or less equivalent to a command for the person or
thing to be produced, e.g. **ìwọ dà?** 'where are you?'
means 'come here, I want to talk to you'. **òun dà?** 'where
is it?' contrasts with **níbo l'ó wà?**, which is merely a
request for information about the object's whereabouts.

6. **di** and **dà** are brought in here though they are often
equivalent to English 'to become' rather than to 'to be'.
di is the form generally used in normal sentence order,
i.e. with a noun (including adjective forms functioning
as nouns) following, while **dà** is used when the noun is
placed at the front of the sentence for emphasis.

ó d'ọ̀la, till tomorrow, then (lit. it has become to-
    morrow)
ó di Sátidé, till Saturday, then
ijọ́ mélǒ l'ó dà? till how many days, then?

F

ó di èèmérin tí mo ti wá, it is now four times that I have
    come
mo sọ ọ́ di mímọ̀, I caused it to become known
ó ti di mímọ̀ fún wa, it has already become known to us
yió di olówó láìpẹ́, he will become a rich man soon

7. ni and kọ́ are complementary since kọ́ is the negative
of ni. This word ni, as we have already seen (p. 24), has
the general effect of emphasising what precedes it, but
there are variations of nuance.

(a) The effect of the word may be to exclude alternative
possibilities.

tani'rí i? èmi ni, who found it? it was me
tal'ẹ rí níbẹ̀? Táíwò ni, who did you see there? Taiwo
ṣé lónì l'ẹ dé? lónì ni, was it today you arrived? (yes)
    it was today

kọ́ is used to stress the fact that the alternative possi-
bility is, in fact, correct.

ṣé ìwọ l'o fọ́ ọ? èmi kọ́, Táíwò ni, was it *you* broke it?
    it wasn't *me*, it was *Taiwo*
iṣẹ́ kékeré kọ́, it is no *small* job

If kọ́ is followed by a verb phrase it must itself be
followed by ni.

èmi kọ́ ni mo gbé e lọ, òun ni, it wasn't *me* who took it
    away, it was *him*
lónì kọ́ ni mo kọ́kọ́ rí i, it wasn't *today* I first saw him

The difference between kì íṣe/kò ńṣe and kọ́, both of
which may be translated by 'it isn't/it wasn't', is made by
intonation in English. For example, èjè kọ́ 'it isn't *blood*'
suggests an alternative ọ̀dà ni 'it is paint', while kì íṣe
èjè 'it *isn't* blood' might follow on ó dàbí èjè 'it is like
blood' (dàbí is formed from dà in 6. above and bí 'like,
as').

(b) ni is often used to call attention to a word where
there is no suggestion of an alternative possibility, e.g.
on hearing a noise in the garden one might call out to
enquire what was the matter and be given the answer ejò

l'ó ṣán ọmọdé kàn 'a snake (it is) has bitten a child'.
Said in this way the sentence really contains two pieces
of information 'there's a snake—it has bitten a child'.
Contrast with this ejò'ṣán ọmọdé kàn lánǎ 'a snake bit a
child yesterday', where there is no heightening of the
effect.

ìgbà yǐ ni baba ọ̀rẹ́ rẹ̀'kú, now at this time his friend's
father died

owó mi ni mo bèèrè tí ó fi bẹ̀rẹ̀sí(í) bú mi, (fi p. 174)
my money it is I asked for that he thereupon began
to abuse me—I just asked for my money and etc.

báyǐ ni ọba yǐ ṣe fún òdìdì oṣù méfà, so thus it is this king
acted for a whole six months

(c) Where ni is used at the end of a verb phrase it calls
attention to the verb. In answer to the question kíl'o ńṣe
'what are you doing?' one might get mọ ńfọṣọ ni 'I am
washing (clothes)', in which case the ni suggests the con-
tinuation 'is what I am doing'. The same sentence (as in
English) might also come in response to a suggestion
about going out shopping—'I am sorry, I am busy. I am
washing', in which case the implied continuation is 'that
is the reason I cannot come out now'. These two cases
tie up closely with (a) and (b) above; in the first case
'washing' is picked out and all other possible alterna-
tives eliminated while in the second the attention is
mainly directed to the fact that one is busy, the actual
activity involved being rather incidental.

The difference made by the addition of ni is clearly
brought out in the following example. If a patient at a
dispensary is handed some medicine he may say ṣé kí
m mu ú? 'am I to drink it?', to which one might answer
ẹn, mu ú 'yes, drink it' or ẹ́n-ẹ̀n, má ìmu ú 'no, don't drink
it yet'. If, however, he is doubtful whether it is a medicine
or a lotion he may say ṣé kí m mu ú ni? 'am I to *drink* it?',
to which the answer may be ẹn, mu ú ni 'yes, *drink* it' or
ẹ́n-ẹ̀n, ńṣe ni k'ṍ fi para 'no, to do (what you must do)
is that you rub your body with it (take rub body)'. In
line with this distinction we find ni used with alternative

questions, e.g. **kí n sè é ni àbí kí n dín i ni?** 'am I to *stew* it or am I to *fry* it?'.

ńṣe ni (or just **ṣe ni**) as used above is one way of adding extra emphasis to a verb. Its translation will vary to some extent according to the time reference of the verb, e.g. **ńṣe l'ó fún mi l'ówó** ' he actually gave me money' (past) but **ńṣe ni k'õ fún u l'ówó** 'what you should do is give him money' (future). An alternative way is to use a re-duplicated form of the verb (see p. 189) with **ni**, e.g. **nínà ni ng ó nà á** 'I will give him a good beating', lit. 'beating it is I will beat him'.

(*d*) **ni** often occurs at the end of a subordinate clause placed before the main clause.

bí ó ti ńpè orúkọ wọnyí ni ó ńṣe ìbèèrè ọpọlópọ nkàn, as he was calling out these names (it is) he was making enquiries about many things

àfi bí a bá ńpurọ́ ni a ó wípé owó kò ṣe pàtàkì, it is only if we are lying we shall say that money is not important

(*e*) In certain types of sentence **ni** seems to be no more than a link word.

èmi n'ìyí, here I am/this is me

óun n'ìyẹn, there he is/that's him

èyítí mo sọ fún u ni pé . . ., what I said to him was that . . .

ìdí rè tí mo fi wá ni pé . . ., the reason that I have come is that . . .

(*f*) **ni** is followed by the object forms of the unemphatic personal pronouns, except that in the third pers. sing. no pronoun is used.

akọ̀wé ni mí	I am a *clerk*	**akọ̀wé ni wá**
akọ̀wé ni ọ́/ẹ́	etc.	**akọ̀wé ni nyín**
akọ̀wé ni		**akọ̀wé ni wọ́n**

Using the emphatic pronouns the sentences would be **akọ̀wé l'èmi** or **akọ̀wé l'èmi ńṣe/íṣe** '*I* am a *clerk*' etc.

ADDITIONAL VOCABULARY

ìgbádùn, enjoyment
ìpọ́njú, distress
àkàlà, hornbill
àtàtà, genuine, real
àgàn, barren woman
arúgbó, old person

àbúrò, younger 'brother'
aláìsí, being deceased
   (non-existent)
gorí (gùn orí), to ascend
jìbàtàjibata, soaking

EXERCISE 28

Translate into English: èyí kò rí bẹ́ẹ̀ mọ́ nísìsiyĭ;
ariwo'pọ̀jù ní ilé wa, kò sí ìgbàtí àlejò kì ídé; nígbàt'ó
wá mọ̀ pé àlejò ni mí, àti pàápàá pé àlejò ilé òun ni mo
ńṣe, kò fí àṣírí náà pamọ́ fún mi mọ́; ó jẹ́wọ́ fún mi pé
kì íṣe pé oògùn l'ó mú òun, ṣùgbọ́n ìgbádùn'wà fún òun
l'ọ́dọ̀ wọn ni; ó jẹ́ ọba t'ó ṣ'ènìà púpọ̀; ẹiyẹ àkàlà'jẹ́ ẹiyẹ
t'ó l'éwu púpọ̀; o kò gbọdọ̀ yà ajá tí kì ígbọ́ fèrè ọdẹ;
ọ̀gẹ̀dẹ̀ kì ígbé odò yàgàn (yà àgàn); ìyá mi'ti darúgbó (di
arúgbó) nísìsiyĭ; ẹ jọ̀wọ́, ẹ ṣe ìyá fún mi; òjò'pa wá, aṣọ
wa'rí jìbàtàjibata; ọ̀rẹ́ àtàtà ni ọlọpǎ ṣe fún gbogbo ará
ìlú; nígbàt'ó ńgbé ilé wa, ó jẹ́ ẹnit'ó farabalẹ̀ púpọ̀; ọmọ
kékeré l'ó wà nígbàt'ó gorí oyè; ọmọ t'ó ṣe aláìsí yĭ, òun
nìkan ni ìyá ìyàwó mi'bí l'ọ́kùnrin; ó níláti jẹ́ pé ara
àbúrò rẹ kò dá; nwọ́n níláti jẹ́ ọmọ ọlọ́dún mẹ́ẹ̀dógún,
ó kéré tán; ó ti pẹ́ tí nwọ́n ti wà, nwọn ó sì maa wà títí
láíláí ni; kò sí ọkan nínú wọn tí kì íṣe pé orí ilẹ̀ aiyé yĭ
l'a ti bá a; bí àláfíà'bá ti wà, tí owó sì ḿbẹ, ìpọ́njú ènìà'ti
tán n'ìyẹn.

*Now turn to the key at the back and retranslate the
sentences into Yoruba.*

29

TIME (CONTINUED)

1. In asking general questions about time, i.e. not clock times, the commonest word in use is, as we have seen, **nígbàwo** 'when?', lit. 'at what time? (**ní ìgbà wo**)'. Some Yorubas use a form without **ni**, i.e. **ìgbàwo**. This has come to be written as one word because it corresponds to the single English word 'when?'. Less common expressions, i.e. **l'ákǒkò wo** 'at what period?', **n'íjó/l'ójó wò** 'on what day?', **l'óṣù wo** 'in what month?', **l'ọ́dún wò** 'in what year' are usually written as separate words. (In these expressions, too, the **ní** may be omitted.)

> **nígbàwo l'o dé?** when did you arrive?
>
> **l'ákǒkò wo l'ẹ ńṣiṣẹ́ níbẹ̀?** at what period were you working there?
>
> **n'íjó wò l'o maa dá a padà?** on what day will you return it?
>
> **l'óṣù wo ni nwọ́n ńbẹ̀rẹ̀ ilé-ìwé?** in what month do they begin school?
>
> **l'ọ́dún wò l'o fi ilé-ìwé sílẹ̀?** in what year did you leave school?

To translate 'since when? etc.' we must put **ti** before the verb and we may also substitute **látí** 'from, since' for **ní** 'at, in'; not all Yorubas do this.

> **lát'ìgbàwo l'o ti dé?** since when have you arrived? since when have you been here?
>
> **nígbàwo l'o ti ńṣiṣẹ́ níbí?** since when have you been working here?
>
> **lát'ijó wò l'o ti rí i?,** since what day have you seen him? what day did you last see him?
>
> **lát'ọdún wò l'ẹ ti ńgbé ibí?** since what year have you been living here?

Possible answers to the first set of questions are **l'álẹ́ àná ni** 'it was yesterday evening' or **mo dé l'álẹ́ àná** 'I arrived yesterday evening'; **l'ákǒkò òjò ni** 'it was during the rainy period'; **màá dá a padà l'ọ́tǔnla** 'I will return it the day after tomorrow'; **l'ósù kǐní ọdún ni** 'it is in the first month of the year'; **l'ọ́dún kẹ̀tà sẹ́hìn ni** 'it was two years ago'.

The second set of questions requires **láti** in the answers, e.g. **lát'àárò̀ ni** 'since morning'; **lát'ìjẹtà ni** 'since two days ago'; **lát'ẹ̀sín ni** 'since last year'. Note that a question of the type **lát'ijọ́ wò l'o ti rí i?** can be made more explicit by adding the word **mọ** 'stop' at the end of it; **lát' ijọ́ wò l'o ti i rí mọ?** means 'when did you stop seeing him/when did you last see him?.'

The verb **mọ** means more accurately 'to stop at a point/ limit' and can be used of both space and time, e.g. **ẹnu báyǐ ni k'ŏ ro ó mọ** 'hoe it as far as this (and no further)', lit. 'limit (**ẹnu** 'mouth' has also this meaning) like this it is you are to hoe it stop'; **ṣe b'ŏ ti mọ** 'know your limitations', lit. 'act as (**bí . . . ti**) you are limited'; **ọjọ́ ìsinmi ni mo maa ṣiṣẹ́ mọ** 'I will work up to Sunday', lit. 'Sunday it is I will work stop at'. **Ọjọ́ ìsinmi ni mo ti rí i mọ** is translated by 'Sunday was the last day I saw him' or 'I have not seen him since *Sunday*'; which is somewhat more emphatic than **ng kò ìtí ìrí i lát'ọjọ́ ìsinmi** lit. 'I have not yet seen him since Sunday'. 'Last' is more generally to be translated by **kẹ́hìn (kó ẹ̀hìn)** 'bring up the rear', e.g. **òun l'ó kẹ́hìn dé** 'he was the last to arrive', **nígbàtí mo rí i kẹ́hìn . . .** 'when I last saw him, on the last occasion I saw him', **ọjọ́ ìsinmi yẹn ni mo rí i kẹ́hìn** 'it was that Sunday I saw him for the last time'. It contrasts with **kọ́kọ́** 'first', e.g. **òun l'o kọ́kọ́ dé** 'he was the first to arrive', **kọ́kọ́ lọ sí posófìsì, lẹ́hìnnáà . . .** 'first go to the post-office, then . . .'.

2. We have seen that either **nígbàtí** or **ìgbàtí** may stand at the beginning of a clause like 'when I saw him, I ran away' **(ń)ìgbàtí mo ri i, mo sálọ**—but only **ìgbàtí** can be the object of verbs like **mò** 'know', **sọ** 'say', **bèèrè** 'ask',

e.g. ó bèèrè ìgbàtí mo maa lọ 'he asked when I intended
going'. A further difference between the two situations is
that when the main verb is preceded by ti we can still
use only ìgbàtí etc. as the object of a verb, but in the other
situation we may have lát'ìgbàtí etc. instead of (ń)ìgbàtí.

lát'ìgbàt'ó ti lọ sí ìlú òyìnbó, ng kò ìtí ìgbúrò rè mọ́,
   since he has gone to England, I have not had news
   of him
nígbàt'ã ti rí owó náà gbà, òrò'búṣe, now that we have
   received the money, the palaver is over
nwọ́n fẹ́(ẹ́) mọ̀ ìgbàt'õ ti rí i mọ, they want to know
   when you last saw/stopped seeing him
ó bèèrè ìgbàtí àbúrò mi'ti kúrò ní Ìbàdàn, he asked
   since when my younger 'brother' had left Ibadan

The direct form of the last example would be lát'ìgbàwo
ni àbúrò rẹ'ti kúrò ní Ìbàdàn?

If a lát'ìgbàtí . . . ti, nígbàtí . . . ti clause is followed by
ni, that has the effect of making it more emphatic; the
effect of this is best shewn by translating it 'as soon as',
if the situation is in the past.

nígbàtí mo ti kúrò ní London ni mo ti bèrèsí(í) ṣàìsàn,
   as soon as I left London (it is) I began to be unwell

If, however, the situation is in the present, the trans-
lation would be 'now that I have left London (it is) I
have begun to feel unwell'. But if the clause is 'indefinite',
i.e. it contains bá, and so refers to the future, the trans-
lation 'as soon as' is best even when there is no following
ni.

nígbàtí mo bá ti rí i, ng ó fǔn u l'ówó náà, as soon as I
   see him, I will give him the money

In such clauses nígbà/ìgbà is actually usually omitted,
leaving just tí (see also p. 168).

t'ó bá ti dé, sọ fún u pé mo fẹ́(ẹ́) bá a sòrò, as soon as
   he arrives, tell him I want to talk with him
tí nwọ́n bá ti san owó rẹ̀ nwọ́n le gbé e lọ, as soon as
   they have paid the money for it they can take it away

3. All that has been said about **ìgbàtí** and its variants can be applied to other combinations of time words with **tí**, i.e. such phrases as **ijó/ojó tí** 'the day that', **léhìn tí, léhìn ìgbàtí** 'after that', **gbàrà tí** 'immediately that', etc.

4. In certain time expressions the verb **fi** is used; its various meanings are made clear in the examples.

(a) **kò pé púpò tí ilè´fi sú,** It was not very long before darkness fell (and darkness then fell)

kò pé tí mo dé tí mo fì gorí oyè, it was not long after I arrived that I entered on chiefly office

mo férě má ìtí ìsòrò tán tí nwón fi jádè, I had hardly finished speaking when they (then) came out

kò ìtí ìlo jìnnà t'ó fi rí òré rè, he had not gone very far when he (then) saw his friend

In all these sentences there is a negative in the opening clause; **mo férě má ìtí ìsòrò tán** is lit. 'I almost had not yet spoken finish'.

(b) **gbogbo ìgbàtí a fi wà ní London, kò jékí isé bàjé,** during all the time we were in London he did not let the work spoil

nígbàtí mo fi ngbé ilé yì l'ó maa nwá kí mi, during the time I was living in this house (it is) he used to come to see me

In these sentences the verb in the **nígbàtí** clause is either in the simple form or continuous (**n-** prefix) form. Contrast the next examples, where the verb is in the future form.

(c) **nígbàtí Òjó fí maa dé, ilè´ti nsú lo,** by the time Ojo arrived, it was already getting dark

nígbàtí a fi maa jádè nínú ilé náà, òré mi´ti lo s'ilé, by the time we came out of that house, my friend had gone home

nígbàtí nwon yió fi dájó, nwón dá a l'ébi ikú, when at last they gave a verdict, they condemned him to death

when they came to give a verdict, they condemned him to death

The 'when at last' translation might also be used in the
first two examples, but this idea is made more explicit
by using the word jàjà in front of the verb, e.g. nígbàtí
Òjó jàjà dé . . . 'when Ojo at long last arrived'; the word
has the connotation of struggling with difficulties.

    (d) l'ákŏkò tí ìwé yĭ ó bă fi tè ǫ́ l'ọ́wǫ́, o ó ti kúrò
        l'Ékŏ, by the time this letter reaches you, you will
        have left Lagos
        ìgbátí oúnjẹ bá fi maa tán, a ó ti délé, by the time
        the food comes to an end we shall have arrived
        home

In both (c) and (d) the future form is used in the time
clause, but the future *meaning* in (d) is produced by the
addition of bá, making the clause 'indefinite'; there is
also, of course, a difference of tenses in the main clause.
It should be noted that in (c) type clauses the fi is some-
times omitted, e.g. ìgbàt'ó maa tó ọ̀sẹ̀ méjì, ó ti di bí
àtijọ́ 'by the time two weeks had passed, he had become
as before'. The use of the future in narratives about the
past brings in a certain liveliness, cp. wíwò t'ó wò iwájú,
kíl'ó maa rí? 'when he looked in front, what did he see?'.
A simple (perfective) form where a future might be
expected has the same effect, e.g. b'õ bá tún ṣe bẹ́ẹ̀, o
gbé 'if you do so again, you are done for'. Here the
Yoruba and English usages correspond closely.

    (e) mo jókŏ dè é títí ó fi padà dé, I sat down and waited
        for him until he came back
        jókŏ dè mí níbí títí mo fi maa padà dé, sit down and
        wait for me here until I (shall) come back
        yio fi sílẹ̀ títí yió fi jinná, he will leave (it) until it is
        healed

In these sentences we have after títí either the simple
form (referring to the past) or the future of that form
(referring to the future). If the continuous—ń- prefix—
form is used after títí the meaning is rather different, e.g.
ọkùnrin yĭ kò sọ̀rọ̀ títí nwọ́n fi ńṣe bẹ́ẹ̀ 'this man did not
speak during all the time that they were acting so'. The
same use is also found with the verb wà 'to be', which has

as part of its meaning the idea of continuation, e.g. **títí nwọ́n fi wà nínú ìpọ́njú yǐ, kò fi ọkọ rè̩ sílè̩ rárá** 'all the time they were in this distress she did not leave her husband at all'. An **ń-** prefix form used in the main clause of the sentence, however, does not produce this meaning, e.g. **mo maa ńdákẹ́ títí yió fi parí ọ̀rọ̀ rè̩** 'I always keep silent until he finishes his speech (what he has to say)', **mo ńnà á títí ó fi maa jẹ́wọ́** 'I am beating him until he confesses'.

títí used by itself as an adverb means 'on and on', e.g. **ó sọ̀rọ̀ títí** 'he kept on talking'. Its meaning can be intensified by repetition, e.g. **ó sọ̀rọ̀ títí títí títí** 'he kept on and on talking'. When followed by a noun it may mean either 'during the period of' or 'at the end of a period of', e.g. **o kò ní(í) tọ̀sì títí ọ̀jọ́ aiyé rẹ** 'you will not be in want during (all) the days of your life', **yió padà títí oṣù mẹ́fà** 'he will return in six months time'.

5. We have seen (p. 72) that **kí . . . tó** followed by a second verb corresponds to 'before'. This verb will refer to the past, habitual present or the future according to the time in the main clause.

> **mo maa ńjẹun dáadáa kí n tó lọ(ọ) sùn**, I always have a good meal before I go off to bed
>
> **yió ti lọ s'ílé k'á tó dé'bè̩**, he will have gone off home before we get there
>
> **ó jù ú nù kí n tó lè kà á**, he threw it away before I could read it

We must remember, of course, that the first example here could also refer to a past situation, i.e. it might be translated 'I always used to have a good meal etc.' and that the second could occur in reported speech, e.g. 'I thought that he would have gone off etc.'.

6. Clauses introduced by **bí . . . ti** with the emphasising **ni** before the main clause are used when the action of the two clauses is simultaneous.

> **bí mo ti dé'bè̩ ni mo rí i pé ilé mi ńjóná**, as I got there I saw (it) that my house was on fire

b'õ bá ti dé'bẹ̀ l'o ó rĭ sọ́ọ̀ṣì l'ápá òtún, as you get there
   you will see a church on the right
bí mo ti ńpadà ti ibi-iṣẹ́ dé ilé ni mo gbà wáyà kan, as I
   was returning home from work I got a 'wire'
bí a ti ńrìn kiri l'a ńpàdé àwọn tí a mọ̀, as we were walk-
   ing about we were meeting people we knew

ADDITIONAL VOCABULARY

ṣú, to get dark
egbòogi, medicine
ọpẹ́, thanks
tì, to be near
sọ, to break out; to say
ìtòsí, near
aájò, attention, treatment
ìrìn-àjò, journey
ro, to till

ìró, sound
géńdé, strong man
dẹ, to hunt, set trap
ìgbẹ́, forest
hun, to weave
agbọ̀n, basket
kò iná, to build up fire
hó yèè, to shout loudly
mélŏkàn, several

EXERCISE 29

Translate into English: ìgbàtí àbúrò mi'fi maa dé, ilẹ̀'ti
ńṣú lọ; láti ìgbàwo l'o ti yé(é) mu egbõgi tí Dókítà'ní
k'õ maa mu lójoojúmọ́? nígbàwo l'ẹ pinnu àti má wǎ sí
ilé-ìwé alẹ́ mọ́? bí mo ti ńparí ọ̀rọ̀ ọpẹ́ tí mo sọ sí i, gbogbo
àwọn ènìà'dìde dúró; bí ó ti ṣe èyí ariwo'tún sọ; èmi ni
mo maa ńparí ìjà láǎrín wọn ní ìrọ̀lẹ́ tí a bá ti inú oko
dé; nígbàtí ọkùnrin náà'maa dé ìtòsí ọ̀dọ̀ mi, ó di ẹgbọ̀n
mi; ng ó maa ṣe aájò rẹ títí ng ó fi aiyé silẹ̀ ni; kò pẹ́ tí
a fi dé ìlú tí a ńlọ; ó ti lọ sí ìrìn-àjò láti ọjọ́ mẹ́tà sẹ́hìn,
k'ó tó délé tó ọjọ́ márŭn sí i; kí ó tó kú, a bèèrè l'ọ́wọ́
rẹ̀ ohun t'ó dé bá a; nígbàtí ó maa fi tó ọdún kàn, ọba
t'ó fẹ́ràn mi yĭ kú; ng kò ìtí ìro oko náà tán tí òjò'fi ṣú
t'ó bẹ̀rèsí rò; nígbàtí nwọ́n bá ti gbọ́ ìró ìbọn, àwọn
géńdé tí ó ńdẹ ìgbẹ́ á hó yèè; ó tó aago mẹ́fà kí nwọn tó
parí ìgbẹ́ dídẹ náà; bí ó ti jókŏ tì iná yĭ tí ó ńkò ó, ó ńhun
agbọ̀n kan tí ó ti bẹ̀rẹ̀ ní ijọ́ mélŏkàn sẹ́hìn.

   *Now turn to the key at the back and retranslate the
sentences into Yoruba.*

30

CONDITIONAL SENTENCES

It will be convenient to divide conditional sentences into
1. Real, as in English 'if I see him, I will tell him', and
2. Unreal, as in 'if I were to do that, I should be very
foolish'.

1. Real conditions in Yoruba need to be subdivided
into (a) definite, i.e. without **bá** in the 'if' clause, and (b)
indefinite, i.e. with **bá** in the 'if' clause.

(a) Definite clauses, which are introduced with the
word **bí**, are not nearly as common as indefinite clauses.
They occur in two situations—where the two alternatives
in a situation are stated and where the conditional situa-
tion is like that we get, for example, in geometrical
proofs, e.g. 'if AB equals CD, then EF equals GH'.

> **bí mo fẹ́, bí mo kọ̀, mo níláti lọ,** whether I want to or
> whether I refuse, I must go
> **bí mo rí i, bí ng kò rí i, kò ṣe nkánkan,** whether I saw
> him or not, it makes no difference
> **b'ó kú, b'ó yè, kò kàn mí,** whether he dies or survives,
> it does not concern me
> **b'ọ́mọdé kò kú, agba ni ídà** (Yoruba proverb), if a
> child does not die, then he grows up

In the proverb it would create a very unfortunate im-
pression if the conditional clause were made indefinite
by the addition of **bá**, i.e. **b'ọ́mọdé kò bá kú** 'if a child
does not happen to die', because this obviously suggests
that children may be expected to die more often than not.
But an indefinite clause will occur in a proverb where it is
appropriate, e.g. **bí ikú bá tì ilẹ̀kùn, ebi ni íṣí i** 'if death
closes (happens to close) a door, it is hunger which opens
it', the point being that hunger will drive people to face
anything.

167

(b) Indefinite clauses may be introduced either by **bí** or, in an 'if and when' sense, by **tí**. This **tí** seems to be a reduction of **nígbàtí**; as we have seen, Yoruba hardly distinguishes between time and condition clauses in an 'indefinite' situation.

> **bí/tí mo bá rí ẹ lọ́là, màá fún ẹ l'ówó náà,** if I see you tomorrow, I will give you the money
>
> **bí/tí nwọn kò bá yára, nwọn kò ní(í) lè rí i k'ó tó(ó) lọ sí ìdálẹ̀,** if they do not hurry, they will not be able to see him before he goes out of town
>
> **bí/tí ẹ bá ńṣiṣẹ́ l'ọ́wọ́ ni, kò ṣe nkánkan,** if you are actually working, it does not matter
>
> **bí/tí nwọ́n bá wà níbẹ̀, kò burú,** if they are there, it is all right
>
> **bí mo bá wí bẹ́ẹ̀, ng kò wí(i) re (wí rere),** if I spoke like that, I did not speak well
>
> **(ní ìgbà láíláí) bí ọ̀rọ̀ wọn´bá wò, yíó sọ fún àwọn ará ilé rẹ̀,** (formerly) if their talk turned out well, he would speak to his family
>
> **bí/tí kò bá tí ìdé, má dǔró dè é mọ́,** if he has not yet arrived, don't wait for him any more

Very frequently when the condition refers to the present or the past, the conditional clause is extended by the phrase **b'ó/t'ó bá jẹ́ pé** 'if it be that'. This phrase is, in fact, obligatory in all cases where some word in the clause is emphasised by being brought to the front with **ni**.

> **b'ó/t'ó bá jẹ́ pé ẹ ńṣiṣẹ́ l'ọ́wọ́ ni, kò ṣe nkánkan,** if it be that you are actually working, it does not matter
>
> **b'ó/t'ó bá jẹ́ pé o kò rí i, ng kò ní(í) fún ẹ ní nkánkan,** if you did not see him, I will not give you anything
>
> **b'ó/t'ó bá jẹ́ pé irọ́ l'o pa, màá jẹ ọ́ níyà,** if you have told a lie, I will punish you
>
> **b'ó/t'ó bá jẹ́ pé lóni̇́ l'ó tó(ó) dé, kò ní(í) lè wá(á) kí mi lọ́là,** if it is (only) today he managed to arrive, he will not be able to come to see me tomorrow
>
> **b'ó/t'ó bá jẹ́ pé ẹran l'o maa rà, ó dáa,** if it is meat you are going to buy, very well

The use of this compound clause removes the element

of ambiguity present in such clauses as **bí mo bá wí bẹ́ẹ̀,** which may be used to refer either to the past or the future according to the tense used in the main clause.

2. Unreal conditions are normally characterised by the use of **bá** in both the 'if' and the main clauses. Besides this, there are generally in the main clause and often in the 'if' clause special low tone forms of the unemphatic pronouns. When these forms are used in the 'if' clause, then **bí** is not used to introduce the clause, and this clause, when it precedes the main clause (as it usually does), is often made emphatic with a final **ni**.

m̀ bá tètè dé ni, m̀ bá bá a nínú ilé, had I come early, I
   would have found him in the house

ò bá tètè dè ni, ò bá r'áyè bá a sọ̀rọ̀, had you come early,
   you would have had a chance to talk with him

ìbá tètè dé ni, ìbá wá(á) kí mi, had he come early, he
   would have come to greet me

à bá tètè dé ni, à bá lọ(ọ) wòran àwọn oníjó, had we
   come early, we would have gone to see the dancers

ẹ̀ bá tètè dé ni, ẹ̀ bá rí nkàn rà, had you come early,
   you would have found something to buy

nwọn ìbá tètè dé ni, nwọn ìbá r'áyè sinmi, had they come
   early, they would have had a chance to rest

Note the special form **ì-,** written as one word with **bá,** for the 3rd pers. sing. 'he/she/it'. The other pronouns (except **nwọn**), pronounced on a low tone, are substituted for this **ì-,** but **nwọn,** on a mid tone, is added to it. It is not unusual to find all the pronouns except **nwọn** written as one word with the **bá,** e.g. **m̀bá** 'had I', **àbá** 'had we'.

The translations given above may suggest that unreal conditional sentences always refer to the past, but this is not so; in line with all other Yoruba verb forms, which may refer indifferently to either past or present, this form too may refer to the present, e.g. **aṣọ yǐ mà dára ò! m̀ bá l'ówó tó ni, m̀ bá rà á** 'this cloth is very fine! if I had enough money, I would buy it'. Other examples referring to the present are given below.

ti forms of the verb may occur in either clause.

ṁ bá ti rí létà rẹ̀ gbà kí n tó(ó) lọ sódẹ̀, ṁ bá dúró dè é,
if I had received his letter before I went out, I would
have waited for him

ò bá farabalẹ̀ gbọ́ ohun tí Dọ́kítà́ wí ni, ò bá ti sàn
nísìsiyǐ, if you had quietly listened to what the doctor
said, you would have been well by now

3. Negative clauses in real conditional sentences
present no problem because the ordinary forms of the
negative particles are used. But in unreal sentences there
are complications—in the 'if' clause ìbá etc. are followed
by má, while in the main clause the particle kì is placed
before ìbá, with noun and pronoun subjects preceding it.

ṁ bá má mọ̀, ṁ bá rà á, if I had not known, I would
have bought it

à bá má rǐ i, à bá ti lọ sílé, if we had not seen him, we
would by now have gone home

ìbá má sǐ ti Dọ́kítà, ng kì ìbá tí ìsàn, if it were not for the
Doctor, I would not yet have got well

nwọ́n ìbá má tǐ ìlọ, a kì ìbá r'áyè bá nyín sòrò, if they
had not yet gone, we would not have had a chance
to talk with you

Note that the written kì ìbá is often pronounced as kì bá
and that the negative 'if' clauses are not made emphatic
by the addition of ni.

A complication in unreal conditional sentences is pro-
vided by the fact that some Yorubas use what are at first
sight negative forms without a negative meaning, i.e. they
use kì bá for the more general ìbá and so on. This usage
is rare in written Yoruba but it is not clear how wide-
spread it is in speech.

4. Extended 'if' clauses of the type described in l. are
used also in unreal conditions, especially where action
in progress is referred to and in negative clauses. In such
clauses the negative is kò.

ìbájẹ́pé/ìbáṣepé o ńṣiṣẹ́ l'ọ́wọ́ ni, ng kì ìbá dí ọ l'ọ́wọ́, if it
were that you were actually working, I would not
hinder you

ìbájépé o kò wá, m̀ bá gbàgbé rè, if you had not come,
I would have forgotten it

It is a convention to write **ìbájépé/ìbáṣepé** as single
words; they contain the verbs **jé** and **ṣe,** which here are
synonymous (see p. 152), plus **pé,** which introduces a
clause in indirect speech.

5. Very frequently the 'if' clause in unreal conditions
has the same form as in real conditions, the hypothetic
nature of the situation not becoming apparent until the
beginning of the main clause.

**bí kò bá jé pé mo fura ohun t'ó fé(é) ṣe, ìbá jí básíkùlù mi
    gbé,** if it were not that I suspected what he wanted
    to do, he would have stolen my bicycle

b'ó bá jé pé mo mò ọ́ ni, m̀ bá sọ fún ẹ, if I knew it, I
    would tell you

It may even be that the main clause itself has no
obvious sign of 'unreality', e.g. **b'ó bá jé pé mo mò ni,
ng kò ní(í) tí ìlọ sódè** 'if I had known, I would not (yet)
have gone out' (instead of **ng kì ìbá tí ìlọ sódè).** It is the
sequence of tenses here which provides the clue—a 'real'
translation 'if it be that I know, I will not (yet) have gone
out' is obviously nonsensical.

6. Unreal conditional forms are sometimes used with
a sense of politeness or diffidence, cp. English 'what
would you like?'

bí ojú kò bá kán ẹ ni, m̀ bá là ọ̀ràn náà yé ẹ, if you are
    not in a hurry, I would (like to) explain the matter
    to you

bí kò bá ní(í) dí nyín l'ọ́wọ́ ni, nwọn ìbá simi díè, if it
    will not hinder you, they would (like to) rest a little

They also often occur in relative clauses and in
exclamations with a supressed 'if' clause.

ng kò mò ohun tí m̀ bá ṣe, I did not know what I should
    do

ẹnití ìbá ràn mí l'ọ́wọ́ kò sí níbí, the person who might
    have helped me is not here

kíni ìbá ti dùn tó! how nice it would be!

7. There is no fixed position for the 'if' clause, though it probably precedes the main clause more generally than is the case in English. A point to note is that when the 'if' clause follows the main clause it cannot be followed by the emphasising **ni**.

8. Obviously related to **ìbá**, there is also a form **ìbáà** etc. with the meaning 'even if' in such sentences as **ẹ̀ báà yínbọn lù mí, kò lè pa mí l'ára** 'even if you shot a gun at me, it would not hurt me'. When it is repeated it has a rather different meaning, e.g. **ìbáà jẹ́ òyìnbó, ìbáà jẹ́ ènìà dúdú, ó nílàti wá** 'whether he be an European or an African, he must come'. The use of **ìbáà** 'even if' is restricted to hypothetical situations; otherwise, and more generally, **bí** followed by **tilẹ̀** 'in fact' (p. 149) before the main verb corresponds to 'even if, although', e.g. **bí ng kò tilẹ̀ lè rí i, mo mọ̀ pé ó wà níbẹ̀** 'even if/although I cannot see it, I know that it is there'. When **tilẹ̀** is used in a compound phrase with **jẹ́** or **ṣe** 'to be', the whole phrase is usually written as one word, e.g. **bótilẹ̀jẹ́pé (b'ó tilẹ̀ jẹ́ pé) kò lè wá lóni̇̀, yíó wǎ lọ́lá** 'although (it is that) he cannot come today, he will come tomorrow'.

9. Combinations of **bí** with **bá ti** are best considered as 'indefinite' variants of **bí . . . ti** clauses (p. 179 f.). They sometimes have a sort of conditional meaning, e.g. **rà á b'ó bá ti dára** 'buy it as long as/provided that it is good', but other translations are sometimes more appropriate, e.g. the meaning may sometimes be the same as that of **ti . . . bá ti** 'as soon as', as in **pè é wá fún mi b'ó/t'ó bá ti dé** 'call him for me as soon as he arrives'.

ADDITIONAL VOCABULARY

ọ̀mọ̀wé, educated person
sà, to apply
tálákà, poor person
bọ́, to escape
dà . . . pè, to call by avoidance name
rojọ́ (rò ẹjọ́), to complain

ayọ̀, joy
ẹni ẹléni, another person
mọ, to be limited
túláàsì, force
ìdíkọ̀, station, bus-stop
atẹrúdẹ́rú, ancestral slave
ahun, miser

dínwó (dín owó), to
   reduce price
afójú, blind person
arọ, deformed person,
   cripple
òdìndì, complete, whole

ìgàn, piece (of cloth)
sàn, to get better
dáhùn, to answer
ìfòiyà, alarm
ọlóṣà, burglar, bandit
ẹjọ́ írò, case pleading

EXERCISE 30

Translate into English: bí àwọn ọmọwé kò bá lè bọ́ níbẹ̀, agbára kíni àwọn tálákà'lè sà? mo wí fún u pé bí iṣẹ́ bá wà, k'ó jẹ́kí m bá òun ṣe é l'óko òun; b'ó bá ti rí ẹni ẹlẹ́ni, á dàbí ẹnit'ó gun orí oyè; t'ó bá jẹ́ pé iṣẹ́ yǐ dùn bẹ́ẹ̀ ni, nwọn kì ìbá maa kó ènìà pẹ̀lú túláàsì wọ̀ ọ́; bí kò ṣe bẹ́ẹ̀, m̀ bá ní kí òrẹ́ mi wá(á) pàdé mi ní ìdíkò; bí ìyàwó ilé kò bá fẹ́(ẹ́) pè àwọn òbí ọkọ rẹ̀ l'órúkọ, á wá ònà tí yió maa fi dà wọ́n pè; b'ã bá m̀bá a lọ báyǐ, àtẹrúdẹ́rú l'a ó maa jẹ́ títí; bí àìsàn ńṣe ahun, ó maa ńrójú, nítorìpé kò fẹ́ náwó fún dókítà tí yió wò ó sàn; bí àlejò'wọ̀ tì í, ebi ni yió lẹ̀ wọn lọ; òrọ̀ tí m̀ bá sọ kò wá: b'ó bá jẹ́ pé jíjí l'o jí owó náà gbé, k'õ wí fún mi; ìbáṣepé òdìndì ìgàn l'o maa rà, à bá dín'wó rẹ̀ diẹ̀; ìbájẹ́pé ẹ tètè gbé aláìsàn náà lọ s'ọ́dọ̀ dókítà ni, ìbá ti sàn nísisiyǐ; ìbá má sǐ ti àwọn ọlópǎ t'ó yára sáré wá, àwọn ọlóṣà ìbá lù ú pa; bí àkókò oúnjẹ'bá ti ńtó, nwọn ó lù agogo; b'õ ò lọ, yà fún mi; b'ó kú tí kò fi ogún sílẹ̀ fún ọ, tani o ó bǎ rojó? bí ènìà'bá wà nínú ayọ̀, t'ó bá ńrántí pé ìgbà mǐràn, ìgbà ìbanújẹ́, m̀bẹ, ayọ̀ rẹ̀ yió mọ n'íwọ̀n; bí ọmọ aráiyé bá lè fẹ́ràn ara wọn dé inú, aiyé ìbá ti dára tó! bí o bá rí afójú, tàbí arọ, tàbí irú àwọn ènìà bẹ́ẹ̀, máa ṣe oore fún wọn bí ipá rẹ'bá ti mọ; bí ó bá mọ̀ ẹjọ́ írò, nwọ́n lè dá a sílẹ̀; bí nwọ́n bá ti rí mi, nwọn á wò ara wọn l'ójú; bí ẹ bá ti lè dé'bẹ̀, kò sí ìfòiyà mọ́; bí nwọ́n bá kí nyín, ẹ kò gbọdọ̀ dáhùn.

Now turn to the key at the back and retranslate the sentences into Yoruba.

31

REASON AND RESULT

1. Clauses expressing consequences are introduced by the connective **tí** with **fi** generally preceding the main verb, e.g. **ó nà mí tóbẹ́ẹ̀ tí ara mi´fi sẹ̀jẹ̀** 'he beat me so much that I bled' or, more literally, 'he beat me so much and my body thereby made blood'. The use of **fi** in these clauses can be related to its instrumental use (p. 82), the situation or event described in the introductory clause, e.g. 'he beat me so much', being taken as the means which produce the situation or event described in the 'result' clause, e.g. 'I bled'. When **fi** is omitted the connection between the two situations or events is not so explicit.

> **ilẹ̀´ti ṣú tóbẹ́ẹ̀ tí ng kò fi lè ríran rárá,** it has got so dark that I cannot see at all
>
> **kíní ńṣe ẹ́ t'õ fi ńwúkọ́ báyǐ,** what is the matter with you that you are coughing like this?

If any part of the consequence clause is made emphatic with **ni**, the phrase **t'ó fi jẹ́ pé** 'and it thereby is that' or, with **fi** omitted, **t'ó jẹ́ pé** is used to introduce the clause.

> **ìlú náà´jìnnà tóbẹ́ẹ̀ t'ó fi jẹ́ pé agbára káká ni ng ó fi lè dé'bẹ̀ lóní,** the town is very far, so that it is with difficulty I shall be able to reach there today
>
> **mọ́tò mi´bàjẹ́, t'ó fí jẹ́ pé ẹsẹ̀ ni mo fi rìn dé'bẹ̀,** my motor was out of order, so it was on foot that I reached there
>
> **inú bí i tóbẹ́ẹ̀ t'ó fi jẹ́ pé lẹ́sẹ̀kannáà l'ó lé mi jádẹ̀,** he was so angry that he dismissed me on the spot

2. 'Why?' is expressed in Yoruba by the phrase **kíl'ó ṣe/kíní ṣe** 'what happened/caused?', for which there is a less common dialectal variant **eéṣe** (written as one word).

A clause following on this phrase is introduced by **tí** in the same way as the 'result' clauses described above, e.g. **kíní ṣe tí kò wá** 'why did he not come?' or, more literally, 'what caused and he did not come?'. If **fi** is added before the verb of the clause it has the effect of making more explicit the questioner's wish for a reasoned answer. A question without **fi** can be, in effect, merely a protest and the speaker will not necessarily wait for an answer.

> **kíní ṣe t'ọ̃ kò dá mi l'óhùn?** why didn't you answer me?
>
> **kíní ṣe t'ọ̃ kò fi dá mi l'óhùn?** why precisely didn't you answer me?

The difference in English would, of course, often be brought out merely by intonation.

Other words and expressions which explicitly ask for a reason and are followed by **fi** are **èétirí?**, which is a variant of **kíl'ó ti rí?** 'how is it that?' and **kíní ìdí rè?** 'what is the (lit. its) reason that?', which also often occurs in the reduced form **ìdí rè?**, e.g. **ìdí rè t'ọ̃ kò fi lọ?** 'what was the reason you did not go?'. The expression **nítorí kíní?** 'on account of what?', however, is followed by **ṣe**, not **fi**. The introductory **nítorí kíni?** is sometimes omitted, leaving the bare **ṣe** to carry the meaning, e.g. **o ṣe ṣe é?** 'why did you do it?'. But **ṣe** may also be a reduction of **kíni/báwo ni . . . ti ṣe?**, e.g. **o ṣe mọ̀ pé mo ti rà á?** 'how did you know that I had bought it?' (p. 179).

> **èétirí tí nwọ́n fi ńpariwo?** what has happened that they are making a noise?
>
> **kíni ìdí rè t'ọ̃ fi fẹ́(ẹ́) kọ̀ ọ́ sílẹ̀?** why do you want to divorce him?
>
> **ìdí rè t'ẹ̀ fi kọ̀ t'ẹ̃ ẹ̀ san owó náà?** what is the reason that you refuse and are not paying the money? (refuse to pay the money)
>
> **nítorí kíni nwọ́n ṣe ńjó níbẹ̀ yẹn?** for what reason are they dancing over there?
>
> **o ṣe rà á?** why did you buy it?

This use of **ṣe** occurs also in statements with **nítorínáà** 'therefore, for that reason' when that word is emphasised with **ni**, e.g. **nítorínáà ni mo ṣe gbé e wá** 'it is for that reason that I have brought it', but not when it is un-emphatic, e.g. **nítorínáà ng kò rà á** 'therefore I did not buy it'.

Another commonly used question has the form **kíl'o rí tó?** 'what have you experienced (**rí** 'see') to such a point?' = 'what makes you want to do that?' (which could be expressed more fully by **kíl'o rí tó t'ó̃ fi fẹ́(ẹ́) ṣe bẹ́ẹ̀?**). Answers to this sort of question are often phrased in the form of **ohun tí mo rí tó tí mo fi fẹ́(ẹ́) ṣe bẹ́ẹ̀ ni pé ...** 'what I have experienced to such a point that I want to act so is that etc.'.

4. Indirect questions either have the direct form pre-ceded by **pé** 'say' or the relative **tí** (with any appropriate changes) instead of the direct question word. In this latter form **fi** or **ṣe** must always be present.

> **ó bi mí léèrè pé kíní ṣe tí ng kò wá,** he asked me saying 'why had I not come?'
> **ó bi mí léèrè ohun tí ng kò fi wá,** he asked me why I had not come (more literally, the thing that I put (as reason) did not come)
> **nwọ́n fẹ́(ẹ́) mọ̀ ìdí rẹ̀ tí Ọba kò fi lè rí àwọn,** they want to know the reason why the ruler cannot see them
> **ìdí rẹ̀ tí mo fi wá n'ìyí,** this is the reason for my coming/ why I have come
> **a à mọ̀ ohun tí nwọ́n rí tó,** we do not know what made them act so
> **nwọ́n bèèrè pé nítorí kíl'a ṣe kúrò ní Ìbàdàn,** they asked saying 'why had we left Ibadan?'
> **kò fẹ́ sọ ìtorí ohun tí òun ́ṣe ṣe bẹ́ẹ̀,** he does not want to give the reason why he acted so

Indirect forms of **nítorí kíni?** questions are not often used.

ADDITIONAL VOCABULARY

ṣẹ̀, to offend

ẹ̀fúùfù, strong wind

ya, to flood in

dìgbò lulẹ̀, to slump to the ground

dákú, to faint

dáràn (dá ọ̀ràn), to   bẹ́, to cut off
   commit an offence   sìn, to accompany, escort
ríràn, to have sight   ìgbèsè, gbèsè, debt
mú, to be sharp

EXERCISE 31

Translate into English: èétirí tí nwọ́n fi ńpariwo bẹ́ẹ̀?
ẹnìkan′rí ejò nínú ọgbà, nwọ́n fẹ́(ẹ́) pa á ni; ọ̀nà wo ni mo
gbà fi ṣẹ nyín? ohun tí mo t'ìtorí rẹ̀ wá kò jù bẹ́ẹ̀ lọ; èfúùfù
yĭ lágbára tóbẹ́ẹ̀ t'ó fi jẹ́ pé omi ńya sínú ọkọ̀ wa; nwọ́n
lù mí tóbẹ́ẹ̀ tí mo fi dìgbò lulẹ̀ ti mo dákú; a ó wădí ọ̀nà
tí a ó maa fi ṣe gbogbo nkàn tí yió fi dára; kíl'o rí tó
t'õ fi fẹ́(ẹ́) fi iṣẹ́ yĭ sílẹ̀? ng kò jẹ́ jẹ́wọ́ pé mo dáràn ni mo
ṣe kúrò ní ìlú mi; owó l'àwọn obìnrin wọ̀nyí ńwò tí nwọ́n
fi ńfẹ́ mi; ó bèèrè ibití mo ti lọ àti ìdí rẹ̀ tí mo fi pé bẹ́ẹ̀;
nwọ́n bèrẹ̀sí(í) sálọ, tóbẹ́ẹ̀ t'ó fì jẹ́ pé ní òwúrọ̀ ọjọ́ tí mo
ńwí yĭ, ìyàwó kánṣoṣo l'ó kù s'ọ́dọ̀ mi; kíni ṣe t'õ ò ṣe
ohun tí mo ní k'õ ṣe? láìpé ilẹ̀ ó ṣù tóbẹ́ẹ̀ tí a kò fi ní(í)
lè ríràn rara; èké rẹ̀′pọ̀ tóbẹ́ẹ̀ tí ng kò fi lè gbà á gbọ́ rárá;
ọ̀bẹ yĭ mú tóbẹ́ẹ̀ t'ó fi lè bẹ́ ọwọ́ géńdé sọnù lẹ́ẹ̀kanṣoṣo; ng
kò mọ̀ ìdí rẹ̀ tí kò fi sìn wá lọ; ọjà′bàjẹ́ tóbẹ́ẹ̀ tí bàbá
mi′bọ́ sínú ìgbèsè.

*Now turn to the key at the back and retranslate the
sentences into Yoruba.*

32

MANNER

1. The direct question word for 'how?' in Yoruba is
báwo? If this is the introduction to a longer sentence,
báwo is followed by **ni**, with **ti** preceding the main verb,
e.g. **báwo ni nwọ́n ti rí?** 'what are they like? (how do they
appear?)'. Many Yorubas in this type of question use
kíni instead of **báwo ni**, e.g. **kíl'ó ti rí?** 'what is it like?'.
Note that in this case the presence of **ti** is vitally im-
portant for conveying the sense, because without it **kíni**
equals 'what?' and the sentence **kíl'ó rí?** can only be
translated 'what did he/she see?'. In certain phrases
báwo ni/kíni are actually omitted, leaving only **ti** to
carry the meaning, e.g. **ọ̀hún ti rí ò?** 'what is it like there?
(how is yonder?)'.

The addition of **tó** 'to reach' or **sí** 'to' is necessary when
a question refers to measurements or estimates of
quantity or quality.

> **kíl'ó ti tóbi tó?** how big is it? (how is it big reach?)
> **kíl'ó ti dára sí?** how good is it? (how is it good to?)
> **báwo l'o ti gbádùn ibẹ̀ sí?** how did you enjoy there?

A broad distinction that can be made between **tó** and
sí is that **tó** is used when referring to physical features to
which some sort of quantitative answer can be given,
while **sí** is used when the answer will be in general terms.
For example, in answer to 'how big is it?' one might
say **ó tóbi tó báyì** 'it is as big as this (it is big like this)'
with some illustrative gesture, while **mo gbádùn rẹ̀ púpọ̀**
'I enjoyed it very much' is the sort of answer expected
after 'how did you enjoy there?'. Occasionally, however,
tó is used where one might have expected **sí**.

When **ṣe** is added after **ti** some measure of effort is
generally implied.

báwo l'o ti ṣe tì í? how did you (manage to) shut it?
kíl'o ti ṣe rí i rà? how did you manage to get hold of
  one? (see buy)

Where **ṣe** is used **ti** tends to be omitted, e.g. **kíl'o ṣe rí i
rà?** for the example immediately above. On the other
hand, **ṣe** is sometimes added after **ti** rather superfluously.

2. For the indirect 'how' **bí** is substituted for **báwo ni**
or **kíni**.

b'ó ti rí n'ìyẹn, that is how it is (how it is is that)
mo fẹ́(ẹ́) mọ̀ b'ó ti rí gaan, I want to know what it is like
  exactly
bí mo ti ṣe tì í n'ìyẹn, that is how I managed to shut it
a à mọ b'ó ti tóbi tó, we don't know how big it is
a à lè sọ b'ã ti gbádùn rẹ̀ tó, we cannot say how much
  we enjoyed it

Note in the last example the use of **tó** with **gbádùn**,
corresponding to 'how *much*?' in the translation, while
in the direct question given earlier **sí** was used, rendered
by the vaguer 'how?'.

3. Clauses introduced by **bí ... ti** are actually noun
clauses which behave in many ways like a noun qualified
by a relative clause. The similarity would be more
obvious if, instead of translating the introductory words
by 'how/as', we used the rendering 'the way that, the
manner that'. We have seen in the examples already given
that these clauses can function as either the subject or the
object of a verb. An important point to note in this con-
nection is that when such a clause is the object of a low-
tone verb, e.g. **mọ̀** 'to know' in the second example in 2.
above, the verb is heard on a mid-tone just as when it is
followed by an unelided noun object. Other points of
similarity are that these clauses can be qualified by **yì**
'this', **yẹn (ùn, nì)** 'that' or **náà** 'referred to', e.g. **bí ẹ ti
ńṣe é yì kò dára** 'this way that you are doing it is no good',
and that two such clauses are linked by the same word
àti which is used to link nouns, e.g. **b'ó ti tọ́ àti b'ó ti yẹ**
'as is right and (as is) proper'.

b'ó ti rorò tó náà l'ó bà mí l'ẹ̀rù, it is the fact mentioned
of its being so fierce which frightens me

nwọ́n fi bí nwọ́n ti ńṣe é hàn mí, they shewed me how
they were doing it (they took the way they were
doing it shew me)

bí iṣẹ́ ènìà´bá ti wúlò sí ni òun yió fi níláání tó, it is
according to the usefulness of a person's work that
he will be appreciated (as a person's work happens
to be useful in degree (**sí**) it is he will thereby (**fi**)
have worth reach)

b'ó bá ti tóbi sí l'ó fi ńníyelórí tó, the bigger it is the
more expensive it is (as it happens to be big in degree
it is it thereby has value reach)

In the last two examples the **bí . . . ti** clause which is
the object of **fi** 'to put, take, use' is put in the emphatic
position at the head of the sentence followed by the
emphasising **ni**.

4. These clauses are also often used adverbially.

(*a*) The clause may be put in the usual position for
adverbs, i.e. after the main verb of the sentence.

ó ńsọ̀rọ̀ b'ó ti fẹ́, he talks as he likes

nwọ́n ṣe mí l'álèjò b'ó ti tọ́ àti b'ó ti yẹ, they entertained
me as was right and proper

(*b*) The clause may occur at the beginning of the
sentence, in which case its meaning can vary considerably.
It may refer to time (p. 165) or condition (p. 172) or, if
it ends in **tó** plus the demonstrative **yǐ** or **yẹ̀n (ùn, nì)**,
have a concessive meaning as illustrated here.

bí ẹ̀rọ yǐ ti kéré tó yǐ, ó lágbára púpọ̀, though this
machine is so small, it is very powerful

b'ó ti tóbi tó (o)nì, kò lè ṣe nkànkan, though he is so big
(as that), he cannot do anything

ADDITIONAL VOCABULARY

han(an)run, to snore   **ológbò,** cat
ekúté, mouse   **ọṣẹ,** soap

ìrépọ̀, harmony, friendship   eré, running
ìtọ́jú, caring for, looking   ṣubú, to fall
    after   orogún, co-wife
jọ . . . l'ójú, to impress

EXERCISE 32

Translate into English: kíl'ẹ ti gbádùn ìlú òyìnbó sí? a
gbádùn rẹ̀ púpọ̀; báwo ni mo ti ṣe maa sọ̀rọ̀ náà fún u?
ó ti pẹ́ tó t'õ ti dé'bí? ọ̀rọ̀ tí bàbá sọ lánà sí mi, báwo l'ó
ti rí l'ójú nyín? ó wúwọ jù b'ó ti rí tẹ́lẹ̀rí lọ; mo ńgbọ́
b'ó ti ńhãnrun níbit'ó sùn sí; bí ekúté kò ti lágbára
níwájú ológbò, bẹ́ẹ̀náà ni ng kò lágbára níwájú nyín; bí
nwọ́n ti ṣe ètò náà n'ìyí; ng kò lè sọ bí inú mi'ti dùn tó
láti mọ̀ nyín lónĭ; ng kò l'érò mĭràn l'ọ̀kàn jù bí ng ó ti
ṣe san oore náà padà fún u; ó ṣe mí bí ọṣẹ'ti ńṣe ojú; b'ó
ti wà yĭ ni k'ẹ̃ ṣe gbé e; ìrépọ̀'wà ní ìlú yĭ jù bí mo ti l'érò
lọ; bí ọkùnrin náà'ti ṣe ìtọ́jú mi'jọ mí l'ójú púpọ̀; gbogbo
b'ó ti ńṣe yĭ ni mo ńwò; ng kò tún f'ojú bà á mọ́ di bí mo
ti ńsọ̀rọ̀ yĭ; b'ó ti wù kí eré mi pọ̀ tó, ng kò le ṣubú rárá;
bí èmi pàápàá ti wà nínú ilé yĭ, mo mọ̀ nkàn tí ojú mi
ńrí l'ọ́wọ́ àwọn orogún.

*Now turn to the key at the back and retranslate the
sentences into Yoruba.*

33

THE FORMATION OF NOUNS (1)

Yoruba forms nouns from verbs in a number of ways.
These are:

1. A prefix **a-** is added to many combinations of verb
plus object to form nouns denoting persons or things per-
forming the action of the verb, or, where the combina-
tions denote a state, persons who are in that state.

Examples: **akòwé** 'clerk' (**kọ** 'write' **ìwé** 'paper, book');
apẹja 'fisherman' (**pa** 'kill' **ẹja** 'fish'); **akẹ́kọ̀** 'student' (**kọ́**
'learn' **èkọ́** 'learning'); **aṣẹgità** 'firewood seller' (**ṣẹ́**
'snap off' **igi** 'wood' **tà** 'sell'); **abanilóríjé** 'person who
gets one into trouble' ('one who spoils—**bà** ... **jé**—a
person—**ẹni**—in luck—**orí**'); **asọnilórúkọ** 'person who gets
one a (bad) name' (**sọ** ... **l'órúkọ** 'give a name to');
afọ́jú 'blind man' (**fọ́** 'broken' **ojú** 'eye'); **agétí** 'crop-eared
man' (**gé** 'cut' **etí** 'ear'). Note that such a word as **agétí**
might theoretically be expected to have also the meaning
'person who cuts ears' but such a meaning does not
actually exist.

There is a special group of words formed with **a-** which
have two parts, the second part being preceded by the
negative **má**, e.g. **alápámáṣiṣẹ** 'person who has arms—
apá—but does not work', i.e. 'lazybones'; **arajàmásànwó**
'person who buys goods—**ọjà**—but does not pay';
atamátàsé 'person who shoots and does not miss'.

Nouns made up of **a-** and a bare verb stem are rare;
aṣẹ 'strainer' (**ṣẹ́** 'strain') is one example.

2. A small number of nouns have a prefix **ò-/ọ̀-** (varying
according to the following vowel) which performs the
same function as **a-**; this prefix cannot be used to form
new words as **a-** can be used.

Examples: **òjíṣẹ́** 'messenger' (**jẹ́** 'answer' **iṣẹ́** 'message');

182

òsìsẹ́ 'workman, worker'; ọ̀mùtí 'drunkard' (mu 'drink' ọtí 'spirits'—for the tones see para. 6. below); ọ̀jẹun 'glutton'.

3. A number of nouns denoting living creatures or things performing the action of the verb are complete reduplications of the verb plus noun object.

Examples: **jagunjagun** 'warrior' (**jà** 'fight' **ogun** 'war'); **woléwolé** 'sanitary inspector' (**wò** 'look at' **ilé** 'house'); **yọhínyọhín** 'dentist' (**yọ** 'extract' **ehín** 'teeth'); **jẹdíjẹdí** 'haemorrhoids, piles' (**jẹ** 'consume' **idí** 'bottom').

In some cases both the form with **a-** and the reduplicated form occur, but with a differentiation in meaning, e.g. **apẹja** 'fisherman', **pẹjapẹja** 'a variety of sea-bird which lives on fish'; **akọrin** 'chorister', **kọrinkọrin** 'person who is always singing'. The reduplicated form appears to bring up a visual image of constant repetition of the action associated with the person or thing.

4. The prefix **olù-** added to some verbs makes a noun denoting the doer of the action, e.g. **olùkọ́** 'teacher', **olùgbàlà** 'saviour', **olùtọ́jú** 'one who looks after'. **olùfẹ́**, however, means both 'lover' and 'loved one', while **olùpọ̀njú** means 'person in distress'.

5. There is a compound prefix **oní-** containing the verb **ní** 'have, possess' which can be added to any Yoruba noun to give the meaning 'one who has/possesses the object in question'. The prefix actually takes various forms but it is convenient to refer to it under the form which it has when there is no elision, i.e. before a noun beginning with a consonant, e.g. **onímọ́tò** 'motor-owner'. This form also occurs when the noun begins with the vowel **i**, e.g. **onírun** 'hairy person/thing' (**irun** 'hair'), otherwise the **n** appears as **l** and the **o** is assimilated to the initial vowel of the noun, giving, e.g. **alárùn** 'person with disease', **elépo** 'person/thing which has palm-oil', **elẹ́ran** 'person/thing having meat', **olóko** 'farm-owner', **ọlọ́nà** 'thing with decoration'. Nouns of this type are used both independently and also as qualifiers of other nouns, e.g. **aṣọ ọlọ́nà** 'cloth which has decorations on it',

ọbẹ̀ ẹléran 'stew with meat in it'. The prefix does not
necessarily imply ownership; for example, a girl hawking
cloth about is usually acting as an agent but she would
be referred to as aláṣọ.

A frequent use of nouns of this form is exemplified in
such expressions as ọmọ ọlọ́mọ 'another person's child'
('the child of a person who has a child') which occurs
in the proverb ọmọ ọlọ́mọ kò jọ ọmọ ẹni 'other people's
children are not like one's own children' 'blood is thicker
than water'. Other examples are ilé onílé 'other people's
houses' and ohun olóhun 'other people's property'.

Occasionally the prefix is added to nouns denoting
persons to give a more general meaning than the simple
form, e.g. alákọ̀wé in ó ní alákọ̀wé l'òun'maa fẹ́ 'she says
she is going to marry a *clerk*' (i.e. not a farmer or factory
worker—the reference is more to the proposed husband's
status in society than to his actual occupation).

In a certain number of cases this form has an emphatic
effect, e.g. òní olóní 'this very day' ('today which has
today'); also eléyǐ, oníyẹ̀n, eléyǐ(i)nì, which are emphatic
forms of èyí 'this', ìyẹn and èyí(i)nì 'that'; onítọ̀hún 'the
other person' (t'ọ̀hún 'what belongs to yonder').

6. The prefix ì- added to a simple verb stem or to a
compound of verb plus object with or without further
extensions forms abstract nouns, e.g. ìdúró 'state of
waiting or standing', ìjókǒ 'state of sitting', ìnáwó 'ex-
penditure of money', ìmọ̀ 'knowledge', ìfọkànbalẹ̀
'having one's heart at rest' ('put heart settle down'),
ìlọsíwájú 'progress' ('going forward'). ìfẹ́ 'love, desire'.

The verb-noun formed in this way with ì- has a re-
duplicated form with an interposed kú which always has
a pejorative meaning, e.g. ìsọkúsọ̀ 'bad language, foolish
talking', ìnákúnà 'foolish spending, extravagance', ìlòkúlò
'foolish use, bad use', ìràkúrà 'foolish buying'. Both these
reduplicated forms and also the simple forms are fre-
quently used with the prefix oní-, e.g. oníṣòwò 'trader' (ṣe
'to do' òwò 'trade'), onídúró 'one who stands as surety',
onínàkúnà 'one who indulges in extravagance, profligate'.

As the examples given suggest, the meaning of these forms is generally active; an exception is provided by oníbàjé 'spoilt' (of a child). The reduplicated form is often used as an adverbial extension, e.g. ó lò ó ní ìlòkúlò 'he used it in an improper way'.

A certain number of nouns formed from verbs with this prefix do not fit into the general pattern, e.g. ìgbálè 'broom' (gbá 'to sweep' ilè 'ground'), ìbòwó 'glove' (bò 'to insert' owó 'hand'), ìránsé 'servant, messenger', ìjòyè 'chief' (but ìjoyè 'the act of appointing a chief'). Also to be noticed is the fact that verb compounds with mid-high tones change this pattern to low-high when this prefix is added, e.g. tijú 'to be ashamed', ìtìjú 'shame'; ronú 'to take thought', ìrònú 'pensiveness'. The same change also takes place after the low tone ò-/ò- prefix described in 2. above, e.g. mutí 'to drink spirits', òmùtí 'drunkard'; sisé 'to work', òsìsé 'workman, workmanlike'.

7. There is a prefix à- which is to some extent interchangeable with the ì- just described, but Yoruba has tended to fix a form with à- for some verbs or types of context and ì- for others. For example, one uses àlo 'going' in the farewell prayer àlo (o)re, àbò (o)re ò! 'a good going and a good returning!', but ìlokúló is said for 'foolish going' and ìlosíwájú for 'progress' ('going forward'). In translating into English it is not possible to make any distinction of meaning and it is therefore merely a matter of learning where each form is appropriate.

(a) à- is used in wishes and prayers, as in the example already given. Other examples are àse ò! 'may it come to pass', àdepa ò! 'may one hunt and kill' (a greeting said to a hunter), àroyè o! 'may one forge and live' (a greeting said to a blacksmith).

(b) à- is generally used where a second verb is added to qualify the first, e.g. àsejù 'doing to excess', àsetán 'doing to completion', àsetì 'attempting to do and failing', àsegbádùn 'doing with enjoyment'. These forms often occur in adverbial extensions, e.g. ó se é l'ásèjù 'he did it

with a doing to excess', **ó pa á l'ápàtán** 'he killed him
with a killing to completion'. They may also occur as the
subject or object of a verb, e.g. **àṣejù kò dára** 'excess is
not good', **ó pàpòjù (pò àpòjù)** 'it is too much', or be used
with the **oní-** prefix, e.g. **aláṣèjù** 'person who does things
to excess'.

(*c*) Many **à-** forms have a passive meaning, especially
when used to qualify another noun, e.g. **ìtàn àròsọ** 'fable,
fiction' ('story which is imagined and related'), **aṣọ
àlòkù** 'second-hand clothes' ('clothes used with use
remaining'). Other examples are **àmúwá Ọlọrun** 'thing
brought on one by God' (**mú ... wá** 'to bring'); **alábùkún**
'person who is blessed (possessor of thing added in
addition)', which we can compare with **ìbùkún** 'act of
blessing' and **olùbùkún** 'one who gives a blessing';
aláfèhìntì 'one who has someone on whom he can lean
back', i.e. a backer (**fi ẹ̀hìn tì** 'to put back lean').

The translation of many of these forms will vary
according to the context, e.g. besides **aṣọ àlòkù** we may
have **ó lò ó l'álòkù** 'he used it but left it still usable'.

(*d*) **à-** is used when the first verb is followed by a second
verb preceded by a low tone negative element. This is
sometimes conventionally written **ì** but is actually pro-
nounced as an extension of the preceding vowel on a low
tone, e.g. **àféìrí** or **àfẹ̀ẹ̀rí** 'something looked for or wanted
(**fẹ́**) but which cannot be seen', as in **ó di àfẹ̀ẹ̀rí** 'he
vanished into thin air'. Such forms can be used to refer
to an abstract quality or to a concrete person or thing,
e.g. **àwììgbọ́** 'disobedience' or 'disobedient person—one
to whom one speaks (**wí**) but he does not listen (**gbọ́**)'.
In a variant of this form the first verb is repeated after the
negative with a qualifying verb added, e.g. **àmọ̀ọ̀mọ̀tán**
'thing known but not known completely' or the verb-
noun describing this quality.

ADDITIONAL VOCABULARY

mọlémọlé, builder (in mud)   **òpùrọ́,** liar
aṣọ́gbó, forest guard   **kólékólé,** burglar

osùn, camwood
kàdárà, destiny
àfẹ́sọ́nà, betrothed
òṣìṣẹ́, worker
àfojúbà, personal
  experience

olóríburúkú, ill-fated
  person
ìrònú, anxious thought
ọ̀dáràn, offender
dá . . . l'óró, to treat cruelly
'ni (=ẹni), person, one

EXERCISE 33

Translate into English: àwọn mọlémọlé kò fẹ́ kí òjò rọ̀; aṣọ́gbó ni nwọ́n ńpè àwọn òṣìṣẹ́ ìjọba t'ó ńṣiṣẹ́ nínú igbó; ng kò lè gbà á gbọ́ rárá, òpùrọ́ ènìà ni; a jẹ́ sọ́ra púpọ̀, nítorípé kólékólé pọ̀ ní ìlú yĩ ò! gbogbo àwọn ìyàwó rẹ̀ sá bá eni ẹlẹ́ni lọ; nwọ́n máa ńpè ọkọ ìyàwó ní ẹlẹ́sẹ̀ osùn; ìrònú kò jẹkí ọkàn mi balẹ̀; ng kò fẹ́ kí olóríburúkú yẹn rà nkànkan l'ọ́wọ́ mi; ìròhìn kò tó àfojúbà; nígbàt'ó ṣe, a já sí títì ọlọ́dà; aṣọ àlòkù l'ó ńwá káakiri; alágbára má mèrò (mọ̀ èrò), baba ọ̀lẹ; elétẹ̀ kò pa á l'ójú ẹni; agbójú-lé-ogún fi ara rẹ̀ fún òṣì ta pa; abínú ẹni kò lè pa kàdárà dà; aláṣẹjù kò ní(í) pẹ́ tẹ́; onígbàgbọ́ l'àwa méjèèjì; ìyàwó mi àfẹ́sọ́nà' wá kí mi n'ijẹ̀tà; adájọ́ jù ọ̀dáràn náà s'ẹ́wọ̀n ọdún mẹ́tà; adáni-l'óró f'agbára kọ'ni.

Now turn to the key at the back and retranslate the sentences into Yoruba.

G

34

THE FORMATION OF NOUNS (2)

We go on in this chapter to describe further noun forms derived from verbs.

1. The word **àti (láti)** placed before a verb makes a noun which corresponds to the English infinitive or verb noun, e.g. **àti rí owó ọkọ̀ l'ó ṣòro** 'to find/finding the money for the boat/conveyance (it is) is difficult'. It is common after nouns and verb combinations composed of verb plus noun, e.g. **àkókò àti lọ** 'time to go', **ọ̀nà àti rí i** 'a way to find it', **ó pinnu (pin ẹnu) àti pa á** 'he decided to kill him', **ó gbìyànjú (gbà ìyànjú) àti kọ́ ọ** 'he made an effort to learn it'. It is also frequently used in adverbial extensions to express purpose, with the preceding **ní** written as one word with **àti**, i.e. **láti** is written for **l'áti**, e.g. **ó ṣe é láti dérùbà mí** 'he did it to frighten me'. From the adverbial extensions the **láti** form is tending to spread into the other constructions, so that **àkókò láti lọ, ó pinnu láti pa á** are also common. As many Yorubas use English a great deal and this form corresponds so closely with the English infinitive it is not surprising to find that it is being used to an increasing degree in other constructions as well, particularly in written Yoruba, e.g. **ó kọ̀ láti lọ** 'he refused to go' for **ó kọ̀ kò lọ** 'he refused he did not go'; **ó fẹ́(ẹ́) láti rà á** 'he wants to buy it' for **ó fẹ́(ẹ́) rà á; ó níláti lọ** 'he has (ní) to go' (the phrase is apparently borrowed from English).

àti appears to contain the prefix **à-** described in Chapter 33 along with an unexplained element **ti**, but its use differs from that of the simple prefix in that it can be followed by **máa**, giving a habitual meaning to the form, e.g. **àti máa ṣiré nígbàgbogbo'sú mi** 'to be playing about all the time is irksome/has become irksome to me'.

The word àti (láti) described here must not be confused with another àti (láti) 'from' which is formed by adding the prefix à- to the verb ti 'come from'. This is usually found in adverbial extensions, so that the form láti is commoner than àti and is actually (just like the other láti) tending to replace the basic form in other contexts as well, e.g. besides àti Èkó dé Ìbàdàn´jìnnà díè 'from Lagos to (reach) Ibadan is quite far' we have also láti Èkó etc. Perhaps through imitation of English, constructions with láti are tending to replace the simple ti, e.g. instead of mo t'Èkó dé lánǎ 'I from Lagos arrived yesterday' mo dé lát'Èkó lánǎ 'I arrived from Lagos yesterday' is now often heard. (For more about this verb ti 'to come from' see p. 142.)

The other word àti 'and', used to join nouns and noun clauses (see p. 201), has no complementary láti form.

2. We saw on p. 121 that many adjectives are derived from verbs by prefixing a high-tone syllable which has the vowel i and the same consonant as the first syllable of the verb. Words of this type can actually be formed from practically any verb; they function both as adjectives and nouns or sometimes only as nouns.

(a) When followed by the relative word tí or the emphasising word ni this form is used to emphasise the verb, e.g. jíjádè t'ó jádè l'ó rí mi 'the coming out that he came out it is he saw me' = 'as soon as he came out he saw me', pípa ni nwón pa á 'killing it is they killed him' = 'they actually killed him'. If a verb is used with both an active and a passive meaning, this form can be used to emphasise it in either sense, e.g. fífó l'ó fó o 'he *broke* it' and fífó l'ó fó 'it is *broken*'.

(b) If a verb has only active meaning, this form, if used as an adjective, generally has the meaning 'to be . . .', e.g. mímu 'to be drunk, drinkable', as in omi mímu 'drinking water', and títà 'to be sold', as in isu títà 'yams for sale'. These forms can also function independently as nouns with this meaning, e.g. aso yǐ pón, ó di fífò 'this cloth is dirty, it needs washing', lit. 'it has become a thing for washing'. If, however, the verb has both active and passive meaning, this form both as adjective and noun generally reflects the passive meaning, e.g. àwo fífọ́ 'broken dish' and ó di fífọ́ 'it has become a broken thing, it is now broken'.

(c) When a transitive verb is accompanied by its object, this is often placed in front of the verb in this form, e.g. ọtí mímu 'spirit-drinking', oko ríro 'farm-tilling'. This is not so, however, with verbs which form a close compound with a noun, e.g. jádè (já òde) 'to get out'. The difference between close compounds and other combinations of verb plus noun is clearly seen in the emphatic context described in (a) above, where one says, e.g. jíjádè tí mo jádè but mímu tí mo mu ọtí yǐ. jádè is thought of as representing one idea and the parts cannot easily be separated and reversed—one says ọtí mímu but not òde jíjá. A point to note is that many verbs which we think of as intransitive in English may be transitive in Yoruba in the sense of being directly followed by an object noun, e.g. we say that a person is 'strong of body', but Yoruba says he is 'strong body'—ó lera (le ara). This can be reversed as ara líle, meaning 'a strong body' or 'health'. This example shews that there is sometimes the possibility of translating these forms in two different ways in English. Another example is ìwé kíkà, which can be either 'book-reading', i.e. 'reading', or 'book for reading, reader'. Such cases are not, however, numerous and the contexts in which the forms are used shew in what sense they are to be taken, e.g. the two meanings of omi mímu— 'water for drinking' and 'water-drinking'—are hardly likely to cause confusion.

(d) Forms which are used as adjectives are also used to denote the corresponding abstract nouns, e.g. gígùn 'long, length', dídùn 'sweet, sweetness'. Where the adjective is irregular, however, a *regular* form is used for the abstract noun, e.g. kékeré 'small', kíkéré 'smallness'; dáradára 'good', dídára 'goodness'. It is these regular forms which occur in the emphatic sentences described in (a) above, e.g. kíkéré t'ó kéré ni kò jẹ́ kí n rà á 'it's *smallness* it was did not allow me to buy it'. Note, however, that in the case of adjectives which have the same form as the verb, e.g. **dúdú** 'to be black, black', many Yorubas also use the same form for the noun, e.g. **ó ní funfun àti pupa** 'it contains both white and red', **dúdú t'ó dúdú kò wù mí rárá** 'it's blackness does not attract me at all'.

The form is also used for the verb noun of some verbs which have no adjectives connected with them, e.g. **lílọ** 'going', as in **àkókò lílọ mi** 'the time of my departure', and **ṣíṣí** 'state of being open', as in **ó wà ní ṣíṣí** 'it is in an open state'.

3. A reduced form of the prefix described in 2. is probably the origin of the long vowel which crops up in phrases like **ó ṣòro(ó) ṣe** 'it is hard to do', **ó dùn(ún) gbọ́** 'it is sweet to hear' as compared with the short vowels of **ṣòro, dùn**. Note that the extension has a high tone. We may assume that an earlier form was e.g. **ó ṣòro ṣíṣe** and that the initial consonant of **ṣíṣe** was dropped and the vowel **i** then assimilated to the preceding vowel, retaining of course its high tone. This high tone extension also occurs, as we saw in Chapter 12, in such phrases as **ó fẹ́(ẹ́) rà á** 'he wants to buy it', **ó bẹ̀rẹ̀sí(í) jẹ ẹ́** 'he began to eat it', **kò ní(í) lọ** 'he will not go' ('he has not to go'), **kò tó(ó) kà á** 'he is not up to reading it'. In all these cases it is simplest to explain the lengthened vowel as containing what is actually a prefix to the following verb, making a form which corresponds to the English infinitive 'to buy, to eat' etc. Sometimes we get a reversal of order of verb and object, e.g. instead of **ó bẹ̀rẹ̀sí(í) sọrọ̀ (sọ ọ̀rọ̀)** 'he began to speak' we may get **ó bẹ̀rẹ̀sí ọ̀rọ̀(ọ́) sọ** or the fuller form ... **ọ̀rọ̀ sísọ** or even ... **ọ̀rọ̀ ni sísọ**. It is unfortunate that in the ordinary Yoruba spelling there is often no indication of these long vowels, e.g. **ó ṣòro(ó) ṣe** may be simply written **ó sòro ṣe**. Sometimes, however, the extra length is shewn by writing a conventional **í-**, e.g. **ó ṣòro íṣe**. In **kò ṣẽ ṣe** 'it cannot be done' (lit. 'it does not do to do') the length is usually shewn as indicated. This use of **ṣe** is common with and without the negative, e.g. **ó**

ṣe(é) ṣí 'it can be opened', kò ṣe(é) f'ẹnu sọ 'it cannot be described (put mouth say)'. A point to note about its use is that where one might expect it to be followed by the instrumental **fi** (p. 82) this is frequently omitted, e.g. **ọbẹ kò ṣe(é) fárí** 'a knife cannot be used to shave the head', where one might have expected **kò ṣe(é) fi fárí**.

It is not unusual in written Yoruba to find **láti** used instead of the lengthened vowel, particularly if a qualifying word is added, e.g. **ó ṣòro púpọ̀ láti ṣe** instead of **ó ṣòro(ó) ṣe púpọ̀**.

4. A prefix **àì-** in front of a verb makes a form which we can regard as the negative complement of the **àti** verb noun, since this prefix, too, can be followed by **máa**; it is often written as a separate word. Examples: **àìdára** 'not being good', **àì rí nkản rà** 'failure to find anything to buy', **àìlówótó** 'not having enough money', **àì kà ènìà sí rẹ̀** 'his lack of respect for people', **àìfetísílẹ̀ mi** 'my failure to pay attention'. These forms often occur in adverbial extensions with **ní àì** written **láì** as a separate word corresponding to English 'without', e.g. **ó wọlé láì sanwó** 'he went in without paying', **ó jádẹ láì fún mi l'ésì** 'he went out without giving me an answer'. With **pẹ́** 'to be long, late', however, it is generally written as one word, e.g. **áá wá láìpẹ́** 'he will come soon', **mo rí i láìpẹ́ yì** 'I saw him recently'.

Combined with another negative this form is used to express a strong affirmative, **àì-** being fused with the verb **ṣe** 'to do' to form a separate word, e.g. **kò lè ṣàì wá** 'he cannot fail to come', **kò ní(í) ṣàì padà** 'he will surely return', **máṣàì (má ṣàì) maa wá(á) kí mi l'Ékǒ** 'be sure to keep on coming to greet me at Lagos'. As in the last example, **má** tends to be written as one word with **ṣàì**; some Yorubas use a longer form **máṣàlàì, má ṣàlàì** here. It should be mentioned that **gbọdọ̀** 'must' is followed by **má**, e.g. **ng kò gbọdọ̀ má lọ** 'I must not fail to go'; compare the use of **má** with **fẹ́rẹ̀** 'almost' (p. 148). **lè** 'to be able' can be followed by either **ṣàì** or **má**, e.g. **ó lè ṣàì rà á, ó lè má rà á** 'he may fail to buy it'.

Nouns formed with **àì-** are often used with the **oní-** prefix, e.g. **aláìsàn** 'sick person' from **àìsàn** 'not being well', **aláìláǎnú** 'pitiless person' from **àìláǎnú** 'not having pity (àánú), aláìríṣẹ́ṣe** 'one who cannot find work' (**rí iṣẹ́ ṣe**).

Other uses of this form are seen in such sentences as **ó lè ṣàì wá lóní k'ó wá lólǎ** 'he may fail to come today but come tomorrow, perhaps he will not come today but come tomorrow instead' and **ó dé t'àìdé l'ó bẹ̀rẹ̀sí(í) bú mi** 'he had hardly arrived when he began to abuse me', **ó wẹ̀ t'àìwẹ̀ ni mo wọlé dé** 'he had hardly finished washing when I came in'. The **t'àì** form here is added as an adverbial qualifier, not as object of the preceding verb; if it were the object the low tone verb **wẹ̀** would be heard on a mid tone (p. 32). The **t'** in such expressions is obscure; it could be taken as an independent use of the possessive **ti** (p. 45). Some Yorubas omit it.

ADDITIONAL VOCABULARY

akólòlò (ké òlòlò), stammerer
mì, to swallow
tú, to undo, reveal
àṣírí, secret
abẹ́rẹ́, needle
jampata, to worry one's head
àtẹ́lẹwọ́, palm of hand

aláìnítìjú, shameless person
àna, relative-in-law
dípò, instead of
fò ṣánlẹ̀, to collapse (of a person)
gbèrò, to plan
dá ọwọ́ lé, to undertake

EXERCISE 34

Translate into English: ó wá ọ̀nà àti lọ(ọ) pàdé ọ̀rẹ́ rẹ̀; obìnrin kò ṣe(é) f'inú hàn; ó ṣe(é) fi bọ'pò (bọ àpò); kíkéré tí abẹ́rẹ́ kéré, kì íṣe mímì adìẹ; ríró ni t'ènìà, ṣíṣe ni t'Ọlọ́run; pípé ni yíó pẹ́, akólòlò yio pè bàbá; sísá l'ó ńmú ènìà sá fún oore ṣíṣe; ojú tì mí láti tú àṣírí yǐ fún u; kò lè ṣàì yà nyín l'ẹ́nu láti rí mi báyǐ; àti jókǒ di ìjàngbọ̀n, àti dìde di ìyọnu; kíni ojú rẹ̀'ṣàì rí tán l'órù ọjọ́ náǎ? kò

jampata àti fẹ́ ìyàwó mǐràn mọ́; àtẹ́lẹwọ́ kò ṣe(é) fi rù
iná; ó náwó gidigidi lórí nkàn jíjẹ àti nkàn mímu; ó pinnu
àti farapamọ́ wò nkàn tí yió ṣẹ́lẹ̀; ó lè ṣàì fún wa l'óúnjẹ
k'ó fún wa l'ówó dípò rẹ̀; iṣẹ́ tí a ńgbèrò àti dá ọwọ́ lé
yǐ wúlò lọ́pọ̀lọ́pọ̀; àigbé'lé jù bẹ́ẹ̀ lọ kò jẹ́k'ó tètè l'óbìnrin;
aláìnítìjú ni ígbà ilé àna rẹ̀ kú sí; awọ yi ṣe(é) ṣe bàtà
(= . . . ṣe(é) fi ṣe bàtà); ẹ̀wà sísè ni mo fẹ́ràn jù; kò mọ̀
ọbẹ̀(ẹ́) sè, kò mọ̀ iyán(án) gún; ó jádẹ t'àì jádẹ l'ó fò
ṣánlẹ̀ kú.

*Now turn to the key at the back and retranslate the
sentences into Yoruba.*

35

MORE ABOUT YI, YẸN, AWỌN, KAN, NAA AND PRONOUNS

In this chapter we bring together and give more details about various commonly occurring words.

1. We have seen (p. 41) that in Yoruba we can make a distinction between a number of persons or things thought of collectively, e.g. **mo fọ̀ àwo** 'I washed the dishes', or as a group of individuals, e.g. **mo rí àwọn ìjòyè** 'I saw the chiefs'. This distinction may be made also when we add 'these' or 'those', e.g. **fọ̀ àwo yǐ** 'wash this dish', **fọ̀ àwo wọnyì** 'wash these dishes'; **ìjòyè yǐ fẹ́ bá nyín sọ̀rọ̀** 'this chief wants to talk with you', **àwọn ìjòyè yǐ fẹ́ bá nyín sọ̀rọ̀** 'these chiefs etc.'. In written Yoruba also, possibly through the influence of English, we often have **àwọn ... wọnyì** instead of **àwọn ... yǐ**, which seems to be out of line with the general Yoruba tendency to be economical with indications of plurality. It should be noted, however, that the plural form is obligatory if the noun is followed by a qualifying clause of any length, e.g. **àwọn t'ó fẹ́(ẹ́) bá wa sọ̀rọ̀ wọnyì** 'these people who want to talk with us'. The corresponding forms for 'those' are **wọnyẹn** and **àwọn ... yẹn/wọnyẹn**.

The independent plural form of these words are **ìwọnyí/àwọnyí, ìwọnyẹn/àwọnyẹn** in the more collective sense (**ì-** and **à-** being dialectal variants) and **àwọn wọnyí, àwọn wọnyẹn** in the more individual sense. The difference between **kín' ìwọnyí** and **kíl' àwọn wọnyí** 'what are these?' is best brought out by differences of intonation in English; the second alternative answers to an increase of stress on 'these'.

2. The plural indicator **àwọn** may be put in front of **tani** 'who?', e.g. 'who did you see there?' may be

translated **tal'o rí níbẹ̀?** or **àwọn tal'o rí níbẹ̀?** according to
the questioner's knowledge of the circumstances. But if
plurality is shewn in what follows this does not happen,
e.g. 'who are those people?' is **tàl'àwọn wọ̀nyẹn?** Notice
the difference between this expression and **àwọn tan'ìyẹn?**
'who is that?', which might be said if one heard a noise
outside the room indicating the arrival of more than one
person. If one thought that only a single person had
arrived one would, of course, say **tan'ìyẹn?**

When **àwọn** is placed in front of a proper name it
denotes the group to which the person concerned is
thought of, in that particular context, as belonging, e.g.
àwọn Táíwò may on one occasion denote Taiwo's family
and on another occasion a school class or any other group
with which he may happen to be associated. It is not in
any way equivalent to the English family plural, e.g. 'the
Smiths'.

3. When **kàn** occurs after **àwọn** or numerals it has the
meaning 'a set/group of', e.g. **ní ìgbà kan àwọn ọmọ mẹ́tà
kàn´wà** 'once upon a time there were three sons', i.e. a
particular set of three sons on whom our attention is to be
fixed. **àwọn kàn** means 'a certain group of people', e.g.
tàn'ìwọ̀nyì? àwọn kàn tí nwọ́n (or **t'ó**) **ńwá iṣẹ́ ni** 'who are
these people? some people who are looking for work'.
Contrast with this **àwọn t'ó ńwá iṣẹ́ ni** 'the people who
are looking for work'. The singular of **àwọn kàn** is
ẹnìkan (always written as one word). Compare with this
nkàn (or **nǹkan**) 'something, a thing', derived from **ohun
kàn**. The **kàn** is doubled in **ẹnìkankan** 'anybody', **nkànkan**
'anything', as in **ng ò rí ẹnìkankan níbẹ̀** 'I did not see
anybody there', **ng ò rà nkànkan** 'I did not buy any-
thing'

Note that in the above usage **kàn** precedes a relative
clause. It will follow such a clause only if this is short and,
in fact, equivalent to an adjective (which is true also of
other numerals). Contrast **mo rí ilé t'ó kéré kàn** 'I saw
a small house' with **mo rí ilé kàn t'ó kéré púpọ̀** 'I saw a
house which was very small'; **t'ó kéré** in the first sentence

is equivalent to **kékeré**. **yǐ**, **yẹn** and **náà**, on the other hand, normally follow a relative clause, e.g. **obìnrin t'ã ńsọ̀rọ̀ rẹ̀ yǐ** 'this woman that we are talking about', **èyít'ó sanra yẹn** 'that fat one', **owó tí nwọ́n fún mi náà** 'the money in question which they gave me'. When these words precede the relative clause, they are followed by a slight pause just as in the corresponding English sentence; the relative word **tí**, too, requires some supporting words. For example, 'my friend (mentioned), who had already arrived' is rendered by **ọ̀rẹ́ mi náà, t'ó jẹ́ pé ó ti tètè dé** 'my friend, which it is that he had arrived early' or **ọ̀rẹ́ mi náà, ẹnit'ó ti tètè dé** 'my friend, the person who had arrived early' (the second rendering being rather bookish). Similarly, for 'this bag of mine, which was very heavy' one says **àpò mi yǐ, t'ó jẹ́ pé ó wúwo púpọ̀** or (bookish) **àpò mi yǐ, èyít'ó wúwo púpọ̀**.

4. Besides its common meaning of 'the . . . mentioned, hinted at, inferred', **náà** not infrequently means 'too' or, in negative sentences, 'either', e.g. **èmi náà́ fẹ́ lọ** 'I too want to go', **Táiwò náà kò lè kà á** 'Taiwo could not read it, either'. It is also occasionally used adverbially at the end of short phrases with a meaning something like 'as has already been stated or implied', e.g. **ó dára náà** 'it's all right even so' (in spite of various circumstances which might have caused me to alter my mind). **ó lọ náà ni ṣùgbọ́n . . .'** he did indeed go, but . . .'. For this adverbial use of **náà**, compare the similar use of **yǐ** and **yẹn** mentioned on p. 145.

náà can be used with **yǐ** and **yẹn**, which it always follows, e.g. **aṣọ tí mo rà lánǎ yǐ náà** 'this (before mentioned) cloth which I bought yesterday', **ọ̀rọ̀ t'ã sọ fún nyín yẹn náà** 'that matter which we mentioned to you'.

In some cases **náà** is written as one word with the preceding element. These are: **nítorínáà** 'for that reason, therefore', **ọ̀kannáà (ìkannáà)** 'the same thing' (**ọ̀kan** 'one'), **kànnáà** 'the same' (dependent form), **bákànnáà** 'in the same way, alike' (compare **báyǐ** 'in this way'), **bẹ́ẹ̀náà** 'so, as you say'.

5. The forms **eléyǐ** and, less frequently, **oníyẹn** containing the **oní-** prefix described on p. 183 are used for emphasis, e.g. **eléyǐ ni mo fẹ́** 'it is this one I want' is more emphatic than **èyí ni mo fẹ́**. They are sometimes used with nouns, e.g. **ìgbà eléyǐ** '*this* occasion' as compared with **ìgbà yǐ**. If **eléyǐ** is used to refer to a person it usually has a contemptuous meaning, e.g. **kíni eléyǐ lè ṣe?** 'what can this person do?'. Another way of making **èyí** emphatic is to add **yǐ**, e.g. **èyí yǐ ni mo fẹ́** 'it is this very one I want'.

6. In translating 'that' we have to take account of dialectal variants. Besides **ìyẹn**, **yẹn** there occur also **èyūn** (**èyúun** from **èyí un**), **ùn**, e.g. **àpótí ùn** 'that box', **èyūn kò kàn mí** 'that does not affect/concern me'. **ùn** is seen in **báùn** 'like that', parallel with **báyǐ** 'like this', for **bẹ́ẹ̀ yẹn**. Another variant is **nì** (dependent form), which requires the lengthening on a mid tone—not always written—of the preceding vowel, e.g. **fìlà(a) nì** 'that cap', **owó(o) nì** 'that money', **ọmọ(ọ) nì** 'that child'. The independent form is **èyíinì**, e.g. **èyíinì kò tó** 'that is not enough'. Plural forms **àwònun**, **wònun** and **àwọn(ọn)nì**, **wọn(ọn)nì** also occur.

7. Common uses of the emphatic pronouns which should be noted are:

(*a*) We have seen that **àwọn** 'they' can precede **tani** 'who?'; so too, in fact, can the other emphatic pronouns, e.g. **ènyin tal'ẹ fẹ́(ẹ́) bá mi sọ̀rọ̀?** 'who are you people that want to talk with me?', **òun tal'ó wí bẹ́ẹ̀?** 'who is he that says so?'. **ènyin tani?** by itself is a more emphatic variant for **tani nyín?** and so also with the other pronouns.

(*b*) The plural emphatic pronouns are often used with numerals, including the question word **mélǒ?** 'how many?', e.g. **ènyin mélǒ ni?** 'how many are you?', **àwa méfà ni** 'we are six, there are six of us'. **àwa métà ni bàbá wa'bí** 'there were three of us children of our father'. Both singular and plural pronouns can be used with **nìkan** 'only', and also the emphasized form **nìkanṣoṣo** 'alone', e.g. **èmi nìkanṣoṣo** 'I alone', **àwa nìkanṣoṣo** 'we alone'.

(c) Emphasis, sometimes indicating contempt, is conveyed by the addition of yǐ or wọ̀nyǐ, e.g. èmi yǐ l'o ṁbú báyǐ? 'is it actually me you are abusing like this?', kíl'ẹ̀nyin wọ̀nyǐ lè ṣe? 'what can people like you do?'. Contempt is often indicated by adding a noun (or adjective functioning as a noun) qualified by yǐ, e.g. ìwọ kiní yǐ 'a thing like you', ìwọ ọmọdé yǐ 'a child like you', ìwọ lásánlàsàn yí 'a good-for-nothing like you'. ìwọ ọmọdé yǐ is not necessarily contemptuous as it can also be used in calling out to a child whose name one does not know. Remember that the use of the 2nd. pers. sing. is familiar and, if used out of place, downright rude. The pronoun cannot be used by itself in calling out to a person in Yoruba; where in English one might call out 'Hi, you!' one would in Yoruba say ìwọ Lágbájá ò! 'you, So-and-so'.

8. In abusive expressions in English we use 'you' in addressing a person and 'the' in referring to him, but Yoruba uses the *possessive* pronouns, e.g. kíl'alákọrí rẹ̀'fẹ́ 'what does the scamp want?'. Note also the difference in construction between kíl'òkú ìgbẹ́ rẹ̀'fẹ́ and its English equivalent 'what do you want, you good-for-nothing?'.

ADDITIONAL VOCABULARY

àwùjọ, assembly, meeting
Ẹlédǎ, Creator
ọ̀làjú, civilised person
èyà, people, tribe
oríṣì, sort, variety
pésẹ̀ (pé ẹsẹ̀), to be fully present

wàyǐ, as things are
òmùgọ̀, fool
ríbíríbí, important, substantial
t'ọrẹ (ta ọrẹ), make a gift

EXERCISE 35

Translate into English: ó kí wa, àwa náà'sì kí i; ilé ti bàbá rẹ̀'kọ́ s'ẹ́hìn ìlú náà ni nwọ́n lọ; àwọn tani mo rí tí nwọ́n dúrò pọ̀ yẹn? àwọn kàn tí nwọ́n ńwá iṣẹ́ ni; láìpẹ́ yǐ mo wà ni àwùjọ àwọn ọ̀làjú ènìà kan; Ẹlédǎ wa

l'o fi ìfẹ́ nkàn wọ̀nyí sí wa l'ọ́kàn; gbogbo oríṣǐ oúnjẹ
mẹ́rẹ̀ẹ̀rin yǐ l'ó yẹ k'ó maa pésẹ̀ nínú oúnjẹ wa; mo rò
pé ẹ̀nyin náà'ti rí i wàyǐ pé àwa t'ã jẹ́ oníṣẹ̀ẹ̀gùn kò rí
bákànnáà; àwa yǐ, babaláwo t'ó ti inú babaláwo wá ni
àwa; olóríburúkú nyín ńlọ pàdé ìyàwó tuntun, ìyàwó
tuntun'ti lọ ò; ọba ìlú tí nwọ́n dé etí rẹ̀ yẹn'lọ s'óko ọdẹ;
àwọn t'ẹ̃ rí wọn(ọn)nì, ọmọ mi ni gbogbo wọn; eléyǐ
gbìn èso ibi, ó ká ibi; tal'ẹ̀nyin wọ̀nyǐ? ọmọ ọ̀gá ilé-ìwé
ni wá; Ọlọ́run kànnáà t'ó dá àwọn ẹ̀yà ènìà tí a dárúkọ
wọ̀nyí l'ó dá àwa náà; àt'oun àt'àwọn mẹ́wǎ ìyókù tí a
kò mọ̀, gbogbo wọn l'ó sá lọ pátápátá; kíl'òmùgọ̀ rẹ'maa
ṣe níbí? àwọn olówó ríbíríbí t'ã wí yǐ lè fi ẹgbẹ̀rún pọ́nùn
t'ọrẹ láì kà á sí nkánkan.

Now turn to the key at the back and retranslate the
sentences into Yoruba.

36

CONNECTIVES

1. The word **àti** is used to connect nouns, emphatic pronouns or noun clauses. A repetition of **àti**, making a phrase which is often emphatic, gives the meaning 'both . . . and'.

> **èmi àti Kẹ́hìndé lọ(ọ) kí i,** I and Kẹhinde went to greet him
>
> **àti èmi àti Kẹ́hìndé l'a jọ lọ(ọ) kí i,** both I and Kẹhinde together (it is) went to greet him
>
> **nwọ́n ṣe wá l'álèjò b'ó tì tọ́ àti b'ó ti yẹ,** they entertained us as is right and (as is) proper
>
> **nwọ́n fẹ́ mọ̀ b'ó ti ga àti b'ó ti gùn tó,** they want to know how tall and how long it is

Note that in Yoruba 'I' is placed first, e.g. **èmi àt'ìwọ** 'I and you', **èmi àt'Òjo** 'I and Ojo'. Notice also that in the last example above **tó** occurs at the end of the second clause only; if we added it at the end of the first clause as well, the effect would be very much like that of 'they want to know how tall it is and how long it is', where each clause is given in its isolated form.

Where a sequence of nouns occurs, Yoruba is like English in normally using **àti** only before the final noun, e.g. **mo rà epo, ẹran, ata àti àlùbọ́sà** 'I bought palm-oil, meat, pepper and onions'. This is possibly a case of imitation of English usage. Another case of this seems to be the use of **àtipé** as a general connective between sentences, corresponding to 'and furthermore . . .', though **àti pé** is quite natural when connecting two clauses of reported speech, e.g. **ó wípé òun kò lè wá àti pé òun fẹ́(ẹ́) bá mi sọ̀rọ̀** 'he said that he could not come and that he wanted to talk with mə'.

2. A special usage is found with the singular pronouns

in which no connective is used, as in the phrase **èmi ìrẹ** 'I and you' (**ìrẹ** being a Southern Yoruba variant of **ìwọ**), and **Táíwò òun Òjó wá kí mi** 'Taiwo and Ojo came to greet me', in which the pronoun **òun** is substituted for the preceding noun with the second noun following immediately. A literal translation would be 'Taiwo he Ojo'.

3. A doubled **ti** (probably connected with **àti**) occurs in two forms:

(*a*) with a repetition of the same noun, e.g. **tagbára-tagbára** 'violently, forcibly', **tìbínútìbínú** 'angrily', **tọmọtọmọ** 'children and all'. As the translations suggest, these forms are generally, but not invariably, used adverbially.

> **ó wò mí tàánútàánú,** she looked at me with pity
>
> **ó pa wọ́n run tọmọtọmọ,** he destroyed them children and all
>
> **ó jẹ ẹ́ tewétewé,** he ate it leaves and all

(*b*) with two nouns of related meaning, e.g. **tẹ̀gbọ́ntàbúrò** 'both elder and younger brother', **tọkọtaya** 'husband and wife', **tòsántòru** 'night and day', **tajátẹran** '(dog and animal) any Tom, Dick or Harry'. These forms may be used as subject, object or adverbial extension.

> **tẹ̀gbọ́ntàbúrò l'ó dé,** both elder and younger brother came
>
> **nwọ́n jẹ́ tọkọtaya,** they are husband and wife
>
> **a ṣiṣẹ́ tòsántòru,** we worked night and day

4. **tí** is used to connect subordinate clauses which are not noun clauses, including clauses following upon the emphasising word **ni**. Often the second clause contains also the connective **sì**, for which see below.

> **èmi ni mo rí i tí mo sì pa á,** it was I who saw it and (also) killed it
>
> **epo ni mo ńrà tí mo tún ńtà,** it is palm-oil that I buy and in turn sell
>
> **bí mo bá rí i tí mo sì r'áyè bá a sọ̀rọ̀,** if I see him and have a chance to talk with him
>
> **bí nwọ́n ti dé'bẹ̀ tí nwọ́n sì wòye pé . . .,** as they arrived there and realised that . . .

àgbàdo tútù t'ó ti sè t'ó sì gbóná yaya, fresh corn which
she had cooked and which was piping hot

Note that where the first clause is indefinite, i.e. con-
tains **bá**, this is not normally repeated in the following
clause, the 'indefiniteness' of the situation having now
been established.

Where the first clause is introduced with **kí** any follow-
ing clause in the same sequence will be introduced with
a repetition of this word.

jẹ́kí n lọ kí n padà, let me go and come back
ó yẹ k'á dúpẹ́ l'ọ́wọ́ àwọn t'ó jẹ́kí nkàn rọrùn kí ó sì
    dára báyǐ, we ought to give thanks to those who
    have caused things to be easy and good like this

5. sì is an auxiliary verb used to connect sentences and
clauses which are not noun clauses. It has the meaning of
'moreover, also' rather than merely 'and'; in fact, in
many cases where 'and' would be used in the translation
no connective is used in Yoruba. This auxiliary follows
bá but precedes **ti, ṣe, fi**; it follows the future particles
yió/á and frequently takes the habitual prefix **í-**, while it
precedes the other tense signs.

Some examples of its use are to be found in the pre-
ceding section; further examples are added here.

kò dúdú púpọ̀, kò sì pupa púpọ̀, she was not very dark
    and she was not very light
ó mú mi l'ára dá, èmi kì yió sì gbàgbé, he caused me to
    get better, and I shall not forget
ó dà lé mi l'órí ó sì bà agbádá ọ̀gá mi jẹ́ báṣabàṣa, it
    spilled over me and also spoilt my master's gown all
    over
bí aṣọ́ bá sì ti bẹ̀rẹ̀sí(í) ṣá, yió pa á tì, and when a gown
    began to lose colour, he would put it aside
nígbàtí mo sì rí i pé gbogbo wọn 'lọ síwájú, mo bá ẹsẹ̀ mi
    sọ̀rọ̀, and when I saw that they had all gone ahead,
    I took to my heels
kì ísì íṣe bẹ́ẹ̀ mọ́, and he does not act so any more
nígbàtí mo bá sì ńkà á . . ., and whenever I read it . . .

6. **àbí, tàbí** 'or' are to some extent interchangeable, but **tàbí** occurs more generally between nouns and pronouns while **àbí** often joins clauses. **àbí (tàbí)** is also used, as we have seen, to introduce a question in situations where English, too, uses 'or'.

lo(ọ) bá mi rà ọ̀gẹ̀dẹ̀ tàbí ọpẹ-òyìnbó wá kíákíá, go and quickly buy for me bananas or pine-apples (come)
kí n sè é ni àbí kí n dín i ni? am I to stew it or fry it?
àb'õ̀ ò fẹ́(é) lọ mọ́? or don't you want to go any more?

A reduplicated form **tàbítàbí** is used as a noun in the phrase **tàbítàbí kò sí** 'there is no perhaps, i.e. doubt'.

7. **nítòrí** is used as a connective either by itself or in the longer forms **nítòrípé, nítòrítí** with the meaning 'because'. We have already mentioned **nítòrínáà** 'therefore, because of that'. **nítòrí (ìtorí)** is also used with nouns and pronouns in adverbial phrases, e.g **nítòrí ọ̀ran yí ni mo ṣe lọ sílé** 'it was because of this matter that I went home', **ọ̀ràn tí mo t'ìtorí rẹ̀ lọ s'Ékǒ n'ìyẹn** 'that is the matter about which I went to Lagos'. The **t'ìtorí** of the last example is really a doubled form, because **ìtorí** itself is a verb noun formed from **ti** 'to come from' and **orí** 'head, reason'. The example might be simplified as **ọ̀ràn tí mo t'orí rẹ̀** etc., and with the **ń-** prefix we could have **ọ̀ràn tí mo ńt'orí rẹ̀ lọ** etc. 'the matter about which I am going'. Note that **nítòrí (ìtorí)** is followed by **ṣe** when in the emphatic position but otherwise is constructed with **ti**.

8. **ṣùgbọ́n** 'but' presents no difficulties as it is used exactly like its English counterpart; some Yorubas use instead the Hausa loan-word **àmọ́**. The phrase-word **bẹ́ẹ̀ni** 'so it is' occurs in situations where 'but' might be followed by some qualifying phrase in English. e.g. **ó ńṣe aṣojú oníṣòwò, bẹ́ẹ̀ni kò mọ̀wé** 'he is a trader's representative but (surprisingly enough) he is illiterate'. The word needs care in translating because it is sometimes equivalent to no more than 'and furthermore', e.g. **aiyé kò ìtí ìṣá, bẹ́ẹ̀ni kò ìtí ìtì** 'the (glamour of the) world

has not yet faded and furthermore it has not yet gone stale (nor has it gone stale)'.

9. We saw on p. 172 that a repetition of **ìbáà** without a connective is equivalent to 'whether ... or ...'. Yoruba is actually rather fond of using balanced phrases without a connective in this way, e.g. **bí mo fẹ́, bí mo kọ̀, dandan ni kí n lọ** 'whether I want to or whether I refuse, it is incumbent on me to go'. This same idea can also be expressed by what are at first sight two independent sentences, each ending with the exclamatory **ò**, e.g. **mo fẹ́ ò, mo kọ̀ o, dandan ni kí n lọ.** In this case some Yorubas might add **yálà ... tàbí ...** 'whether ... or ...', e.g. **yálà mo fẹ́ ò, tàbí mo kọ̀ o,** but these additions are possible instances of the influence of English. Other examples of lack of connectives are **mo rí méjì mẹ́tà nínú wọn** 'I saw two or three of them', **nwọ́n kì í mẹ́sàn mẹ́wà** 'they sang his praises nineteen to the dozen' (lit. 'nine ten'), **ó ńlọ sókè sódò** 'he is going up and down'. Compare also compound nouns such as **arajàmásánwó** 'one who buys goods (**ọjà**) but does not pay' (see p. 182).

ADDITIONAL VOCABULARY

ojú ńkán mi, I am in a hurry
rẹpẹtẹ, extensively
kì, to push, ram
tọ̀, to follow (road)
dàńṣíkí, short gown
pọn, to draw water

olóyè, intelligent person
síbẹ̀síbẹ̀, nevertheless
ọ̀ṣọ́, adornment
lọ́ra, to be slow
fè ì (fọ̀ èsì), to reply
ọ̀nì, crocodile
oníyebíye, valuable

EXERCISE 36

Translate into English: a là á yé e pé a kò ní(í) lè dúró, nítorípé ojú ńkán wa, ṣùgbọ́n síbẹ̀síbẹ̀ ó ṣe wá l'álẹ́jò rẹpẹtẹ; mo rántí Àdùkẹ́, omi'sì bọ́ l'ójú mi; bí a ti dé tẹ́sàn, tí a gbà ìwé tán ni ọkọ̀'yọ; darúkọ méjì nínú wọn k'õ sì sọ ìlú tí nwọ́n wà; ó gbé e mì t'eegun-t'eegun; t'ọmọdé-t'àgbà l'ó fẹ́ràn rẹ̀; ọba'ní òun'fi tayọ̀tayọ̀ fi ọmọ

náà fún mi; ó pẹ́ tí mo ti rí i mọ, n kò sì mọ̀ pé ó ti di
ọlọ́pǎ; kò pẹ́ púpọ̀ tí ilẹ̀′fi ṣú; ó wí fún mi kí m maa lọ
s'ílé, ṣùgbọ́n n kò lọ; báyǐ ni mo ṣe tí mo jádẹ láǎrín ìlú
tí mo kì orí bọ̀ inú igbó; èrò ọkàn mi′ti padà nítorí gbogbo
ọ̀rọ̀ t'ó sọ wọn(ọn)nì, kò fi wọ́n puró mọ́ mi rárá; kí n
jù ú nù ni àbí kí n fi pamọ́ ni? mo maa ńwọ̀ agbádá tàbí
dàńṣíkí; àwọn baba àti ìyá ́nyín ti tọ̀ ọ̀nà tí ẹ ńtọ̀ yí rí;
iyán gígún ni ò, ata lílọ̀ ni ò, omi pípọn ni ò, ọmọ yǐ
nìkan l'ó ńṣe gbogbo rẹ̀; ìnákúnǎ kò dára, bẹ́ẹ̀ si ni ahun
ṣíṣe kò dára rárá; ọ̀rọ̀ l'ó ńjẹ́kí a mọ̀ ènìà ní olóyẹ̀ tàbí
òmùgọ̀; nígbàtí ó fọ́ èso yǐ, owó, aṣọ, ìlẹ̀kẹ̀ àti ohun ọ̀ṣọ́
oníyebíye yọ sí i; àti èmi àti ìyàwó, kò sí èyíkéyǐ nínú wa
t'ó jẹ́ sọ̀rọ̀; mo lọ́ra púpọ̀ kí n tó fèsì, nítorípé ọ̀rọ̀′ṣòro
ísọ púpọ̀; mo bi í léèrè pé àbí mo tó(ó) ṣẹ̀ ẹ́ ni; àti ẹja àti
ọnì, ẹran jíjẹ l'àwọn méjèèjì.

*Now turn to the key at the back and retranslate the
sentences into Yoruba.*

37

REPETITION AND REDUPLICATION

We have already had several examples of the uses of
repetition and reduplication; it will be convenient at this
point to bring them together and explain some of them
in more detail.

1. Repetition is often used to intensify the meaning of
words, e.g. **mo jẹ jẹ jẹ** 'I ate and ate and ate'. Note that,
in contrast with the English translation, there are no con-
necting words. Another example of this sort is **mo ṣe é
ṣe é ṣe é mo ṣe é tì** 'I tried and tried to do it but failed (**tì**)'.
With nouns, adjectives and adverbs a single repetition is
normal, **púpọ̀púpọ̀** 'very much', **díẹ̀díẹ̀** 'very little',
wéréwéré, **kíákíá** 'very quickly'. In the case of some
phonaesthetic words only the doubled forms are in
general use, e.g. **gídágídá** 'tightly' (with **dì** 'to tie'),
tónítóní 'spotlessly' (with **mọ́** 'to be clean').

With some words a change of tone occurs, e.g. **ńlá**
'big', **ńlánlà** 'very big'; **lásán** 'useless', **lásánlàsàn** 'quite
useless'. A regular change is that of a low-tone phon-
aesthetic word to mid-tone on repetition, e.g. **ara rẹ̀´rí
mìnìjọ̀-minijọ** 'its body is smooth', **orí rẹ̀´rí fìǹkàn-finkan**
'his head is huge'.

2. We have seen (p. 110) that repetition is used with
numerals to give a distributive or plural sense, e.g. **nwọ́n
tò ní métà métà** 'they were lined up in threes', **fún wọn ní
méjì méjì** 'give them two each'. It is also used so with some
adjectives and nouns, e.g. **fèrèsé ńlá** 'a big window',
fèrèsé ńláńlá 'big windows' (note the difference here
between repetition on the same tone and repetition on a
different tone); **gígùn gígùn** ni mo fẹ́ 'it is long ones I
want'; **fún mi ní ṣílè ṣílè** 'give me shillings'; **gbogbo àwọn
sàràkí sàràkí** ni nwọ́n lọ(ọ) kí i 'all the various officials

207

went to greet him'. **kékeré** has a plural form **kékèké**, e.g. **àwọn ọmọ kékèké kò sí nibẹ** 'the young/small children" are not there'. This pattern is found also in some other words which have no corresponding singular form, e.g. **pópòpó** 'in small pieces' as in **ó gé e pópòpó** 'he cut it up small', and **pépèpé** 'trivial' as in **iṣẹ́ pépèpé** 'trivial tasks'.

Another repetitive form with a similar distributive meaning has its two parts fused together, e.g. **ọdọọdún** 'each/every year' from **ọdún**; **oṣòòṣù** 'each/every month' from **oṣù**; **irúurú** 'various sorts' from **irú**, occurring in **oníríuurú** 'of various sorts'. Compare with these **ọkòọkan** 'each, one by òne' from **ọkan**.

3. In some words where there is repetition of syllables, with or without a change of tone, the simple form seems to be meaningless, e.g. **kòlòkòlò** 'fox (fennec)', **kànnà-kanna** 'pied crow', **gẹ̀dègẹ́dè** 'lees, sediment'. We must mention here, too, a large number of phonaesthetic words with the tone pattern high-mid-low-mid, e.g. **wúruwùru** 'untidy', **fálafàla** 'abundantly'. Many of the words with this pattern have a disparaging meaning, cp. **wúruwùru** above. When these forms are repeated a further variation of tone pattern is heard, e.g. **ó ńrìn hẹ́bẹhẹ̀bẹ hẹ̀bẹ̀hẹbẹ̀** 'he is waddling along'.

4. We saw (p. 183) that doubled forms of verb plus object are often used for people or things performing the action, e.g. **fágifági** 'carpenter' (**fá** 'to shave, make smooth'). Some doubled forms of this type, however, serve to intensify the meaning of the simple form in an adverbial use, e.g. **mo mọ̀ dájú** or **mo mọ̀ dájúdájú** 'I know for certain', cp. **ó dá mi l'ójú** 'I am certain'. Another commonly occurring example is **kárakára** 'enthusiastically, keenly', cp. **ó ká mi l'ára** 'I am keen about'. Adverbial use is also, as we have seen (p. 202), normal for nouns doubled with a repeated **ti**, e.g. **tọkàntọkàn** 'heartily' (**ọkàn** 'heart'), **tayọ̀tayọ̀** 'joyfully' (**ayọ̀** 'joy').

4. We have seen that nouns may be reduplicated with a **k** followed by a high tone between the two sections.

These forms may have two rather different meanings, as exemplified in the examples:

oúnjẹkóúnjẹ l'o ńjẹ yĭ o, this is poor sort of food you are eating

oúnjẹkóúnjẹ t'ǒ bá jẹ níláti gbóná, any food that you eat must be hot

The meaning to be understood in any particular case will depend on the form of the sentence used, e.g. má jẹ oúnjẹkóúnjẹ means 'don't eat any old sort of food' rather than 'don't eat any food at all', because the latter meaning is more likely to be expressed as o kò gbọdọ̀ jẹun rara 'you must not eat at all'. Apart from this, there are certain limitations on the use of these forms. ẹnikẹ́ni, from ẹni 'person' (in a very general sense), has only the meaning 'anybody at all', e.g. ẹnikẹ́ni t'ó bá dé, sọ fún u pé mo ṁbọ̀ 'anybody who arrives, tell him I am coming', but ènìàkénìà, from ènìà 'person, human being', has only the meaning 'a poor sort of person', e.g. ènìàkénìà ni 'he is a poor type'. Reduplications of verb nouns in ì- have only the derogatory meaning, e.g. ìsọkúsọ̀ 'foolish talk, bad language', ìnàkúnǎ 'foolish spending, extravagance'. Note that in these verb forms u replaces i after the k; this is also a free variation in ìgbàkígbà, ìgbàkúgbà 'any occasion at all', formed from ìgbà, which also happens to have an initial ì-.

5. Where other consonants, also followed by high tones, are interposed, the doubled forms have some intensification of the meaning, e.g. ilèyílè 'the very ground', iyebíye 'great value', aiyebáiyé 'ages ago', ọ̀pọ̀lọ́pọ̀ 'great quantity', àgbàlágbà 'elder'.

6. Repetition is used with verbs for two different purposes.

(a) The reduplicated verb noun, followed either by a relative clause or by ni, has the effect of intensifying the meaning of the verb.

rírí tí mo rí i, mo pa kuuru mọ́ ọ, the seeing that I saw him (as soon as I saw him) I rushed at him

dídúdú t'ó dùdú l'ó wù mí, it is its blackness which
attracts me
pípa ni nwọ́n pa á, they actually killed him
títa l'ó ńta mí nígbàgbogbo, it always stings me

(b) the verb noun in **à-,** with a second qualifying verb
added, is placed after the verb, either directly as its object
or as an adverbial extension. This has the effect of calling
increased attention to the qualification.

nwọ́n jẹ àjẹtì, they ate but could not eat all
ó pọ̀ àpọ̀jù/pàpọ̀jù, it is altogether too much
nwọ́n pa á l'ápàkú, they killed it stone dead
ó ṣe é l'áṣẹ̀tì, he failed to do it

ADDITIONAL VOCABULARY

wọra (wọ̀ ara), deeply
  (enter body)
dùndú, fried yam
kó ẹgbẹ́, to keep company
mọ̀nàmọ́ná, lightning
jágbajàgba, untidy
tìmùtìmù, pillow, cushion
àwọ̀, colour
alákọrí, good-for-nothing
d'ẹ̀hìn (dà), to act in
  absence
halẹ̀, to threaten, bluster
aiyéráiyé, everlasting

gbà fún, to be indulgent
  to
pérẹpẹ̀rẹ, in shreds
fà . . . ya, to tear up
rọ̀, to urge
léraléra, repeatedly
túlétúlé, breaker-up of
  household
ògbólógbǒ, dyed-in-the-
  wool
gbá . . . l'étí, to box the
  ears of
fi ẹsẹ̀ kọ, to stumble

EXERCISE 37

Translate into English: ikú ọ̀rẹ́ mi yǐ dùn mí ní
àdùnwọra; mo rà dùndú tọ́rọ́ tọ́rọ́ fún gbogbo àwọn
òṣìṣẹ́ pátápátá; máṣe jẹ́kí ọmọ rẹ̀ kó ẹgbẹ́kégbẹ́; nwọ́n
ńdán bí mọ̀nàmọ́ná ojú ọ̀run; ohun gbogbo rí jágbajàgba
réderède; mo rà tìmùtìmù aláwọ̀ méfà l'ọ́wọ́ rẹ̀; nwọ́n
maa ńpè é ní 'olóríburúku', 'alákọrí' àti bẹ́ẹ̀ bẹ́ẹ̀ lọ; aṣọ
yǐ wù mí(í) rà púpọ̀púpọ̀; àwọn àgbààgbà ìlú wá kí mi;

ó ní bí òun kò bá sí n'ílé, nwọn kò gbọdọ̀ d'ẹ̀hìn òun ṣe
ohunkóhun; híhalẹ̀ t'a ńhalẹ̀ mọ́ ọ, a kàn fi ńdẹ́rùbà á
ni ó; ó bọ́ sí gbèsè aiyéráiyé; máṣe gbà ìgbàkúgbà fún
ọmọ rẹ̀; ẹkùn'fà ọkùnrin yǐ ya pẹ́rẹpẹ̀rẹ; ó yẹ k'õ tẹlé e
n'íbikíbi t'ó bá lọ; mo rọ̀ ọ́ títí, síbẹ̀síbẹ̀ kò gbà; nwón
gbá a l'étí léraléra; ọdọọdún ni mo maa ńgbà ọlidé lọ sí
ìlú mi; ìkọkúkọ́ gbáà ni nwọ́n ńkọ; ọ̀rẹ́ tímọ́tímọ́ ni wọ́n;
kí orí nyín gbà nyín l'ọ́wọ́ túlétúlé ọmọ; òkò; ògbólógbõ olè
l'ọkùnrin yẹn; dídìde tí mo dìde, ẹsẹ̀ òsì ni mo fi kọ.

Now turn to the key at the back and retranslate the
sentences into Yoruba.

38

SOME SPECIAL WORDS

A feature of the vocabulary of Yoruba is the great variety
of meanings given to words which are basically names for
parts of the body. These are so diverse that they are
difficult to classify; some of the more common expres-
sions are given here.

ojú 'face, eye'

This is used in many expressions to mean the actual place
where things happen, the main or essential part of a thing,
the effective part of a weapon or tool and so on, e.g. ojú
ònà 'road-way', ojú ọjà 'market-place', ojú iṣé 'main
work', ojú owó 'money spent in buying a thing as distinct
from profit gained by selling it', ojú ijó 'place where
people are dancing', ojú ìjà 'place where there is fighting',
ojú àdá 'sharp edge of matchet', ojú ìbọn 'muzzle of gun',
ojú alẹ́ 'late evening', ojú ẹsẹ̀ ẹranko 'foot-print of animal',
ojú ọmọ 'real child, child who behaves as a child really
should'. Sometimes it is used where in English we merely
use a preposition, e.g. oorun ńkùn mí 'I am feeling sleepy'
but mo jí l'ójú oorun 'I woke from sleep', and mo lálǎ (lá
àlá) 'I dreamed' but mo rí i l'ójú àlá 'I saw it in a dream'.

In some expressions it is used by itself with the mean-
ing of 'place', e.g. aiyé kò dúró l'ójú kàn 'the world does
not stop in one place' (it keeps on changing), l'ójúkànnáà
'on the spot, immediately', ng kò mọ̀ ojú tí mo fi bú
s'ẹ́rìn 'I did not when (lit. where) I burst out laughing,
I just had to burst out laughing'.

In many other expressions the word is used in a meta-
phorical sense, as in English 'his face fell' and so on.
Examples of these are: ó fi gún mi l'ójú 'he pierced me
in the eye with it', which is more or less equivalent to 'he
cast it in my teeth'; ojú mi'wálẹ̀ 'my eye came to the

ground', said after achieving something which one has been very eager to obtain, or on coming to after a drinking bout; **ojú mí́mọ́** 'my eye cleared', said on realising too late that things have gone wrong; **ojú kún mi** 'eye filled me' = 'I became weary, bored'; **ó fà ojú mi mọ́ra** 'he drew my eye to himself' = 'he set himself to make a good impression on me'; **ó ńṣe ojú aiyé ni** 'he is acting in order to impress people' (his real feelings are very different); **o ó rì pupa ojú mi** 'you will see the redness of my eye' = 'I shall be extremely angry with you'; **ojú mí di ọwọ́ rẹ** 'my eye is in your hand' = 'you must act for me in my absence'.

ẹnu 'mouth'

This word, too, is used in certain phrases for the edge of a tool, e.g. **ọbẹ yǐ kú l'ẹ́nu** 'this knife is blunt'. Used with **ọnà** 'way' it means 'door-way'. A less obvious meaning is 'limit of time or place', e.g. **l'ẹ́nu iṣéjú mẹ́wǎ yǐ** 'within these ten minutes', **ẹnu báyǐ ni k'ǒ gé e mọ** 'as far as this you are to cut it stop' = 'cut it as far as this but no further'.

Examples of its metaphorical use are: **ẹnu rẹ̀́tó ilẹ̀** 'his mouth reaches the ground', meaning that he is an important person whose every word carries great weight; **enu rẹ̀́dùn** 'his mouth is sweet', i.e. he has a very persuasive tongue; **nkǎńṣe enu(u) re (ẹnu rere) fún u** 'things have made a good mouth for him', i.e. things have turned out well for him; **nwọ́n gbà sí i l'ẹ́nu** 'they accepted to him in the mouth', i.e. they agreed with his proposal, accepted his explanation; **mo wò ó l'ẹ́nu** 'I looked at him in the mouth', i.e. I was careful to listen to what he said before answering, for fear of saying the wrong thing; **nwọn tì ẹnu bọ̀ ọ̀rọ̀** 'they pushed their mouth into words', i.e. they started discussing; **ó yọ mí l'ẹ́nu** 'it made my mouth come out', i.e. it annoyed me.

ara 'body' and inú 'inside, belly'

It will be convenient to take these two words together as they are both used in certain expressions relating to parts of a whole. **mo jẹ diẹ̀ l'ára rẹ** and **mo jẹ diẹ̀ n'ínú rẹ** both mean 'I ate some of it', but with some difference of meaning. 'I ate some from the body of it' is used of eating a part of a larger whole, e.g. part of a piece of meat; 'I ate some from inside it', on the other hand, is used of eating part of something which can be regarded as made up of several parts, such as a cooked food. **nínú** is necessarily used of liquids and plural objects, but sometimes either word may be used though with a slightly different connotation, e.g. if one used **l'ára rè** in talking of something like pounded yam (**iyán**) one would be thinking of it as made up into a single large lump. A similar distinction occurs in talking of money, e.g. **mo mú díè l'ára owó tí mo ti kó jo** 'I took some out of the total of the money which I had collected', and is seen also in **ara àwon t'ó pa á ni wón** 'they are some of (the larger number of) those who killed him' as compared with **nínú(inú) àwon t'ó pa á sálo** 'some of those who killed him ran away'.

In some other expressions it is possible to contrast **ara** 'body' with **inú** 'mind', e.g. **ó dùn mó mi nínú** 'it is pleasant to me (mentally)', **ó dùn mó mi l'ára** 'it is pleasant to me (physically)', cp. also **ó dùn mó mi l'énu** 'it is pleasant to me in taste'. But in describing sensations Yoruba often uses **ara** where in English one would think rather of a mental state, e.g. **ara´fu mí** 'I felt suspicious', **ara´ta mí** 'I was on tenterhooks'.

Some other common expressions containing these two words are:

(a) **ara ikú ńyá a** 'he seems anxious to get killed', cp. **yára (yá ara)** 'to be quick, in a hurry'; **ara rè´gbóná** 'his body got hot' = 'he got hot under the collar, he was eager to intervene'; **nwón faramó (fi ara mó) ìpinnu yĭ** 'they agreed (put body to) with this decision'; **ó kú s'ára bí isu** 'he died to his body like a yam' = 'he shewed great signs of alarm, his knees trembled with fear'; **mo farabalè (fi ara ba ilè)** 'I put body settle on ground' = 'I acted in a relaxed, reasonable manner'; **ara rò ó** 'body is soft for him' = 'he has no difficulties' or 'he became deflated'.

(*b*) **inú rè´dí** 'his inside is blocked up' = 'he bears grudges'; **inú rè´só** 'he is churlish'; **bá inú sọ má bá ènìà sọ** 'tell the mind, don't tell people' = 'keep your own counsel'.

ìdí 'base, bottom'

This is often used in the sense of a place connected with various activities, e.g. **ìdí mọ́tò** 'bus-stop, bus-park', **ìdí-ọkọ̀, ìdíkọ̀** 'station', **ìdí odò** 'watering place at a river', **ìdí aró** 'place where dyeing is done', **ìdí ìbọn** 'the front line' (used metaphorically in the sense of the most important position).

We may connect with its use in the sense of 'cause, reason' such phrases as **mo náwó púpọ̀ n'ídǐ ọ̀ràn yǐ** 'I spent a lot of money in connection with this affair' and **a rí wàhálà púpọ̀ n'ídǐ a ńṣòwò níbẹ̀** 'we had a lot of trouble in connection with the fact that we were trading there'.

ẹ̀hìn 'back'

This sometimes has the meaning 'outside', e.g. **àwòrán ẹ̀hìn ìwé** 'picture on the cover of book'. It is also often used in the sense of 'absence', e.g. **nwọ́n ṣe é lẹ́hìn mi** 'they did it in my absence' (often, but not necessarily, like English 'behind my back') or 'the time after a person's death', e.g. **ẹ̀hìn rẹ̀ ó dára**, which is a prayer after the death of an elderly person.

ọwọ́ 'hand' and ẹsẹ̀ 'foot'

These are used together in certain expressions, e.g. **nwọ́n gbà á t'ọwọ́t'ẹsẹ̀** 'they received him cordially', **nígbàtí ọwọ́ wọ ọwọ́, ẹsẹ̀ wọ ẹsẹ̀** 'when hand entered hand, foot entered foot' = 'when they became close partners', **ó rọwọ́rọsẹ̀ ṣe é (rọ̀)** 'he did it without difficulty'.

Some uses of **ọwọ́** which are not immediately clear are seen in **ọwọ́ ìrọ̀lé** 'towards evening', **ọwọ́ odó** 'the sound of a mortar being pounded' (**odó** 'mortar'), **ó nawọ́ oúnjẹ** 'he stretched out the hand of food, he offered food', **mo ti mọ̀ ọwọ́ rẹ̀ nísìsiyǐ** 'I have now got to know his way of acting'.

39

PERSONAL NAMES AND TITLES

The Yoruba are now gradually giving up their old in-
digenous system of personal names and are adopting a
West European system with surnames and a limited
number of forenames occurring in a fixed order. This is
so because of the increasing necessity in modern con-
ditions of having people's names registered for all sorts of
purposes—the registration of births, marriages and
deaths; voting lists; school lists and so on. To understand
the present situation it will be best to describe first of all
the indigenous system and then explain how it is being
modified.

(*a*) Each large family group has an **orílè** name, repre-
senting what was originally the totem of that group.
Such names are **Erin** 'Elephant' and **Ọkín** 'Egret'. Child-
ren normally take the **orílè** of their father; married women
retain the **orílè** of their own family. Each family group
has, besides its **orílè** name, a long **òríkì** 'praise name' re-
counting the exploits of the family. This is recited or
drummed after the **orílè** name on certain special oc-
casions.

(*b*) Any individual born in certain special circumstances
will have an **àmútòrunwá** name, i.e. a name 'brought from
the other world' (**mú ... wá** 'bring' **ti** 'from' **ọrun** 'other
world'). The commonest of these names are probably the
names given to twins—**Táíwò** 'Test the world' (**tọ́ ...
wò** 'test' **aiyé** 'world') given to the elder and **Kẹ́hìndé**
'Bring up the rear' (**kó** 'gather' **èhìn** 'rear, behind' **dé**
'arrive'). According to Yoruba ideas **Kẹ́hìndé** is the
senior because in a procession the most important person
is always at the rear. Other names of this type are **Dàda**,
given to a child born with a lot of hair on its head; **Ìgè**,
given to a child born feet first; **Òjó**, given to a boy born

with the umbilical cord twisted round its neck, and Ìdòwú, given to a child born after twins.

(c) All individuals will have one or more àbísọ names, i.e. names 'given at birth' (bí 'bear' sọ 'pronounce'). These names are given by senior members of the parents' families when the child is first 'brought out' (kó ... jáde). This ceremony, which is called ìkómọjáde, takes place about a week after the birth of the child. There is a proverb which says ilé l'a ńwò k'á tó sọ ọmọ l'órúkọ 'we look at the household before we give a child a name' and, in fact, the àbísọ names reflect the circumstances or feelings of the family or they may contain a reference to the particular cult which is practised in the family. These names, which generally have the form of short sentences, are almost infinite in their variety. A few examples are given here.

Bàbátúnde 'Father has returned' is the name given to a boy whose grandfather died not long before he was born. The Yoruba have an indigenous belief in reincarnation and think that grandparents are reborn in their grandchildren. The corresponding girl's name is Yétúnde or Ìyábọ̀ 'Mother has arrived'.

The word adé 'crown' often occurs in boy's names in families which have the right to nominate (in their proper turn) the person to be appointed head chief in their town, e.g. Adétòkunbọ̀ 'Crown has returned from overseas' (ti 'from' òkun 'sea'). Such a name is given when the boy's father has recently returned from a stay abroad, e.g. a period of study in Europe.

Examples of names referring to cults are Fáṣínà 'The god Ifa has opened a way' (ṣí ọ̀nà), Ògúnkéyẹ 'The god Ogun has gathered honour' (kó èyẹ), Sówándé (oṣó wá mi dé) 'the magician sought me out'.

A whole group of names is connected with the belief that when children keep on dying in their infancy there is a particular sort of mischievous spirit called àbíkú 'born to die' which keeps on being reincarnated in these children and then hastens back to rejoin its companions in the other world. The names given are designed to dissuade the spirit from acting in this way. Examples of such names are: **Málọmọ** 'Don't go any more', **Kòsọkọ** (**kò sí ọkọ**) 'there is no hoe (to dig a grave)', **Dúrójaiyé** (**jẹ aiyé**) 'Stop enjoy the world', **Bánjókŏ** 'Sit with me'.

Àbísọ names in common use tend to get abbreviated, e.g. **Adétòkunbọ** may be reduced either to **Adé** or **Tòkunbọ**. There seems to be no fixed rule as to which part of the full name is used; the main consideration is to avoid confusion by having too many people using the same name.

(*d*) Among certain sections of the Yoruba, besides the long **òríkì** which belong to the family as a whole, children are given short personal **òríkì** or 'pet' names. There are certain restrictions on the use of these names, e.g. an individual must not address anyone senior to himself by his **òríkì**. Examples of these 'pet' names are the girl's names **Àdùkẹ** 'She whom one competes (**dù**) to cherish (**kẹ**)', **Àṣàbí** 'She who is chosen to be born', and the boys' names **Àkàndé** 'He whose turn it is to come', **Àjàní** 'He whom one fights to have'.

Modifications

(*a*) With the spread of Christianity and Islam various specifically Christian and Muslim names may be given in place of the older **àbísọ** names, which at one stage were almost regarded by converts as relics of heathenism though they have recently begun to come back into favour. Examples of Christian names are **Samuel**, **Comfort**, and of Muslim names **Amínù**, **Latífàtù**.

(*b*) The surnames which many Yoruba now use are in most cases one of the names of their fathers or grandfathers. These names are now handed down just as they are in Western Europe. They may be in origin either an **àmútọrunwá** name, e.g. **Táíwò**; an **àbísọ** name, e.g. **Akínyẹlé** 'Hero befits the house'; an **òríkì**, e.g. **Àkàndé** or sometimes a title, e.g. **Balógun** 'War-captain'. Yorubas whose forbears returned as freed slaves from Sierra Leone may have English names while some families which returned from Brazil have Portuguese names.

As in most languages, there are certain rules about the

use of names, cp. the situation in English, where Mr.
Smith will refer to his wife by her Christian name in one
set of circumstances, but will refer to her as 'my wife' in
another set and as 'Mrs. Smith' in a third set. Apart from
the restriction on the use of 'pet' names mentioned above,
the most obvious point (in the indigenous system, at any
rate) is that in calling out to an older person a term of
relationship is used, e.g. **bàbá Lágbájá** 'father of So-and-
so' for a man, **ìyá Lágbájá** 'mother of So-and-so' for a
woman. Note that **Lágbájá, Tèmèdù, Làkáṣègbè** are used
in Yoruba in the sort of circumstances where in English
we use 'So-and-so' or 'Smith, Brown and Robinson'.

TITLES

The titles of leading chiefs (**ọba**) may be either special
names, e.g. the **Ọ̀ọ̀nì** of Ifẹ and the **Awùjalè** of Ijẹbu Ode,
or be made up with the **oní-** prefix ('owner of') and the
name of a place, e.g. the **Aláké** of Abẹokuta—Ake being
a part of that town—and the **Aláàfin** 'Owner of the
palace' of Ọyọ. Under the principal chiefs there are often
many grades of lesser chiefs. The titles of these again
may be either special names or be derived from their
former functions, e.g. **Balógun** 'war-chief'. The **Balógun**
himself may have subordinates, the most senior of whom
will be called **Ọ̀tún Balógun** 'the Balogun's right' and the
next senior **Òsì Balógun** 'the Balogun's left.

Though the social pattern is now rapidly changing, the
Yoruba still lay great store by these traditional ranks and
titles.

H

POSTSCRIPT
BOOKS FOR FURTHER STUDY

1. DICTIONARY

The best available is *Dictionary of Modern Yoruba*, by R. C. Abraham, published by the University of London Press Ltd. This is fully tone-marked and gives many examples to illustrate the meanings of words, but learners may find it difficult to use at first because it sometimes deviates from the normal orthography.

2. READERS

There are two series of Readers published for use by Yoruba children which may be found useful. These are the *Taiwo ati Kẹhinde* series, published by the Oxford University Press (Nigeria) and the *Alawiye* series published by Longmans of Nigeria. At a somewhat more advanced level there are the *Ojulowo Yoruba* series by E. L. Laṣebikan (O.U.P.) and *Iwe ede Yoruba* by A. Babalọla (Longmans).

3. NOVELS AND STORIES

Very popular among the Yoruba are the books written by D. O. Fagunwa and published by Thomas Nelson and Sons. These mostly relate the strange adventures of hunters in their wanderings in the forest and are full of insights into the Yoruba view of life. Another book from the same publishers which is well worth reading is *Aiye d'aiye oyinbo* by I. O. Delanọ, which is a novel about changes in Yoruba society during the period of British rule and their impact on individuals.

Two interesting books published by Longmans are

Olowolaiyemọ by F. Jẹbọda, which gives a vivid picture of life in Lagos and Ibadan, and *Itan Adegbẹsan* by J. A. Ọmọyajowo, which is the first attempt at a modern adventure story in the language.

J. F. Ọdunjọ, the author of the *Alawiye* Readers, has written various other books which are worth reading. We may mention particularly *Kuye*, the story of a deaf and dumb boy who eventually regains these faculties.

CONNECTED PASSAGES FOR
TRANSLATION

These passages are given more or less as they would
appear in an ordinary Yoruba book or newspaper. A few
tone marks have been added to help the learner on his
way. Unfamiliar words can be looked up in the Vocabulary
at the end.

1. A FALSE FRIEND

Ọkunrin kan wà ni ilu wa ti orukọ rẹ njẹ Adéyẹmí. O jẹ
ẹnit'o ni owo ati gbajumọ ni ilu wa ati agbegbe rẹ̀.
Ọkunrin yi wá ni ọrẹ kan ti kò fi tinutinu fẹran rẹ̀. Ọrukọ
ọrẹ rẹ̀ yi njẹ Súlè. Ọjọ ti pẹ pupọ ti nwọn ti jọ nba ọrẹ
wọn bọ̀. Adeyẹmi ti fi gbogbo ọkàn rẹ̀ tán Sule, t'o fi
jẹ pe aburo ọrẹ rẹ̀, eyit'o njẹ Mako, ni Adeyẹmi fi ṣe
akọwe si ile itaja rẹ̀ t'o wà ni ilu wa. Nigbat'o ya, Adeyẹmi
pinnu ati fẹ ọmọbinrin kan ni iyawo, ṣugbọn ọrọ yi kò
dùn mọ́ Sule rara o si nwá gbogbo ọna lati fi bà Adeyẹmi
jẹ́ l'ọdọ ọmọbinrin yi. 'Abani jẹ́ mbà ara rẹ̀ jẹ́'—kàkà
ki ọmọbinrin naa gbọ ọrọ ibajẹ wọnyi, nṣe ni ifẹ rẹ̀ tun
npeleke si i. Nwọn nba ọrọ yi bọ titi ọjọ igbeyawo
Adeyẹmi fi kù ọjọ marun. Nigbati Sule ri eyi, o bẹrẹsi ronu
ọna ti o fi le pa ọrẹ rẹ̀. O wá wá s'ọdọ Adeyẹmi pe oun
ti ba a ṣe ọna òwò kan, nitorinaa ki o wa tikalara rẹ̀ si
ọna oko oun, eyit'o to bi iwọn mẹẹli mẹrin si ile. O sọ
fun u pe k'o maṣe rán ẹnikẹni, oun gaan náà ni k'o wá
ni deede agogo meje aabọ alẹ. Adeyẹmi si gbà bẹẹ.
Ṣugbọn nigbati o de ile, inu bẹrẹsi run u t'o fi jẹ pe kò
ni lè lọ s'oko Sule mo. Ni o ba rán akọwe rẹ̀, ti iṣe aburo
Sule. Ọmọkunrin yi gba ọna oko ẹgbọn rẹ̀ lai mọ pe
ẹgbọn oun yi ti yan ọkunrin onibọn kan si ọna lati pa
Adeyẹmi. Aburo Sule naa wọ aṣọ ọga rẹ̀, o dé fila rẹ̀,
o si tun wọ̀ bata rẹ̀ pẹlu. Ẹnikẹni t'o ba ri i, Adeyẹmi ni

222

yio pe e. Bi o ti de ọkankan ọdọ ọkunrin onibọn naa
ni eleyi ba yinbọn si i, lẹsẹkannaa ni o si ti ku. Nigbati
okiki kàn, gbogbo enia ni o sare wá si ibẹ, ni nwọn ba
ri i pe aburo Sule ni. Ẹ̀rù Ọlọrun ba Sule ti oun tikalara
rẹ̀ si jẹwọ ni oju gbogbo awọn enia pe oun ni oun fi
ọwọ ara oun ṣe ara oun. 'Ẹni d'eérú l'eérú ítọ̀'.

2. A JEALOUS CO-WIFE

Iyawo ati iyale kan jọ ngbe pọ pẹlu ọkọ wọn ni ilu kan ti
a npe ni Ọjanla. Nwọn jọ bi ọmọkunrin kọọkan fun
baale wọn, nwọn kò si bi ju ọkọọkan naa lọ. Ọkọ, iyale
ati iyawo jọ ngbe pọ ni irẹpọ. Ko si ija bẹẹni ko si si ariwo.
Okọ fẹran iyale ati iyawo rẹ bakannaa, kò sì sí ẹnit'o
njowu ọmọ si ekeji rẹ̀ nitoripe ọmọkunrin kọọkan ni
Olọrun fun wọn. Bayi ni nwọn ṣe nba igbesi aiye wọn lọ
ti gbogbo nkan sì wà ni dọgbadọgba fun wọn. Laipẹ
awọn ọmọkunrin mejeeji dagba, a si fi wọn si ile-ẹkọ.
Nwọn a maa jẹun pọ, nwọn nwọṣọ kannaa, nwọn nsun
ni ibusun kannaa; l'ọrọ kan, nwọn dabi Taiwo ati
Kẹhinde.

Bi nwọn ti nṣe yi gbadun mọ gbogbo enia ninu. Ṣugbọn
laipẹ, eyi ọmọ iyale bẹrẹsi huwa ipata. Nitori idi eyi ko
fi oju si ẹkọ rẹ̀ mọ́. Bi o ba di ipari ọdun ti nwọn ba ṣe
idanwo, eyi ọmọ iyawo, ti o njẹ Olu, a gba ipo kini,
bẹẹni Wọla ọmọ iyale a gbofo (gba ofo). Ko tilẹ mura
mọ rara, a si maa rin rederede kaakiri igboro. Bayi ni
nwọn ṣe titi nwọn fi de iwe mẹfa. Nigbati nwọn si ṣe
idanwo Ijọba, Olu yege daadaa ṣugbọn Wọla gbofo. Inu
wá bí baba wọn, o si paṣẹ ki ọmọ iyale lọ kọ iṣẹ dẹrẹba,
bẹẹni Olu lọ si ile-ẹkọ giga. Lati igba naa ni ifẹ ti tan
l'ọkan iyale si iyawo ati ọmọ rẹ̀, ti ọran wọn si ti ndi
'gbọnmi si i, omi ò to'.

Ki a ma ba òpó lọ si ile olooro, Olu jade iwe mẹwa,
awọn Ijọba si fun u l'aye lati lọ kọ iṣẹ dọkita ni ilu oyinbo,
nitoripe ori rẹ̀ pe. Inu iya rẹ̀ si ndun lati igbati o ti gbọ eyi,
ṣugbọn inu iyale kò dùn rara. Nigbati o ku ọla ti Olu
yio lọ si ilu oyinbo ni iyale se irẹsi t'o dun, o fi oògùn
buruku si i, o sì pinnu lati gbe e fun Olu jẹ ki o baa lè ku.

B`o ti se e tan ni o tọju rẹ si ile de Olu ti o lọ sode. Ṣugbọn bi ọmọ oun paapaa ti de lati ibi iṣẹ l'o ri irẹsi naa ti o si jẹ ẹ. Were l'o ku. Igbe nla ta, nigbati aṣiri sì tu, a ri i pe ounjẹ ti iyale ṣẹ fun ọmọ iyawo jẹ ni ọmọ oun paapaa ti jẹ ti o si ku. Bẹẹni ibanujẹ di ti iyale yi titi ọjọ aiye rẹ.

3. A FAMILY MIX-UP

Ẹgbọn mi kan jẹ oniṣowo ti o nta iwe ni ilu Ibadan. Ṣe Ọyọ l'a bi mi si ni temi, ati igba ti nwọn si ti bi mi ng kò lọ si ilu wa ni Ijẹbu ju ìgbà meji lọ. Eyi ko fun mi ni amfaani ati mọ ọpọlọpọ ninu awọn ẹbi wa. Nwọn ko tilẹ sọrọ ẹgbọn mi oniṣowo yi loju mi ri. Ẹbi wa timọtimọ ni o si jẹ, ṣugbọn ng ko mọ ọ.

Mo ni amfaani ati lọ si ile-ẹkọ giga kan ni Ibadan ni bi ọdun marun sẹhin. Ọdọ ẹgbọn mi yi ni awọn ti nwọn maa nra iwe wọn, awa ti a jẹ alejo naa si nba a ra iwe. Nigbati a ti ra gbogbo iwe wa tan, mo ṣe akiyesi pe mo ṣì iwe kan ra. Were mo sare gba ile itawe lọ, mo si bẹ ẹgbọn mi yi lati gba iwe rẹ pada ki o fun mi ni owo mi. Ṣugbọn o kọ jalẹ. Mo bẹ ẹ titi, o taku, o ni oun kì ígba iwe pada l'ọwọ ẹnikẹni lẹhin ọsẹ kan ti onitọhun ba ti mu iwe kuro ninu ile itawe oun. Mo ṣe alaye fun u pe iwe naa kò wulo fun mi, mo tilẹ tun bẹ ẹ ki o jẹki n fi mu iwe miran. Ohun ti o sọ gbẹhin ni pe, 'Alaye kò ká ẹjọ'. Inu bi mi, mo si pinnu lati gbẹsan lọnakọna.

Nigbati mo pada de ile-ẹkọ, mo ro ẹjọ rẹ fun ọpọlọpọ ninu awọn ẹlẹgbẹ mi, a si pinnu pe a ko ni ra iwe l'ọwọ rẹ mọ, a ko si ba a ra ohunkohun mọ. A ṣí si ile itawe ti o dojukọ tirẹ lati maa ra awọn iwe wa. Mo tilẹ gbe ọran naa le'ju ti o fi jẹ pe o mọ pe emi ni mo ṣe atako oun.

Lẹhin ọdun meji ti mo de ile-ẹkọ, iya baba wa ku, a si ni lati lọ ṣe ijade oku iya wa ni ilu wa ni Ijẹbu. Nibiti baba wa ti nṣe inawo fun awọn alejo rẹ, iyalẹnu l'o jẹ fun mi lati ri ọga tawetawe yi ti o nba baba wa mú igbá tı o si nba a mú àwo. Nṣe ni nwọn jọ nwọlewọde. Were mo pe baba wa si yàrá lati beere ẹniti alejo yi iṣe. O ya mi l'ẹnu pupọ nigbati mo gbọ pe ẹgbọn mi l'o jẹ. Were mo ṣe

alaye bi a ṣe jọ ni edeaiyede ni Ibadan. Kia, baba wa pe
e, o beere l'ọwọ rẹ, o ni, 'Njẹ o mọ Fakọya ọmọ Lágbájá?'
O fi ika s'ẹnu. o ni, 'Paga, Olọrun gba mi!' O daro titi,
emi naa si bẹbẹ wipe ki o f'oju fo aṣiṣe mi da. Nigbati a
jọ de Ibadan, a ṣe atunṣe nkan ti o ti ṣẹlẹ, mo si ba a wá
ọpọlọpọ onibara.

4. THE CUSTOM OF CUTTING FACE-MARKS

Aṣa ila kikọ jẹ nkan ti awọn Yoruba maa nṣe pupọpupọ
ni aiye atijọ ṣugbọn ti ko wọpọ mọ ni aiye ode oni. Idi
rẹ̀ ti awọn Yoruba fi maa nkọla l'aiye atijọ ni pe ogun
wà n'ibikibi. Awọn Fúlànì maa nba Yoruba ja ogun,
awọn ilu Yoruba si maa nba ara wọn jagun. Idile kan
ti ko ba mọ ara wọn daadaa le pa ara wọn si oju ogun.
Ṣugbọn ti nwọn ba kọla ti nwọn si ri ila l'oju ati ẹnu
enia, nwọn ko ni pa enia naa nitoripe ilu kannaa ni
nwọn ti wá. Ibadan le ba Ìjẹ̀ṣà jagun. Ti gbogbo awọn
t'o njagun kò ba kọla, Ibadan yio pa Ibadan nigbati ko
ni mọ pe Ibadan ni; Ijẹṣa naa yio pa Ijẹṣa nitoripe ko ni
mọ pe Ijẹṣa ni. Nitorinaa ni oriṣiriṣi ilu kọọkan ṣe maa
nkọ ila tirẹ̀.

Awọn Ọ̀yọ́ maa nkọ gọmbọ si oju ati si ori wọn, awọn
Ijẹṣa maa nbu ila mẹta mẹta si oju ọtun ati si oju osi.
Ila tiwọn maa ngùn. Awọn Òǹdó maa nbu ila gbọọrọ
kọọkan si oju ọtun ati si oju osi. Awọn Ìjẹ̀bú maa nbu
mẹta kekeke si oju. Bayi ni awọn Yoruba ṣe le da ara
wọn mọ l'oju ogun. Nitorinaa, nwọn ki imu ẹnit'o ba
bu ila iru tiwọn l'ẹrú nitoripe nwọn mọ pe ibi kannaa ni
nwọn ti wa. Ṣugbọn ẹniti ila tirẹ̀ ba yatọ, tabi ti ko bula,
nwọn yio mu l'ẹrú tabi ki nwọn pa a s'oju ogun.

Idile kọọkan ni ilẹ Yoruba tun maa nni ila tiwọn.
Nigbati nwọn ba pade lẹhin odi, nwọn yio mọ ara ile
wọn yatọ si awọn miran. Idi eyi l'o fa ki awọn Yoruba maa
kọla lati igba lailai titi di akoko yi. Ṣugbọn l'asiko yi
ila ti nparẹ ni ọpọlọpọ awọn ilu ilẹ Yoruba nitoripe ko
si ogun mọ, ilaju si ti de si gbogbo ilu. Awọn Ijẹbu ati
Ijẹṣa ko kọ ọmọ wọn n'ila mọ. Ṣugbọn awọn Ọ̀yọ l'o
pọju ninu awọn t'o nkọla titi di oni. Idi t'o fa eyi ni pe

ọpọlọpọ wọn kò ìtí ìmọwe daadaa. Gbogbo awọn t'o mọwe ko kọ ọmọ wọn n'ila mọ. Ninu awọn ilu miran ti nwọn tun nkọla ni Ondo. Ṣugbọn akọbi wọn ni nwọn nkọ n'ila, awọn ọmọ kekere t'o kù—nwọn ko ni kọ wọn n'ila. Aṣa ila kikọ ti nparẹ diẹdiẹ laarin awọn Yoruba bayi.

Ila kikọ ba oju ọpọlọpọ enia jẹ. Ila miran maa ndi egbo, omiran maa nso. Eyi jẹki oju awọn t'o dara tẹlẹ buru si i. Ọpọlọpọ obinrin ti ko kọla ni ki ifẹ fẹ ọkunrin t'o kọla. Iru eyi maa nba ọkunrin miran ninu jẹ. Laiṣe aniani, aṣa yi ko ni pẹ parẹ ni ilẹ Yoruba.

5. COMMUNAL WORK

Ọpọlọpọ iṣẹ l'o wa ti ẹnikan ko le da ṣe afi bi o ba ri oluranlọwọ. Ni igba lailai ni ilẹ Yoruba awọn baba nla wa da aṣa àáró ati òwẹ silẹ lati maa fi ran ara wọn lọwọ ninu oriṣiriṣi iṣẹ wọn. Eyi jẹ ọranyan ni akoko igba(a) nì nitoripe nṣe ni nwọn ngbe ninu abule kekeke ti enia inu rẹ ko pọ ju bi igba lọ t'o si jìnnà si ara wọn.

Bi a ti nran ara ẹni lọwọ yi pin si ọna meji. Awọn agbalagba ati awọn ọdọmọkunrin a maa kó ara jọ lati ràn ara wọn lọwọ ninu iṣẹ agbẹ t'o jẹ iṣẹ ti gbogbo ara abule maa nṣe. Awọn ewe ode oni ṣi maa nṣe aaro ni abuleko gbogbo, bi o tilẹ ṣe pe awọn bọrọkinni agbẹ ngba oniṣẹ lati ilu okeere lati ba wọn ṣiṣẹ ninu oko wọn. Ni igba atijọ o jẹ iṣoro pupọ fun ẹnikẹni lati ri oniṣẹ bi iru eyi gba. Nitorinaa awọn agbẹ a maa so ọwọ pọ fun aaro ṣiṣe. Bi agbẹ mẹfa ba ṣe adehun lati ba ara wọn ṣiṣẹ, nwọn yio bẹrẹ lati ọdọ ẹnikan. Ti nwọn ba ṣe ti ẹnikan loni, yio kan ẹlomiran lọla titi yio fi kari gbogbo awọn mẹfẹẹfa. Eyi mu ki agbẹ kan le ṣe iṣẹ pupọ ninu oko rẹ ni ọjọ kan ju eyiti iba ṣe ni ọsẹ kan lọ.

L'ọna keji ẹwẹ, awọn baba nla wa maa nṣe ọwẹ. Iyatọ wa ninu ọwẹ ṣiṣe ati aaro gbigba. Awọn alaaro a maa ba ara wọn ṣiṣẹ ki iṣẹ wọn baa le tete jọju, nwọn kò si mbọ́ ara wọn. Ṣugbọn ẹnit'o ba pe ọwẹ nilati wa ounjẹ ti awọn ti yio ba ṣiṣẹ yio jẹ. Ọpọlọpọ l'o maa nfi ọwẹ da ana. Bi ẹnikan ba fẹ obinrin l'ọwọ ẹnikeji, o le fi ọwẹ

ba a ṣe iṣẹ rẹ; awọn obi ọmọ si maa nfẹ ki awọn ana wọn
wa ba wọn fi ọwẹ kọ ile. Awọn ọrẹ ati ojulumọ si maa
nbẹ ara wọn l'ọwẹ lati mọ ile, lati pa igi ti a fi nkọle ati
lati ṣe awọn irufẹ iṣẹ t'o jẹmọ eyiti ẹnikan ko le da ṣe.
Inawo pupọ ni ẹnit'o pe ọwẹ nṣe nitoripe o nilati se ounjẹ
pupọ ki o si pọn ọti ati ẹmu fun awọn t'o wa ba a ṣiṣẹ.

KEY TO EXERCISES

CHAPTER 1 (p. 12)

He has some money; she is very short; it is too full; it is
very dear; it is too hard; it is useful; it is clean enough; it
is too bitter; he is very strong; it is fairly tall; it is too
thick; it is very tough; it is too sour; it is too expensive;
it is level enough; it is fairly white; it is certain; it is too
red; he is very hairy; it is dark enough; she is very fat; it is
too heavy; it is rather sour.

CHAPTER 2 (p. 16)

You are very fat, he is very fat; we can read, we cannot
read; I hear (understand), I do not hear; they can run,
they cannot run; she can sing, she cannot sing; he is too
small, you are too small; you can iron clothes, you cannot
iron clothes; you can ask riddles, you cannot ask riddles;
I can tell stories, I cannot tell stories; they worked a lot,
they did not work a lot; you can write a little, she can
write a little; I know, I do not know; I cannot play any
more, they cannot play any more.

CHAPTER 3 (p. 23)

She attracts me very much; he taught you Yoruba; they
gave us a lot of money; it does not please us at all; they
killed him; she divorced him; they took it away; I found
them at home; we saw you at the market; they are at home;
he found us at the farm; he is in the house; I pronounced
it for them; he has not washed it enough; he said it
attracted them to some extent; I did not strike you at all;
she lent me a spoon; he bought it for me; she did not sell

it to them; they bought it from us; I found it in the box; they say it is enough; he says it is not big enough; they did not lend us any money at all; I brought it for her; it made them feel upset; they stole my key.

CHAPTER 4 (p. 28)

What do they want? What did he give you? who did they find at the farm? who bought it on your behalf? who gave you money? what did they find in the box? it is not water, it is palm-wine; it is not fish I want, it is meat; it was not pepper we bought, it was ocro; it was not palm-wine I poured away, it was water; it was not Aduke who brought it, it was Bisi; it is not a sheep he wants, it is a goat; he says it is not gold, he says it is silver; he says it is not paint, he says it is blood; it was he threw it away; it was not you I called, it was Aina; it was not a goat they sold him, it was a sheep; it was not a metal box I bought, it was a wooden box.

CHAPTER 5 (p. 33)

What do you see (can you see) in this picture? I see a child; I see a palm-tree; I see a man and two women; I see three sheep and four goats; which (one) did they give you? which box did they bring? I found one to buy (managed to buy one) in the market yesterday; I managed to buy a lot of palm-wine for them; that cloth is not thick enough; that picture does not attract me at all; he wore only a single piece of clothing; that does not suit me; who can help us? this work is very hard; what work did you do yesterday? this money is not correct; this child cannot do it; who gave you this money? which song did they sing? we wrote two letters; is it a monkey I see on that tree or a bird? is this silver or gold? who spilled this water?

CHAPTER 6 (p. 38)

Does this business surprise you? this box is not too heavy, I hope? can you come today? it is really strong, I hope?

can you lend me 6d? Ibadan station is very big; Ibadan
is quite far from Oshogbo; Oshogbo is not as big as
Ibadan; once upon a time there was a certain king, he
had three children; three bottles of liquor are too much;
bananas are very dear in England; I am going to buy
(intending to buy) maize and bananas; this dog is not
fierce, is it? is this water hot enough? or is this money
not enough? they can read it well, I think? you are going
to help me, I hope? fresh maize is very tasty; is it bananas
you intend to buy in the market or oranges? did they
give (it) to you or not? he says he is going to buy cassava;
we (at any rate) can sing it.

CHAPTER 7 (p. 43)

A tree fell and blocked the road to the farm yesterday;
we could not climb over it to pass; this is the hunter who
killed a leopard yesterday; I saw a fine cloth in the market;
the masqueraders wore clothes of many colours; what are
these women going to buy? they are going to buy pepper
and yam-flour; what sort of animal is this? it is an ante-
lope; Aduke's husband bought a hoe from Ojo; where
(which) is the way to Ibadan? this is it; the embroidery
on this cloth is very fine; these farm-huts (i.e. their roofs)
are constructed of grass; I have managed to buy a flute
in a shop today; the flute is long, it has four holes; what
else can you see in this picture? I see a big ox and two
small sheep; the rulers held an important meeting at
Ibadan; can I buy a knife here? how many portions of
porridge (pap) did the school-children eat? how many
hoes is this woman's husband intending to buy? I see
three men in front of the house; what are the men (in
question) going to do?

CHAPTER 8 (p. 48)

Where is your testimonial? here it is; that is Tunde's
house on the other side of the street; the inside of this
clothes-box is very dirty; when will you buy the ticket(s)?

Aduke's clothes are not as nice as mine; I like Bisi's very much; my father's is nice and big; do you like bean-cake made from 'eree' beans? some of the passengers got off at Ondo; we can read the story of his life in this newspaper; I do not like the pictures on this wall at all; are you going to live in the bottom part of the house? my gown (coat) is in the top part of the cupboard; that house on the other side of the street is very lofty; I am going to live in the middle part of the town now; a woman's loom is different from a man's; our father's farm is very far from yours; it was my mother who bought these clothes for me; the second part of this story is very interesting.

CHAPTER 10 (p. 59)

Why, you *have* spent a lot of money (= you are altogether too generous); I am so glad to see you! how terribly dear bananas are in this town! why, it isn't heavy at all! gently put it down here; don't drag it! there are breakable things inside it; always wash it well; wait a moment, don't go yet! always help your parents; don't cry any more; gather it all together by the fire; don't light up yet! don't call him yet! I am *very* surprised about this business! this news made me very happy indeed! it was Taiwo who took it away! don't eat it! it's poison! don't be sitting lazily like this all the time! all of you pay attention properly; you must not light fires here! take her quickly to the hospital; don't put out the light yet in the other room.

CHAPTER 11 (p. 65)

It's a bribe the chief of police wants; I stood at a distance watching my master; he sat down waiting for his friend; it is I who gets food for them; what work are you doing here? what time do you go home? what food do you eat at mid-day? (the light of) this lamp is going out; my expenditure is going up every day; it is indigo-plant they use to make dye; she sells small articles; the children are running about in the road-way; the water on the fire is getting nice and hot; she does not give them beans in the morning; they sleep on the bare ground at the farm; are you writing or reading? a certain Egba woman sells it; it is fisherman's work I am doing now; I am reading this letter at the moment; they always wear white clothes.

CHAPTER 12 (p. 70)

He says he wants to be going; they say they want to come and pay their respects (greet) us tomorrow; I came to realise that he was a thief; he said he would not think of acting so at all; the children did not stop crying all that day; I did not realise that they were referring to me; I know quite well that they *stole* the money; we cannot know for certain that it will not rain tomorrow; they said they came upon him on the road to the farm; they will not be long in getting to Ilorin; this lorry will not take all of us; I am surprised that there is no piped water in your town; they wrote a letter to him to say they wanted to see him; who are they talking with over there? this girl is old enough to get married; I remember that it was my mother who gave it to me; I cannot remember her name; I am sorry I have no time to stop and watch the dancers; he reminded me that there was not enough money; I told them off severely that they were not working well.

CHAPTER 13 (p. 75)

He says you are to give him money; they say you must not go yet; we want you to help us a little before you go off home; we should at all times shew respect to our parents; he told the women to go on ahead; before I could catch him he had run clean away; you must always put this key in the same place, so that I may always know where it is; you should always cook meat for me in the evening; it is he you should always follow; am I to throw it away or am I to put it by? are we to wait for him or return to our place of work? my advice is that you pay the money immediately; he gave orders that they should not allow the disease to spread; they acted so in order that the disease should not trouble the people of their household; he sent a wire to say that they should send £2 quickly; they want me to shew it all to them; shall we pour it away?

CHAPTER 14 (p. 81)

We have done all the work that you told us to do; I have found the person I was looking for; she had previously been in the habit of wearing a head-tie; I have not seen him since Saturday; we have not seen him since about two weeks; I did not tell him that I had already previously had a licence; I have examined it all thoroughly; it was the trade of cocoa-buying that the husband had been following formerly; bad behaviour has settled on this child like a garment; we have learnt it all well by heart; I had bought thick clothing because it was the cold season; I have made arrangements about money beforehand for my wife; we had not walked very far before he met a girl-friend of his: somebody told me the name of the street there the other day but I have forgotten the name; all the passengers have got off; they have not yet begun to harvest their cocoa; what I had been thinking about previously turned out to be a complete mistake.

CHAPTER 15 (p. 86)

It is with bean-cake that I eat it; what will they give me? it was in England that I learnt the work; it is with one's own hands that one puts right one's own affairs; I saw it with my own eyes; it was here that I picked it up; fortunately (God did it for me) no-one saw me; we found him busy at his work; he told me that he was not a hooligan of that sort; I went with my master to Ogbomoṣọ; I gave him £5 for my mother; it was for four shillings that they sold it to me; all of us know him to be a good man; they served out some palm-wine to him; call out to Ojo for me to tell him to come quickly; it was only the day before yesterday that I managed to see him; where did you buy

234   YORUBA

this wrist-watch? this box is full of filth; it was on a cart
that I carried wood about; he gave all these things en
bloc to his friend; every one came away from this meeting
in tears; I ought to mention it to you; we set out for
Ijebu; one ought always to avoid excess; I was abroad for
six years; I advised him not to go.

CHAPTER 16 (p. 91)

I understand everything that you have said; this is the
box that I found in their house; that is the meat I have
cooked for the evening meal; they carried off a load of
cloth worth £200; he is not (does not amount to) a person
who can lord it over me (put on airs at me); I was looking
at all who were passing; they are talking into something
which they call a microphone; I went to find my friends
who were at school together with me; a person who is
not yet dead, we do not know the disease that will kill
him; I do not like that friend of yours with the hard eyes;
on the next day after we arrived at Ibadan, we found a
lorry that could take us to Ilorin for nothing; this woman
that we have mentioned had borne three children to her
husband; the two among them that were boys were quite
grown up; what is bad and dangerous about this business
is that we do not know what caused it; there is in the
market a stall belonging to an elder sister of mine where
we can buy tinned fish; this is the stone with which he
struck and killed the child; you who have plenty of money
can buy it; we could not find the remaining food which we
had tied up in my wife's bundle; the person on whose
behalf one dies does not look on one favourably; this
world we are in is very difficult.

CHAPTER 17 (p. 96)

Who will pay the money for the train/boat (the fare)? it
is at 4.30 p.m. they will have the burial; we shall not find
anything of importance to buy today; what will they eat
this morning? it will be quite clear to you before you finish
reading the book; what day will you return the axe? how

much will they be giving you a month? what they will be saying is that this matter does not concern them; it will be quite dark before we reach home; this is the yam with which I shall make pounded yam; I will tell my father to buy one like it for me; they must find a way by which they can eat; the chiefs will be in front and the others will follow them; you will not have a chance to speak with him today any more, it is too late; they will not yet have stopped work at their office/factory; I shall take this gown to the washerman and tell him to wash it well for me; he will dry it well before he irons it; I will wait for another lorry; he will spend up to two weeks there; I think you will enjoy there very much; who will sit in front? he will know we have not forgotten, at least; they will not keep on singing like that all the time; may the cap stay long on the head and the shoes on the feet! (greeting to a chief); may you not meet with disaster! may you not meet with illness or misfortune! both of those who were going to be husband and wife were people I knew well; it may be that what you will see will be strange in your eyes; I am sure I shall be able to explain it to you; I have heard that there will be a grand wedding in our quarter; he said he would quickly arrange entertainment for visitors beforehand.

CHAPTER 18 (p. 100)

When money comes to an end, that means trouble has arrived; anyone who thinks he is completely wise does not want to accept advice; you can give me any amount that pleases you; anybody at all who enters this room, you are to drive him out at once; I always send to my wife any amount that I make; everything that is not quite clear to you, you should ask me its meaning; when it happens that an elderly person suffers the loss of one of his juniors in this way, we greet him saying, 'Greetings for a death out of turn'; whenever you are ill, you should quickly send to call the doctor; presently, they will hold the funeral of their father; any child at all who makes a noise, I will punish him well; I will do whatever I can; when they have completed the enquiry, they will return to the police-station; anyone who is going to enter must first call out 'Permission, householder'; anyone that has gone bad among them, throw it away; when the king gets up from his throne, you too should get up as well; anyone who does not confess will get into trouble (his eye will see something); he recites a charm in the ear of anyone who challenges him.

CHAPTER 19 (p. 104)

We do not usually wear European clothes; we do not use it these days (world of now); I do not let any suffering befall this dog at all; the noise they make does not let a person study at all; it is pepper stew we usually eat then; they are not in the habit of eating rice in the morning; at what time do you break off work at your office (place of work)? a farmer does not fail to provide food for those he asks for communal help; what do you do in the evenings? we beat drums, we tell stories and we dance; what do you plant in this farm-plot? I plant maize and beans; the heart does not deceive me; if anyone passes, he will not come out to him; if anyone starts a quarrel/fight, they will go and report the person to the police; hunger does enter one's belly for anything else to enter; it; travelling is not so sweet that the man with a home does not return home; we do not put on fine white clothes to go and sit in the oil-seller's stall; the dream which a dog dreams stays inside the dog; a town is never so small as not to have a rubbish-heap; anger brings out arrows from the quiver, a kind voice brings out cola-nuts from the pocket.

CHAPTER 20 (p. 112)

Add 9 to 4, it makes how much? it makes 13; take 7 away from 12, there remains how much? there remains 5; I have £120 in the bank, I take £75, how much remains? there remains £45; how many yards make a mile? 1760

yards; how many yards are there in this piece of cloth?
I divided 15/- equally among three children, how much
did each child get? if I buy 12 chickens for £7-1-0, how
much is each chicken? 11/9d; how much change will I
get from a £5 note if I buy (chicken's) eggs for 18/-? you
will get £4-2-0; we all three went to meet her at Lagos;
both of them are well educated; how many were you who
set up this thrift club? there were ten of us; how many
miles is it from Lagos to Ibadan? it is a little over 100
miles; I have only been there twice; give her two more;
I emphasise it once again that you must not go; a quarter
of the population of this town perished in this war;
5 times 12 is 60; I gave these twelve children 2/6d each;
I spent only a shilling; she has only one child; I bought
2/- worth of sugar and 3/- worth of biscuits; which turn-
ing (in order) to the right should I take? cut down every
third tree; I alone am occupying this room.

CHAPTER 21 (p. 116)

It is at 5.30 that we stop work at our office; at what time
should I come to wake you tomorrow? it will be three
days from today before I can return the axe; a farmer does
not have time to sit idly at home during the rainy season;
I think we shall have a holiday (start our holidays) two
days before the Greater Bairam festival; five days before
I was due to go to England my father died; I want each
window to be four foot high and two foot broad; how
many minutes is it now to 3 o'clock? when I saw him four
days ago he was not well at all; the Muslims go to pray at
the mosques on Fridays; they brought out the child on
Thursday, the 26th of last month; I think the rains will
begin the month after next; how many cwt. of cocoa did
they buy from you last year? he had finished all his work
before 5 o'clock; how many days past Christmas is it
today? it will be up to four days before he returns.

CHAPTER 22 (p. 120)

I asked him (if) perhaps he could take me round the

town; he further asked if this mother had any other
children (alive) in the world; he could not remember
where he had put the beads for safe-keeping; I do not
know what I shall give them to eat; he asked me if the
food he had served was enough or not; I asked the price
(for) which he would sell one of them to me; they related
to each other what they had experienced in the past;
have you decided what time you will go? who knows
how many years he will live on earth? he was thinking
about what had befallen him; do you know what time
they break off work at this office? he asked me what sort
of good turn he could do for me; he does not know which
one he ought to choose; I do not know if they are going to
work or going home; he cannot remember with whom his
'younger brother' is living; you ought to take notice of
what sort of clothes they are wearing; he came across his
book at the spot where they had thrown it.

CHAPTER 23 (p. 126)

Pork and fresh fish were his commonest articles of food;
they paid me a great sum of money; I sold all my loads
for a small sum; there are four things which everyone looks
for in the world—long life, money, children and fame; he
gives me tasty food to eat; all of us Yoruba people
(Yoruba sons) know that death is preferable to disgrace;
I opened the door, I saw an important visitor who had
come to me; the price of this lorry should not be more
than £200; after many days I hit on a plan; I am looking
for cloth which is a bit darker than this; the Yoruba have
(take) various ways of greeting each other; the African
among them was wearing native clothes; thin skin covers
the inside (and) does not let us see the mind (belly) of the
secret enemy; we took a winding road to get out of the
town; the big one attracts me most; when I knocked at
the door, a beautiful woman came out to me from inside
the room; dark ones attract him, and so do fair ones.

CHAPTER 24 (p. 131)

There is nothing you can do to satisfy him; when I saw the elephant in the distance, I felt very afraid; I am surprised that those who are in positions of honour can take money from those who are not as rich as themselves; I am not afraid of the police at all; I am ashamed of you; he said it made him laugh when he heard of this matter; we must not cause sorrow to our parents; a person who is hungry cannot calmly accept advice; a gentleman should not break down in that way; these words of his made me very angry; patience is the master behaviour, anger does not achieve anything; I am going off to bed, because I have been feeling sleepy for some time; a person who has common sense will not be afraid of any evil spirit; I am not ashamed of (doing) any work at all; there was no one who was not glad when we heard you had arrived home safe and sound; good health is the medicine for wealth; the joke I cracked made my friend laugh; don't be afraid of anything they may do; there is medicine for head-ache in my bag; it was a great sorrow to him when his mother died; I hate cruel behaviour; I do not know what is the matter with me.

CHAPTER 25 (p. 138)

It is a mad person who is beaten by the rain in the middle of a town; these words of his precluded any reply; I am surprised that you missed the meal-time like this; the tar with which they are spraying (painting) the road splashed onto me; deceitful behaviour has become a garment on his back (neck); they could not solve the riddle which I posed; they said I had come to tell lies to deceive the police; let us add all the money we have made today to what we made yesterday; the proverb they quoted against me caused me to be very angry; he owns a lorry on his own account; is it that big house that you are occupying all by yourself? don't leave me to do it alone! he had torn up the letter and thrown it away before I had a chance to read it; after I had finished eating, I again

began looking about for work; I re-painted my lorry;
he pulled £3 out of his pocket; he shewed me where I
had gone astray; when I was returning from Lagos the
day before yesterday, I turned aside to greet my 'elder
brother'; the good turn you have done me, I cannot ever
forget it; I think I can hire/rent it for £4 a week; I went
along with them to examine it; I will mention you to the
manager where I work; who asked for her (in marriage)
from you? eventually an idea flashed into my mind; we
should observe the rules of cleanliness; keep quiet! I
quickly shut him up; he ran to hide in the house; this
dress is too long, it does not suit me at all; there is no
magic trick which I cannot perform.

CHAPTER 26 (p. 143)

He went to sit by the window; with whom are you living?
with my mother's 'elder brother'; lift it up at the door-way;
he stood at the door, he did not want to enter; presently,
we came to where there was a hole; do not let me perish
in this forest; I faced towards him; I took off the coat that
was on my back (neck) and dried it at the fire; he passed
by me and went to where there was a pool; there is no
one who can escape from death; when (where) we were
talking in this way, we talked about my mother; you
should sit on the left side of the conveyance; when you
come to a fork in the road, take the road to the right;
they had arranged four chairs right in front of the king,
they put them to face him; it is cassava we eat mostly in
these parts of ours here; he had a bag hanging from his
shoulder; this woman was not pleased with this arrange-
ment; he put the box under the bed; put it away in the
bottom part of the cupboard; I remembered many things
which I had experienced in the past; when he came to
where I was, he began to cry out; collect all these things
(and put them) over there.

CHAPTER 27 (p. 150)

He poured water over me in a flood; at first he turned a deaf ear to them; he did not in fact tell me anything about it; I enjoyed (being) there very much; indeed he did not help me at all; it is almost all of us who want to go to look at it; when at last I arrived there, they had already sold it; it is already pitch dark; I laid out a mat (and) I went off soundly to sleep; don't let every matter for discussion come straight (quickly) out of your mouth; what I just want to draw out from this discussion is that this friend of yours is not to be trusted; it is they who will be the first to avoid you; I have just come back with it from England (where I bought it); who then can advise us? I have paid it all, I tell you; it is clothes like these of yours that I am going to wear; he just does not want to give me anything; he may at any rate take me to his master; it is the absolute truth; in actual fact, there was still plenty of money in my possession; the box was chock-full of money; I examined the lorry carefully; he had this 'agbada' gown made of glossy white silk; all of it was dazzling; I saw that she was in a flood of tears; the bridegroom must not go straight home with his bride like that; I think some other people are still arriving; we just need not go on to say that people like that are worthless; let us find a plan which we shall use so that this will not turn out to be so.

CHAPTER 28 (p. 159)

This is not so now any more; there is a great deal of noise in our house, there is no time that visitors do not come; when he came to realise that I was a visitor, and particularly that I was a visitor in his house, he did not conceal the secret from me any more; she confessed to me that it wasn't that she had been affected by juju medicine, but that she found enjoyment in their company (there was enjoyment for her . . .); he was a very humane king; the hornbill is a very dangerous bird; you must not become a dog who does not hear the hunter's whistle; the banana

does not live by the river (and) turn out barren; my
mother is now old; please be a mother to me; we were
beaten by the rain (and) our clothes were soaking; the
police are good friends to all the people of the town;
when he lived in our house, he was a very steady person;
he was (in the state of being) a small child when he
ascended the throne; this child who died, he was the only
male child my wife's mother had; it must be that your
'younger brother' is not well; they have to be fifteen
years old at least; they have been in existence for a long
time and they will continue to be in existence for ever;
there is not one of them that we did not find already upon
earth (that it is not the case that it was upon earth . . .);
if there is health, and also money, that a person's distress
has come to an end.

CHAPTER 29 (p. 166)

By the time my 'younger brother' arrived, it was already
getting dark; since when have you stopped drinking the
medicine which the doctor said you were to drink every
day? when did you decide not to come to evening school
any more? as I was finishing off the words of thanks
which I addressed to him, all the people stood up; as he
did this, a hubbub again broke out; it is I who puts an
end to quarrels among them in the evening as soon as
we get back from the farm; when the man came near me,
he turned out to be my 'elder brother'; I will continue to
look after you until I leave this world; it was not long
before we arrived at the town where we were going; he
had gone on a journey two days before (and) it would be
up to five days more before he would get back home;
before he died, we enquired of him what had happened
to him; by the time a year had passed, this king who was
fond of me was dead; I had not yet finished hoeing the
farm when rain-clouds gathered and rain began to fall;
as soon as they hear the sound of the guns, the grown-up
youths who are surrounding the 'bush' will raise a shout;
it was 6 o'clock before they finished this sweep of the

'bush'; as he sat by this fire and was drawing it together, he was weaving a basket which he had begun some days before.

CHAPTER 30 (p. 173)

If educated people cannot escape in this situation, what power can the poor apply? I said to him that if there was work, he should let me do it for him on his farm; as soon as she saw anyone else, she would be like someone who had attained a chief's office; if this work was so pleasant, they would not be collecting people by force to undertake it; otherwise (if it were not so) I would tell my friend to come to meet me at the bus-stop; if the bride in the house does not want to call her husband's parents by their (proper) name, she will look for a way by which she can use an avoidance-name for them; if we go on with it like this, we shall be ancestral slaves for ever; if illness affects a miser, he will put up with it, because he does not want to spend money on a doctor who would cure him; if guests put up at his house, hunger will drive them away; words which I might say did not come (to me); if it is the case that you *stole* the money, you should tell me; if you were going to buy a whole piece (of cloth), we would reduce its price a little; if you had taken the sick man to the doctor in good time, he would be well by now; had it not been for the policemen who quickly ran up, the burglars would have beaten him up and killed him; as the time for a meal approaches, they ring a bell; if you are not going, make way for me; if he dies and does not leave you an inheritance, with whom will you lodge a complaint? if a person is in (a state of) happiness, if he remembers that there is another time, a time of sorrow, his happiness will be in moderation; if the people (children) of the world could love each other sincerely, how fine the world would be; if you see a blind man, or a cripple, or that sort of person, always do good turns to them according to the limitations of your power; if he knows how to argue a case, they may release him; as soon as they see me, they will eye each other; as long as you can get there,

there is nothing more to fear; if they greet you, you must
not answer.

CHAPTER 31 (p. 177)

Why are they making a noise like tHat? someone has seen
a snake in the garden (and) they are trying (want) to
kill it; in what way have I offended you? the reason for
my coming is no more than that; this wind was so strong
that water was coming into our boat; they hit me so
much that I collapsed on the ground and fainted; we will
enquire about a way to do everything so that it wil! be
alright; what makes you want to give up this work? I
could not bring myself to confess that I had committed a
crime was why I left my town; it was money that these
women had in mind that they married me; he asked me
where I had been and why I had been so long; they began
to run away, so much so that on the morning of the day I
am talking about only one wife remained with me; why
didn't you do what I told you to do? it will soon be so dark
that we shall not be able to see at all; he is such a liar that
I cannot believe him at all; this knife is so sharp that it
can cut off a strong man's hand at one go; I do not know
why he did not escort us on our way; the market was so
depressed (spoiled) that my father landed in debt.

CHAPTER 32 (p. 181)

How did you enjoy England? we enjoyed it very much;
how shall I speak about this matter to him? how long
have you been here? what father said to me yesterday,
what is your opinion of it (how is it in your eyes)? it is
heavier than it was before; I could hear how he was
snoring where he had fallen asleep; as a mouse has no
power before a cat, so I have no power before you; this
is how they made the arrangement; I cannot express how
pleased I am to get to know you today; I had no other
thought in my mind than how I should pay the good turn
back to him; he treated me as soap treats the eye; you are
to lift it as it is now; there is harmony in this town to a

greater degree than I thought; the way the man looked after me impressed me very much; I was observing how he was acting in every way; I have not set eyes on him again up to the moment I am speaking now; however fast I run, I can never fall down; in this position that I am in this house, I know what I experience at the hands of my co-wives.

CHAPTER 33 (p. 187)

The builders do not want it to rain; they call the government workers who work in the forests 'forest guards'; I cannot believe him at all, he is an habitual liar; we had better be careful, because there are a lot of burglars in this town! all of his wives ran off with other people; they call the bridegroom 'the one with camwood feet' (coloured with camwood); anxious thought did not allow my heart to be at rest; I do not want that unlucky person to buy anything from me (he may infect me with his bad luck!); the relating of news does not equal seeing with the eyes; presently, we came out onto a tarred road; he goes about looking for second-hand clothes; the strong man without reflection (is) the chief of lazy men; the man with a plot does not hatch it in one's presence; he who relies on an inheritance hands himself over to destitution to strike down; he who is jealous of one cannot change fate; he who goes to extremes is not long in getting disgraced; both of us are Christians; my fiancee came to visit me the day before yesterday; the magistrate (judge) sent the offender to jail for three years; he who uses us cruelly teaches us by force.

CHAPTER 34 (p. 193)

He looked for a way to go and meet his friend; a woman cannot be shewn one's innermost thoughts; it can be put in the pocket; a needle may be small (but) it is not to be swallowed by a chicken; thinking belongs to human beings, acting to God; it may be a long time (but) the stammerer will say 'Father'; it causes people to shun

doing good turns; I was ashamed to reveal this secret to
him; it cannot fail to surprise you to see me like this; to
sit down became a trouble, to get up became a worry;
what did his eyes not witness altogether during the course
of that night? he did not worry any more about marrying
another wife; the palm of the hand cannot be used to
carry fire; he spent a lot of money on things to eat and
drink; he decided to conceal himself and watch what
would happen; he may not give us food but give us
money instead of it; this work that we are planning to
take up is very useful; not living at home to any great
extent did not allow him to marry early; it is a man with-
out shame who goes to the house of his in-laws to die;
this leather can be used for making shoes; I like boiled
beans best; she does not know how to cook stew nor
how to pound yam; he had hardly gone out when he
collapsed and died.

CHAPTER 35 (p. 199)

He greeted us and we greeted him; it was that house
which his father had built outside the town that they
went to; who are those I see standing in a group there?
some people who are looking for work; recently I was in
a meeting of certain enlightened people; it was our
Creator who put the love of these things in our hearts;
all these four sorts of food should be present in our diet;
I think that you too have realised now that we who are
doctors are not all the same; as for us, we are diviners
descended from diviners; you unlucky fools, you are
going to meet your new bride, but your new bride has
gone! the king of that town near which they had arrived
had gone hunting; those that you see, they are all my
children; this person planted an evil fruit and he reaped
evil; who are you here? we are the children of the head-
master; the same God who created these tribes of men that
we have mentioned created us too; both he and the other
ten who we did not know, they all ran off and escaped;
what are you going to do here, you stupid fool? these

important rich people that we have mentioned can make a present of £1,000 without reckoning it to be anything at all.

CHAPTER 36 (p. 205)

We explained to him that we would not be able to stop because we were in a hurry, yet nevertheless he shewed us hospitality on a big scale; I remembered Adukẹ, and tears (water) burst from my eyes; as we got to the station and completed getting our tickets the train appeared; mention two of them and the town where they are; he swallowed it bones and all; both young and old love her; the king said that he gave me the girl with great joy; it was some time since I had seen him and I did not know that he had become a policeman; it was not long before darkness fell; he told me to go home, but I did not go; it was in this way (it was thus I acted) that I came to leave the town and headed for the forest; my opinion had changed because all those words which he spoke—he did not say anything false about me in (with) them at all; am I to throw it away or am I to put it by? I wear an 'agbada' or 'danṣiki' gown; your fathers and mothers have already followed this path which you are following; whether it was yam pounding, or pepper grinding, or water carrying, this child alone used to do all of it; extravagance is not good, but being miserly, too, is not good at all; it is words which allow us to recognise a person as wise or foolish; when she broke this fruit, money, clothes, beads and costly ornaments appeared to her; both I and my wife, neither of us cared to say anything (there was not either among us cared . . .); I was very slow in answering (before I answered), because words are very hard to say; I asked him if I was important enough to offend him; both fish and crocodile, they are both edible flesh.

CHAPTER 37 (p. 210)

The death of this friend of mine pained me deeply; I bought 3d each worth of fried yam for all the workmen;

don't let your child get into bad company; they shine like
the lightning in the sky; everything was topsy-turvy in
confusion; I bought six leather cushions from him; they
call him 'unlucky fellow', 'good-for-nothing' and so on; I
very much want to buy this cloth; the elders of the town
came to greet me; he said if he was not at home, they
must not in his absence do anything; the threats that we
were making against him, we were just frightening him
with them; he landed himself in perpetual debt; don't
allow your child complete licence; the leopard tore this
man to shreds; you should follow him wherever he goes;
I tried and tried to persuade him, but nevertheless he
did not agree; they boxed his ears repeatedly; every year
I take a holiday and go to my own town; they are singing
a very poor song; they are close friends; may your luck
protect you from a child who breaks up the household;
that man is a dyed-in-the-wool thief; when I got up, I
stumbled with my left foot.

CONNECTED PASSAGES FOR TRANSLATION

1. A FALSE FRIEND

There was a man in our town whose name was Adeyẹmi
(crown befits me). He was a person who had money and
reputation in our town and its environs. Now this man
had a friend who did not from the bottom of his heart
like him. The name of this friend was Sule. It was a long
time that they had been carrying on their friendship to-
gether. Adeyẹmi had put all his trust in Sule, so that it
was his friend's 'younger brother', whose name was Mako,
that Adeyẹmi appointed clerk in his shop in our town.
Presently, Adeyẹmi decided to marry a certain girl, but
this business did not please Sule at all and he was looking
for every opportunity to blacken Adeyẹmi's character in
the eyes of this girl. 'The man who tries to ruin other
people's characters ruins his own'—instead of this girl
listening to these words of detraction, in actual fact her
love continued to increase. They were going on with the
matter until four days remained to Adeyẹmi's wedding.
When Sule saw this, he began to consider in what way he
could kill his friend. So he came to Adeyẹmi saying that
he had on his behalf made an opening (road) for trade,
so he should come in person to the road to his farm,
which was about four miles from home. He told him not
to send anyone, he himself was to come at exactly half
past seven in the evening, and Adeyẹmi agreed to this.
But when he got home, his stomach began to pain him,
so he would not be able to go to Sule's farm after all.
So he thereupon sent his clerk, who was Sule's 'younger
brother'. This young man set off on the way to his 'elder
brother's' farm without knowing that this elder brother
of his had stationed a man with a gun on the way to kill

249

Adeyẹmi. Sule's younger brother was wearing his master's clothes, had on his cap, and was wearing his shoes as well. Anyone who saw him would call him Adeyẹmi. As he came up to the place where the gunman was, the latter shot at him, and he died on the spot. When the news got around, everyone ran there, and they then found it was Sule's younger brother. The fear of God fell upon Sule and he himself confessed in the presence of all the people that it was he with his own hand who had done ill to himself. 'He who pours out ashes, ashes come back on him'.

2. A JEALOUS CO-WIFE

A certain junior and senior wife were living together with their husband in a town which we call Ojanla (Big Market). They each bore a single boy to their husband, and they did not have any more children than this one each. Husband, senior wife and junior wife lived together in harmony. There was no quarreling and also there were no altercations. The husband loved his senior and his junior wife alike, and there was no one who was envious about children towards her partner, because God had given them one boy each. So thus they went on with their lives and everything was in equal shares for them. Soon the two boys grew up and they were put to school. They ate together, they wore the same (sort of) clothes, they slept in the same bed; in short, they were like Taiwo and Kẹhinde (the names given to twins).

This behaviour of theirs gave pleasure to the hearts of all. But soon, the senior wife's child began to behave like a rascal. Because of this he did not pay attention to his studies any more. When it reached the end of the year and they took an examination, the junior wife's son, who was named Olu, would take the first place, while Wọla, the senior wife's child, would get nought. In fact he gave up making any effort, and he used to wander aimlessly about the town. They went on in this way until they reached Standard (Book) VI. When they took the Government examination, Olu passed well but Wọla got nought.

Their father now became angry and he ordered that the senior wife's son should go and learn to be a driver, while Olu went to the High School. From that time love towards her junior wife and her son came to an end in the senior wife's heart, and anything involving them became more and more a case of 'scoop out some more water, the water is not enough' (a proverbial phrase used in referring to situations of strife).

To avoid going with a post to a house which is already standing (not to prolong the story), Olu left at Standard X and the Government gave him the opportunity to go to England to learn to be a doctor, because he had brains (his head was all there). His mother was more and more pleased from the moment she heard this, but the senior wife was not pleased at all. When it was the following day that Olu would be going to England, the senior wife cooked some tasty rice, added some evil medicine to it, and decided to give it to Olu to eat so that he might die. When she had finished cooking it, she put it by in the house ready for Olu, who had gone out. But when her own son returned from work he saw the rice and ate it. He very soon died. A great cry went up, and when the secret was revealed we saw that the very food which the senior wife wanted to give the junior wife's son to eat her own son had eaten and then died. So sorrow became the portion of this senior wife for all the days of her life.

3. A FAMILY MIX-UP

An 'elder brother' of mine was a trader who sold books in the town of Ibadan. Of course, as far as I was concerned I was born at Ọyọ and from the time I was born I had not gone to our home town in Ijẹbu more than twice. This had not given me the opportunity to get to know many of our family. They had not in fact ever talked in my presence about this elder brother who was a trader. He was a close relative of ours, but I did not know him.

I had the good luck to go to a High School at Ibadan about five years ago. It was from this elder brother of mine that those who were our seniors used to buy their books, and we who were new boys (strangers) were buying books from him (too). When we had finished buying all our books, I noticed that I had bought a book by mistake. I quickly made my way to the bookshop and I begged this elder brother of mine to take his book back and give me my money. But he refused point blank. I kept on imploring him but he refused: he said he never took a book back from anybody after a week had passed since the person took the book away from his shop. I explained to him that the book was useless to me, in fact I again begged him to let me take another book for it. What he finally said was, 'Explanation does not meet the case'. I got angry and I determined to be revenged somehow or other.

When I returned to school, I complained about him to many of my companions, and we decided that we would not buy books from him any more, and we did not buy anything from him any more. We moved over to the bookshop which faced his to buy our books. I in fact made the business quite obvious, so that he knew it was I who was his opponent.

Two years after I came to this school, our father's mother died, and we had to go to hold the 'bringing out' ceremony in connection with our (grand)mother's funeral in our home town in Ijẹbu. When (where) my father was giving entertainment to his guests, it was a surprise to me to see this bookseller gentleman helping my father to bring out calabashes and bring out dishes (helping in service). In fact they were going in and out together. I hurriedly called my father into a room to ask who this guest was. I was very surprised when I heard that he was my elder brother. I hurriedly explained how we had had a quarrel together at Ibadan. At once my father called him and asked him, saying, 'Don't you know So-and-so son of So-and-so?' He put his finger to his mouth, saying, 'Good heavens, God save me!' He repeatedly expressed his regret, and I too implored him to overlook my mistake. When we arrived together at Ibadan, we put right what had happened, and I found many customers for him.

4. THE CUSTOM OF CUTTING FACE-MARKS

The custom of cutting face-marks was something which the Yoruba practised to a high degree in olden days but which is no longer common at the present day. The reason why the Yoruba used to cut face-marks in olden days was that there was war everywhere. The Fulani used to wage war with the Yoruba and the Yoruba towns waged war with each other. A family group which did not know each other well could kill each other in battle. But if they had face-marks, and they saw the marks on people's faces and mouths, they would not kill them, because they came from the same town. The Ibadan might be at war with the Ijẹṣa. If all those who were fighting had no face-marks, an Ibadan might kill an Ibadan when he did not know that he was an Ibadan. An Ijẹṣa too might kill an Ijẹṣa because he would not know that he was an Ijẹṣa. It was for this reason that the various towns each used to cut their own (various) face-marks.

The Ọyọ used to cut 'gọmbọ' marks on their faces and heads, while the Ijẹṣa put three lines on the right and left of the face. Their lines were long. The Ondo used to mark a single broad line on the right and left of the face. The Ijẹbu put three small lines on the face. In this way the Yoruba could recognise each other apart in battle. So they used not to capture as a slave anyone who had the same sort of mark as theirs, because they knew that they came from the same place. But a person whose marks were different or who had no marks they would capture as a slave or kill in battle.

Each family group in Yoruba country also used to have its own mark. When they met away from home (outside the town-wall), they would know members of their family apart from others. This is the reason which brings it about that the Yoruba cut face-marks from olden times right up to the present day. But in these days face-marks have begun to disappear in many towns in Yoruba land because there is no longer war, and enlightenment has come to every town. The Ijẹbu and the Ijẹṣa do not cut marks on their children any longer. But the Ọyọ predominate among those who cut marks up to the present day. The reason for this is that many of them are not yet well educated. All those who are educated no longer cut marks on their children. Among the other towns which still cut marks is Ondo. But it is their first-born that they mark, the young remaining children—they will not mark them. So the custom of cutting face-marks is gradually dying out among the Yoruba.

Face-marks spoil the faces of many people. Some marks turn into sores, others protrude. This causes the faces of people who were previously good-looking to become ugly. Many women who have no marks do not want to marry a man who has marks. This sort of thing causes some men distress of mind. Without any doubt, this custom will not be long before it disappears from Yoruba country.

5. COMMUNAL WORK

There is a great deal of work which a person cannot do by himself, but only if he finds helpers. Long ago in Yoruba country our forefathers founded the customs of 'aaro' and 'ọwẹ' in order to help each other in their various work. This was absolutely necessary in those days, because in fact they lived in small villages whose inhabitants did not exceed two hundred and which were far from each other.

The way that people helped each other is divided into two. The adults and the youths used to collect themselves together to help each other in farm work, which was the work that all the people in the village did. The young men of the present day still do 'aaro' in the farm-villages everywhere, though the substantial farmers hire workers from distant towns to work for them on their farms. Long ago it was very difficult for anyone to find workers of this sort to hire. So the farmers used to join hands to do 'aaro'. If six farmers made an agreement to work with each other, they would start with one (of their number). If they did one man's work today, it would be the turn of another tomorrow until it went round all six of them. This brought about that a farmer could do a great deal of work on his farm in one day, more than he could do in a week.

In the second place also, our fathers practised 'ọwẹ'. There is a difference between doing 'ọwẹ' and holding 'aaro'. Partners in 'aaro' work with each other so that their work may quickly be substantial, and they do not feed each other. But a person who summons an 'ọwẹ' must get ready food which those who are going to work will eat. A great many people use 'ọwẹ' to fulfil marriage obligations. If a person gets a wife in marriage from another, he may by means of an 'ọwẹ' do his work for him. The parents of the girl like their in-laws to come and roof a house for them with an 'ọwẹ'. Friends and acquaintances ask each other for 'ọwẹ' help in order to build a house, to cut wood that is used for roofing and to do the sort of jobs which are in the category of what a single person cannot do by himself. He who summons an 'ọwẹ' lays out a lot of money, because he has to cook plenty of food and supply spirits and palm-wine for those who come to work for him.

VOCABULARY

This word-list is designed to help the learner deal with the Exercises; it does not contain all the words occurring in the Lessons. For pronouns and numerals reference should be made to the appropriate chapters. Remember that nouns formed from verbs by the addition of the prefixes a-, à-, ì-, if not given separately, can be easily deduced from the corresponding verbs, e.g. ìgbádùn 'enjoyment' from gbádùn 'to enjoy'. The same applies to words formed by adding the oní- prefix (alá-, elé- etc.) to nouns, e.g. aláṣọ 'person with cloth' from aṣọ 'cloth'.

abà, farm hut
abanijé, detractor
àbáṣe, co-operation
abẹ, small knife, razor
abẹ́, underneath part
abẹ́rẹ́, needle
àbètẹ́lẹ̀, bribe, bribery
àbí, or
àbọ̀, return, arrival
àòbọ, half
abúlé, village
abúléko, farm village
àbúrò, younger relative,
   younger 'brother'
àdéhùn, agreement
adìẹ, fowl
àdìrò (àòrò), hearth
àdúgbò, district, quarter
afárá, afá, bridge
ààfin, palace
àfẹ̀ẹrí, thing which vanishes
àfẹ́sọ́nà, betrothed
àfojúbà, personal
   experience
afójú, blind person
àga, chair
àgàn, barren woman
àgò, permission to enter
agogo, aago, clock, watch,
   bell
agolo, small tin
àgùtàn, sheep
agbádá, large gown
àgbàdo, maize
àgbákò, disaster
àgbà, adult, senior
àgbàlágbà, elder
agbára, force, power

àgbègbè, surrounding
   district
àgbè, farmer
agbọ̀n, basket
àgbọn, coconut
agbọ́n, wasp, hornet
àgbọ̀nrín, antelope
ahun, miser
àìsàn, illness
aiyé, world
aiyéráiyé, everlasting
ajá, dog
àjà, ceiling, vault
ààjà, whirlwind
àjèjì, àjòjì, strange, foreign
àjò, journey
aájò, attention, care,
   treatment
àkàlà, hornbill
àkàrà, bean-cake
ààké, axe
àkíyèsí, notice
àkókò, time, season
akólòlò, stammerer
àkọ́bí, first-born
akọ̀wé, clerk
àlà, white cloth
àlà, dream
ààlà, boundary
àláfíà, well-being
alágbàfọ̀, washerman
aláìnítìjú, shameless person
aláìsí, being deceased,
   non-existent
alákọrí, good-for-nothing
aláràbarà, many-coloured
alárinrin, fine, resplendent
 aláǎrù, porter
àlàyé, explanation

àlejò, stranger, guest, new boy

alé, evening

àlòkù, second-hand

àmfààní, opportunity, advantage

àmòòmòtán, imperfectly known

àná, yesterday

àna, relative-in-law

   dá àna, to perform traditional marriage customs

àníàní, doubt

apá, arm; direction, side

àpárá, joke

apeja, fisherman

àpò, bag, pocket; £100

apó, quiver

àpótí, box

ara, body; self

ará, member of a community

àràbà, silk cotton tree

àrán, velvet

àárè, tiredness, illness

àárín, middle, centre

ariwo, noise

àáró, mutual aid on farm

ààrò, àdìrò, hearth

aro, cripple

àárò, morning

arúgbó, old person

àrùn, disease

àsán, afternoon (in greetings)

àsìkò, time, period

àsà, custom

asaájú, predecessor, leader, senior

àsejù, excess

aseni, secret enemy

àsèhìndè, expecting return of elder who has died

àsírí, secret

àsìse, mistake

asiwèrè, madman

aso, cloth, clothes

asógbó, forest guard

ata, pepper

àtakò, opposition

àtàtà, real, genuine

àtèhìnkú, untimely death

àtélewó, palm of hand

àterúdérú, ancestral slave

àti, and; to (with verb)

àtijó, former, some time ago

àtìtàn, ààtàn, refuse heap

àtúnse, repair, amends

àtùpà, lamp, lantern

àwa, we, us (emphatic)

àwíìgbó, not heeding advice

àwo, dish

àwòrán, picture

àwò, colour

awo, skin, leather

àwon, they, them (emphatic)

àwùjo, assembly, meeting

àyè, place, opportunity, chance

ààyè, life, alive

ayò, joy

bà, to alight on

   èrù bà mí, I felt afraid

   fi etí bà, to drop a hint to

bà, fi ojú bà, to witness, see

bá, to meet, accompany, hit upon; for, with

bà . . . jé, to spoil

bá . . . mu, to suit, agree with

bà . . . nínú jé, to make sad

bá . . . wí, to rebuke; to refer to

bàbá, father

baba, father (in general sense), senior, master

bàjé, to become spoilt

inú mi´bàjé, I felt upset

bámúbámú, chock full

báńkì, bank (for money)

banújé, to become sad

básíkùlù, bicycle

bàtà, shoe, boot

báyĭ, like this

bèèrè, to ask about or for

bè̩, to beg, ask, implore

bè̩ . . . l'ó̩wè̩, to ask for communal help

bé̩, to cut off

bé̩è̩, so, like that

bè̩bè̩ (bè̩ è̩bè̩), to implore

bé̩è̩kó̩, it is not so

bé̩è̩ni, it is so; even so, yet

bè̩rè̩sí(í), to begin

bè̩rù, to fear

bi, bi . . . léèrè, to ask

bí, asks doubtful question (at end of sentence)

bí (inú bí mi), I became angry

bí, like, as

bí . . . ti, as, how

bí, bí . . . bá, if

bínú, to be angry

biribiri, very dark

bò, to cover

bojújé̩ (bà), to scowl

bò̩, to approach, return, arrive

bò, to enter narrow opening

bó̩, to slip out, escape; to come, go (rather quickly)
——, to feed

bó̩ sí, to turn out to be

bó̩ sí i, to be successful, effective

bò̩rò̩kìnní, gentleman

bó̩yá, bóyá, perhaps

bù, to take from larger quantity; to cut

bù o̩lá, bo̩lá, to pay honour

bù o̩wò̩, bo̩wò̩, to pay respect

búburú, bad, nasty, wicked

burú, to be bad, nasty, wicked

burúkú, bad, nasty, wicked

dà, where is?

dà, to pour

dà . . . lé . . . l'órí, to pour on top of

dà . . . nù, to pour away

dà . . . ko̩, to direct towards

dà . . . pè, to call by an avoidance name

dá, to cause (ch. 24)

dá, to do alone

dá . . . ɖá, to leave to do alone

dá (ara mi´dá), I am well

dá èésú, to contribute to a thrift club

dá . . . l'ójú, to be certain to one

dá . . . l'óró, to treat cruelly

dá owó lé, to undertake

dá . . . padà, to return a thing

dá . . . sílè, to cause, found, set up

dàgbà (dì àgbà), to grow up

dáhùn (dá ohùn), to answer

dájú, to be certain; to be brazen-faced

dákú, to faint

dámòràn (ìmòràn), to advise

dáná (iná), to make a fire; to cook a lot of food

dáná (àna), to perform marriage duties to in-laws

danindanin, important; tightly

dànsíkí, type of short gown

dànù, to be spilt

dára, dáa, to be good, nice to look at

dáradára, dáadáa, well, fine, all right

dáràn (òràn), to commit an offence

dárò (arò), to express sympathy

dè, to await

dé, to arrive, happen

——, to cover, put lid on

d'ébi pa (dá), to starve to death

déédéé, exactly

délé (ilé), to arrive home

de, to hunt, trap, set (trap)

d'èhìn (dà), to act in one's absence

dérùbà (dá), to terrify, intimidate

dì, to tie

di/dà, to become

dí, to block up

dìde, to get up

dídùn, tasty, pleasant

díè, some, a little

dígí, glass, mirror

dìgbò lulè, to slump to the ground

dínwó (owó), to reduce price of

dípò (dí ipò), to replace

d'ojú ìjà kọ (dà), to challenge, shew fight to

dójútì (dá), to put to shame

dógba, to be equal

dókítà, doctor

dòtí, to be dirty

dùbúlè, to lie down

dúdú, to be black, dark; black, dark

dùn, to be tasty, pleasant
inú mi dùn, I am pleased

dùn, to pain
dùn . . . nínú, to make one sorry

dùndú, fried yam

dúpé (dá opé), to give thanks

dúró, to stand, wait, stop
dúró tì, to stand by someone

ebi, hunger
  ebi ńpa mí, I am hungry
èdè, language
èdèàìyédè, misunderstand-
  ing, quarrel
egungun, eegun, bone
egúngún, eégún,
  masquerader
egbò, sore
egbòogi, medicine
ejò, snake
èké, deceit, deceitful person
èkúté, mouse
elétè, plotter
eléyĭ, this one
eélǒ, how much? for how
  much?
èlùbọ́, yam flour
èmi, I, me (emphatic)
ènìà, person, people
èèrà, ant
eré, running; play
èérí, dirt
erin, elephant
èrò, thought, consideration
èrò, people, passengers
eérú, ashes
èsì, reply
èsúsú, èésú, thrift club
èsín, last year
ète, plan, plot
etí, ear
  etí mi´di, I am deaf
  etí dídi, deaf ear, deafness
ètò, arrangement
ewé, leaf
èwo, which one?
ewu, danger
ewúrẹ́, goat

èyí, this
èbá, vicinity
èbi, fault, guilt
ẹbí, family, relative
èfọ́, green vegetables
èfọ́rí, headache
èfúùfù, strong wind
ègbẹ́, side
ẹgbẹ́, society, age group
ègbọ́n, elder relative
èhìn, back (see ch. 38)
  èhìn odi, out of town,
  abroad
ẹiyẹ, bird
ẹja, fish
èjè, blood
ẹjọ́, court case, fault
èèkan, once, recentiy
èkọ, pap, gruel
èkọ́, education
ẹkùn, leopard
ẹkún, weeping
ẹlẹ́dǎ, creator
ẹlẹ́dè, pig
ẹlẹgẹ́, fragile, delicate
ẹlòmíràn, another person
èmí, life, spirit
ẹmu, palm-wine
ẹn, expression of assent
ẹ́n-èn, expression of dissent
ẹni, person
ẹní, mat
ẹnìkan, somebody
ẹnikẹ́ni, anybody
ẹnití, the person who
ẹnu, mouth (see ch. 38)
  ẹnu ònà, doorway
ẹ̀nyin, you (pl. emphatic)
ẹran, animal; meat

ẹranko, wild animal
ẹ̀rí, testimony
ẹ̀rín, laughter
    ẹ̀rín pa mí, I had to laugh
ẹ̀rọ, machine, device
ẹrù, load
ẹ̀rù, fear
ẹrú, slave
ẹsẹ̀, foot, leg
ẹ̀sín, humiliation
ẹwà, beauty
èwà, beans
èwẹ̀, also
èwù, coat, gown
ẹ̀yà, tribe, people
ẹyin, egg

fà, to pull, draw
    fà . . . l'étí, to give a hint
      to
    fà . . . l'ọ́wọ́, to hold by
      the hand
    fà . . . yọ, to draw out
    fà . . . yà, to tear up
fàdákà, silver
fajúro, to pull a long face
farabalẹ̀, to be calm
farapamọ́, to conceal
    oneself
fáàrí, display, airs
fèrè, flute, whistle
fèrèsé, window
fèsì (fọ èsì), to answer
fẹ̀, to be broad
fẹ́, to want, love, woo,
    marry
fẹ́ràn, to like, love
fi, to put, use, apply; with
    (see ch. 15)

fi . . . ra iná, to put to
    warm
fi . . . sùn, to accuse,
    report
fìlà, cap
fò, to jump, fly
fò . . . dá, to pass over,
    ignore
fò ṣánlẹ̀, to collapse (of a
    person)
fọ̀, to wash (things)
fọ́, to break, smash
fọ́jú, to be blind
fọnfọn, soundly
fún, to give, transfer to; to,
    for (see ch. 15)
funfun, to be white; white
fúyẹ́, to be easy, light of
    weight, better (of health)
fu (ara'fu mí), I felt
    suspicious
fura, to suspect

ga, to be lofty, high
gaan, exactly, actually,
    really
gèlè, head-tie
géńdé, strong man
gẹlẹtẹ, at ease
gidigidi, extremely
gorí (gùn orí), to ascend
góòlù, gold
gọ̀, to be stupid
goboyi, much (of money)
gòmbọ́, a style of face mark
gùn, to be long, tall (of
    people)
——, to climb, mount, ride
gún, to pound, stab, pierce

gbà, to take, get, accept; to rescue

gbà fún, to agree with, be indulgent to

gbà ... gbọ́, to believe

gbà ... n'ímọ̀ràn, to advise

gbá ... l'étí, to box the ears of

gbádùn, to enjoy; to be pleasant; to get well

gbágudá, cassava

gbàgbé, to forget

gbàgbọ́, to have faith

gbajú.nọ̀, reputation, person of repute

gbálẹ̀, to sweep the floor

gbé, to lift

——, to live in, inhabit

——, to perish

gbé ... léjú, to make a display of

gbèrò, to intend

gbéyàwó, to marry

gbékẹ̀lé (gbé), to trust

gbẹ̀san (gbà), to get revenge

gbìn, to plant

gbọ́, to be ripe, old

gbòfo (gbà), to get nought

gbogbo, all

gbóná, to be hot

gbọ́, to hear, understand

gbọdọ̀, must

gbọ́n, to be wise, prudent

gbọ́njú, to come to years of discretion

gbọ́nmi (omi), to scoop out water

gbọọrọ, long and thin

gbúrǒ, to hear news or a sound

halẹ̀, to threaten, bluster

hàn, to be obvious

fi ... hàn, to shew

haanrun, to snore

he, to pick up

hó, to boil, bubble

hó yèè, to shout loudly

hun, to weave

hùwà (hù ìwà), to behave

ìbàjẹ́, being spoilt, scurrility

ibẹ̀, there

ibi, place

ibí, here

ibiti, the place that, where

ìbílẹ̀, native (adj.)

ìbínú, anger

ibòòji, shade

ìdálẹ̀, away from home

idán, magic

ìdánwò, examination

ìdíkọ̀, bus-stop, station

ìdílé, family group

ìdúró, standing

ìfòìyà, alarm

ìgàn, piece (of cloth)

igi, wood, tree

ìgò, bottle

ìgbà, time

igba, 200

igbá, calabash

ìgbàtí, the time that, when

igbe, shout

igbe'ta, a shout was raised

igbèsè, gbèsè, debt
ìgbésí aiyé, manner of life
ìgbéyàwó, wedding
ìgbę́, forest
igbó, forest
ìgbooro, built up area
ihò, hole
ìjà, fight, quarrel
ìjàngbòn, trouble
ìjàpá, tortoise
ìję̀tá, day before yesterday
ìjókǒ, sitting
ìjòyè, chief
ìjọsí, the other day
ìkà, cruelty, cruel person
ìka, finger
ìkan, one
ìkoríta, road junction
ikú, death
ikùn, belly, mind
ilà, face mark
ilá, ocro
ìlàjú, civilisation
ilé, house, home, building
Iléyá, Greater Bairam
    festival
ilę̀, ground, land
    ilę̀ aiyé, the world
    ilę̀ ́mọ́, day dawned
    ilę̀ ́ṣú, night fell
ìlę̀kę̀, bead
ìlù, drum
ìlú, territory, country, town
ìmọ̀ràn, advice
ìmọ́tótó, cleanliness
iná, light, fire
ìnáwó, spending money,
    entertainment
inú, inside, belly

ìpàdé, meeting
ìparí, end, completion
ìpátá, rascal
ipò, position
ìpọ́njú, distress
ìrépọ̀, friendship, harmony
ìrẹ́sì, rice
irin, iron, metal
ìrìn-àjò, journey
ìró, sound
ìró, woman's wrapper
ìròhìn, news
ìrònú, thought, pensiveness
iró, lie, error, vain thought
ìrójú, endurance
ìrọ̀lę́, early evening
ìrù, tail
irú, ìrúfę́, sort, variety
irun, hair
ìsàlę̀, bottom part
ìsimi, ìsinmi, rest,
    relaxation
ìsìnkú, funeral
ìsọ̀, market stall
iṣę́, work
ìṣę́, destitution
ìṣòro, difficulty
iṣu, yam
ìtàn, story, history
ìtàwé, book-selling
ìté, throne, nest
ìtajà (ọjà), selling wares
ìtòsí, near
ìtójú, care for, tending
ìtúmọ̀, meaning
ìwà, behaviour
ìwé, book, paper
ìwòsàn, medical treatment
ìwọ, you (sg. emphatic)

ìwọ̀n, measure; about

ìyà, suffering, punishment

ìyá, mother

ìyálé, senior wife

iyán, pounded yam

ìyàwó, bride, wife

iye, quantity, number, value

ìyàlẹ́nu, surprise

ìyanu, wonder

ìyẹn, that

ìyí (èyí), this

ìyókù, remainder

ìyọnu, trouble, worry

jà, to fight, quarrel

já, to get to a place

——, to find out, solve, see through

jádẹ̀ (òde), to get out, emerge

jáfáfá, to be active, keen

jàgidijàgan, hooligan

jagun (ogun), to wage war

jágbajàgba, untidy

jàjà, at last

jàṁbá, accident

jampata, to take trouble over

jẹ, to eat, enjoy fruits of

jẹ . . . n'íyà, to afflict with suffering, punish

jẹ́, to allow, venture to

——, to be

jẹ́kí, jé kí, to allow that

jẹmọ́, to be connected with

jẹ́wọ́, to confess

jí, to wake, waken

——, to steal, do stealthily

jìbàtàjibata, soaking

jígí, dígí, glass, mirror

jìnnà, to be far

jìnnà sí, to be far from

jó, to dance

jó, to burn

jóná, to be on fire

jowú, to be jealous

jọ, to be together

jọ . . . l'ójú, to impress

jọjú, to be substantial

——, to surpass, exceed

jù, to throw

jù . . . nù, to throw away (single object)

juwọ́ (ọwọ́), to wave the hand

kà, to be placed on

ká, to fold, encircle

——, to pluck (fruit)

kábà, dress, frock

kàdárà, destiny

k'ágò (ké àgò), to ask permission to enter

kalẹ̀ (ilẹ̀), to be on the ground; to be ready

kàn, to touch, affect; to knock

——, to get abroad

kan, to be sour

kàn, one

kán (ojú ńkán mi), I am in a hurry

kánjú, to be in a hurry

kànkan, any

kànnáà, the same

kaná (iná), to be on the fire

kárí (orí), to go round all of
　　a group
kàwé (ìwé), to read
ké, to cry out
　　ké sí, to call to
kedere, clear, clearly
kejì, second, other
kékeré, small
kéré, to be small
kéké pa, silence fell
kì, to push, ram
——, not
　　kì íṣe, it is not
kí, to greet
kíákíá, kíá, quickly
kígbe (ké), to shout out
kíni, kíl', what?
kínníkínní, very carefully
kiri, to go about
kírún, to recite Moslem
　　prayers
kò, not
kò, to meet, come up
　　against
　　kò iná, to push fire
　　together
kó, to gather, put
　　(collectively)
　　kó ẹgbẹ́, to keep
　　company
kókó, lump
kòkó, cocoa
kólékólé, burglar
kórira (ìrira), to hate
koró, to be bitter
kọ̀, to reject, refuse
　　kọ̀ . . . sílẹ̀, to divorce
　　kọ̀ jálẹ̀, to refuse point
　　blank

kọ, to write; to sing; to
　　direct towards
kọ ilà, to cut face marks
kọ (fi ẹsẹ̀ kọ), to stumble
kọ mọ̀nà, to dazzle
kọ́, to hang up; to teach,
　　learn; to build; it is not
kọ́bọ́dù, cupboard
kọjá, to pass
kọjú sí, to face
kòòkan, each; one each
kókọ́rọ́, key
kólé (ilé), to build a house
kólọkọ̀lọ, winding,
　　twisting
kọ́réńsì, paper money
kọrin (orin), to sing songs
kọ̀wé, to write
kọ́wě, to study
kù, to remain, be over, be
　　short
kú, to die; to be greeted
kùmọ̀, cudgel, club
kùn, to apply paint or
　　powder
kún, to be full
　　kún fún, to be full of
kúrò, to leave, come away
　　from
kúrú, to be short
kúkúrú, short

là . . . yé, to explain to
lá, to dream
lágbára, to be strong
láíláí, ever, long ago
lálá (àlá), to have a dream
lánǎ, yesterday

láărín, among, in the middle of
lásán, mere, worthless, bare
láti, from, since; to, in order to
lè, to be able
le, to be hard
lé, to be on
   f'orí lé, to set off towards
lélè, on the ground
léraléra, repeatedly
léhìn, after, behind
lésèkésè, immediately
létà, letter
léwà, to be beautiful
lò, to use, spend
lódè, outside
lódè òní, in the world of today
lóní, today
lójoojúmó, daily
lókè, aloft
lórí, on
lóṣòòṣù, monthly
lówó, to be rich, have money
lò, to grind, iron clothes
lo, to go
l'óhǔn, next but one (in time), yonder
lópòlópò, very much
lóra, to be slow
lóṣòòsè, weekly
loṣo (aṣo), to iron clothes
lù, to beat, strike
   lùlù (ìlù), to beat drums

máìlì, méèlì, mile
májèlé, poison

màlúù, ox
máṣè, do not (imper.)
ńbe, exists
méji, two
mélǒ, how many?
mélǒkàn, a few
méfà, six
mérin, four
métà, three
méwǎ, ten
mì, to swallow
mìràn, mìì, another
móoru, to be hot (weather)
mò, to know
mo, to build, mould; to be limited
mó, to be clean, bright; any more; onto, against
molémolé, builder
mònàmóná, lightning
móṣálásí, mosque
mòwé, to be educated
mu, to drink, smoke
mú, to be sharp; to grasp, cause
   mú . . . wá, to bring
   mú . . . nínú dùn, to cause to be happy

ná, first of all, for a moment
náà, the (referred to)
ni, it is, it was; to possess
'ni, ni, person, one
ní, to have; to say; in, at
níbè, there
níbí, here
nígbàgbogbo, always
nígbànáà, then
nígbàtí, when

níhìn, here
nìkan, nìkanṣoṣo, alone
níláárí, to have value,
   worth
níláti, to have to, must
nílé, at home
nínú, inside, among, of
nípa, about, through
nípọn, to be thick, weighty
nítòrípé, nítòrítí, because
nísìsiyì, níṣẹnyì, now
nírun, to be hairy
nítòótọ́ (ní t'òótọ́), in truth
ǹjé, indicates doubtful
   question
nǹkan, nkán, something
nǹkankan, nkánkan,
   anything
ńkọ́, what about?
ńlá, big
ǹṣó, indicates beginning or
   continuation of action
nù, to wipe; to be lost

òbí, parent
obì, cola-nut
obìnrin, female, woman
òde, outside, down town
   òde aiyé, the world
   òde ìsìsiyì, the present day
   òde òní, the present day
odi, town wall
òdìndì, òdìdì, complete,
   whole
òfin, law
ògiri, wall
ogun, war
ogún, 20; inheritance

oògùn, medicine (often
   magical)
ògbólógbǒ, dyed-in-the-
   wool
ohun, thing
ohùn, voice
òjò, rain
ojú, eye, face (see ch. 38)
   ojú ọnà, road-way
   ojú tì mí, I am ashamed,
     shy
ojúlùmọ̀, acquaintance
òkè, hill, mountain; up
òkèèrè, distant point
òkìkí, fame, reputation
oko, farm, farm-plot
òkú, dead person
òkúta, stone; cwt
olè, thief
ológbò, cat
olóríburúkú, ill-starred
   person
olóòró, upright, vertical
olóyè, intelligent person
olóyè, titled person
olúkúlùkù, oníkálùkù, each
olùrànlọ́wọ́, helper
olúwarè, the person in
   question
omi, water
òmùgọ̀, fool
òní, today
oníbàrà, customer
oníbọn, gunman
oníjó, dancer
onílé, householder
oníṣẹ, workman
oníṣòwò, trader
oníyebíye, valuable

òpó, post
opó, widow
òpópó, street, road
òpùró, liar
oore, good turn
orí, head, top; on
orin, song
oríṣì, sort, variety
orogún, co-wife
òrombó, orange
orúkọ, name
òórùn, smell
oorun, sleep
oòrùn, sun
òsì, left (hand)
osùn, camwood
òṣì, destitution
òṣìṣé, worker
osù, month
òtítọ́, òótọ́, truth
òtòṣì (ta), destitute person
òun, he/she/him/her/it
    (emphatic)
otútù, cold
oúnjẹ, food
owó, money
òwò, trade
òwúrọ̀, òórọ̀, morning
òyìnbó, òyìbó, European

obẹ̀, stew, soup
òbe, knife
òbo, monkey
òdà, paint, tar
òdáràn, offender
ode, hunter
òdó, young person
    òdómobìnrin, young
    woman

òdómokùnrin, young man
òdò, person's presence
odún, year, festival
ofà, arrow
òfé, gratis, free
òfò, loss by death
ofò, incantation
ògá, master, sir
ògèdè, banana
ògòdò, swamp, marsh
ogbà, garden, enclosure;
    fence
    ogbà olópǎ, police-
    station
ogbón, wisdom, plan, trick
ojà, market
ojó, ijó, day
okàn, heart
    fi okàn tán, to trust
òkan, one
òkánkán, òókán, exact
    spot; distant spot
oko, husband
okó, hoe
okò, canoe, conveyance
òkò, spear
okùnrin, male, man
òla, tomorrow
olá, honour
òlàjú, civilised person
òlè, lazy, lackadaisical
    person
olidé, holiday
olódà (òdà), painted,
    tarred
olópǎ, policeman
Olórùn, God
olóṣà, burglar, bandit
omo, child; girl

ọmọdé, young child
ọmọlanke, truck, trolley
ọmọléhìn, follower
ọmọlúwàbí, refined person
òmọ̀wé, educated person
ọ̀nà, road, way
ọnà, adornment,
 decoration
ọ̀nì, crocodile
ọ̀pá, stick, wand, rod
ọ̀pẹ, palm-tree
ọ̀pẹyìnbó, pineapple
ọpẹ́, thanks
ọ̀pọ̀lọ́pọ̀, many, much
ọ̀ràn, matter, affair, case
ọ̀rànìyàn, necessity
ọ̀rọ̀, words, matter,
 discussion
ọrọ̀, wealth
ọrùn, neck
ọ̀run, sky, other world
ọ̀sán, daytime; afternoon
ọsàn, citrus fruit, orange
ọ̀sẹ̀, week
ọsẹ, soap
ọ̀sọ́, finery
ọtí, spirits, strong drink
ọ̀tún, right (hand)
ọ̀túnla, day after tomorrow
ọ̀wè, communal help
ọwọ́, hand

pa, to kill (see ch. 25)
 pa igi, to cut wood for
  roofs
padà, to return
pàdé, to meet
págà, good heavens!
pákí, cassava

pàlọ́, to ask riddles
pamọ́, to keep safe
 fi . . . pamọ́, to keep safe
paná (iná), to put out
 light/fire
páànù, corrugated iron, pan
panumọ́, to keep quiet
 pa . . . l'ẹ́nu mọ́, to shut
  someone up
pàápàá, even, especially
parẹ́, to disappear, be
 destroyed
parí, to complete
pariwo, to make a noise
pàṣẹ, to give an order
pátápátá, completely
pè, to call
pé, to say; that
——, to be complete,
 profitable
peleke, to increase
péré, only (with numbers)
pèsè, to prepare, provide
pésẹ̀ (ẹsẹ̀), to be present
pẹ́, to be long, late
pẹ́pẹ̀pẹ́, trifling
pérẹpẹ̀rẹ, in shreds
pín, to divide up, share
pìnìn, glossy
pinnu, to decide
pípẹ́, long, late
pìtàn, to tell stories
pòwe, to quote proverbs
pọ̀, to be much, cheap
——, to be in a group
pọ̀jù, to be too much, to be
 very common
pọ̀ọku, small sum
pọn, to brew, to draw water

pọ́nùn, £1
pupa, to be red, fair; red, fair
púpọ̀, much

rà, to buy
ràn . . . l'ọ́wọ́, to help
rán, to send
  rán . . . n'íṣẹ́, to send on a message
  ránṣẹ́, to send a message
  fi . . . ránṣẹ́, to send a thing
rán, to sew
rán . . . l'étí, to remind
rántí, to remember
rárá, at all
rè, to go
réderède, untidy, unruly
rere, good, kind, well
retí, to expect, await
rẹ̀, to tire
  ó rẹ̀ mí, I am tired
rẹpẹtẹ, on a big scale
rẹ́rìn, to laugh
rí, formerly
——, is, was
——, to see, find
ríbíríbí, important, substantial
rìn, to walk, travel
rírà, buying
ríràn, to have sight, to see
rò, to think, relate, reckon
  rò . . . mọ́, to add to (in reckoning)
ro, to till
ro, to pain

ojú ńro mí, I feel down in the mouth
ró, to drape, put on a woman's cloth
rojọ́ (rò ẹjọ́), to complain
ronú (rò inú), to ponder
rorò, to be fierce
rọ̀, to urge
——, to subside, fall (rain)
rójú, to carry on under strain
rọra, to be careful, gentle
rù, to carry
run, to crush
  inú ńrun mí, I have a stomach-ache

sà, to apply medicines etc.
sá, to air, dry in the sun
sá, to run off, escape
  sá fún, to avoid
sáàbà, usually
sálọ, to run away
sàn, to be well
san, to pay
sanra, to be fat, stout
sanwó (owó), to pay money
sápamọ́, to run and hide
sáré (eré), to run
Sátidé, Saturday
sè, to cook, stew
sẹ́hìn, in the past, behind
sì, and (joining clauses)
sí, to
  sí i, to it, more
síbẹ̀, to that place; yet
síbẹ̀síbẹ̀, yet, nevertheless
síbí, to this place, here
sìgá, cigarette

274   YORUBA

síhìn, to this place, here
sílé, homewards
sílè, down; ready
sílíkì, silk
simi, sinmi, to rest
sìn, to accompany, escort
sin, to bury
sínú, into
sísì, 6d
síwájú, forwards
so, to tie
——, to stand out (scar)
sódè, outside
sókè, up, upwards
sórí, onto
sòkalè, to dismount, get
    down, get off
sò . . . kalè, to put load
    down
so, to throw
    ariwo´so, a noise broke
        out
    so sí . . . l'ókàn, to come
        into one's mind
so . . . nù, to throw away
sonù, to be lost
so, to say
sòrò, to speak
sú, to bore, weary
sunkún, sokún, to weep
sùn, to sleep
    sùn sílè, to lie down
    sùn lo, to fall off to sleep
sá, just, only
sàì, to fail to
saájú, to precede
sàìsàn, to be ill
se, to do, to be
    o/e se é, thank you

sé, asks confident question
sègbé, to perish
sè, to offend
selè, to happen
sénjì, change (money)
síbí, spoon
siré, seré, to play
sisé, to work
sì, to make a mistake
sí, to open, to move away
    from
síwó (owó), to stop work
sòkòtò, trousers
sòro, to be hard, difficult
soso, only one
só, to watch, take guard
sóòbù, shop
sóra (ara), to be careful
sú, to get dark
subú, to fall
súgà, sugar
sùgbón, but

tà, to sell
ta, to shoot, shoot out,
    sting
takú, to persist in refusal
tálákà, poor person
tàn . . . je, to deceive
tán, to end, finish;
    completely
tán (f'ókàn tán), to trust
tani, tal', who?
tànkálè, to spread
tanná (iná), to light a lamp
tààrà, straight
tàwétàwé, bookseller
télè, previously, already
tésàn, station

tẹ̀, to press on
  tẹ̀ wáyà, to send a wire
tẹ́, to spread out
——, to be disgraced
téjú, to be flat
tèlé, to follow
tẹnumọ́, to emphasise
tẹ́ẹ́rẹ́, thin, slender
tì, to push
——, to fail, not to be so
——, to be close up against
ti, property of, matter of
——, to come from
——, already, now
  (preceding verbs)
tí, that, which (relative), yet
tijú, to be shy, ashamed
tìkálára, self
tímọ́tímọ́, close
tìmùtìmù, cushion, pillow
tinútinú, sincerely
títí, continually, until
títì, street
tò, to arrange
tó, to be enough, to reach
  standard of
tóbi, to be big
tọ̀, to follow (road)
  tọ̀ . . . wá, to approach
tójú, to look after, put by
tọkọtaya, husband and
  wife
t'ọrẹ (ta), to make a gift
tọrọ, to ask for
tọ́rọ́, 3d
tú, to pour out, undo,
  release
túká, to scatter
túláàsì, force, necessity

túlétúlé, home-breaker
tún, to repeat
  tún . . . ṣe, to repair
tutù, to be cold, fresh,
  damp

wà, to be
——, to drive vehicle
——, to dig up
wá, to come
——, to look for, want
——, to prepare food
wádǐ, to make enquiries
wákàtí, hour
wàrà, milk
wáyà, wire
wàyí, as things are
wé, to twist round
wéré, quickly
wí, to say
wípé, to say that; that
wò, to look at
  wò . . . sàn, to cure
wọ̀, which?
wó, to collapse
wòran, to look at a
  spectacle
wòye, to realise
wọ̀, to enter, put on
  wọ̀ sí, to put up at
wọ́, to be crooked
——, to crawl, to drag
wọlé, to enter
wọléwọ̀de, to go in and
  out = to help in the
  house
wọ́n, to be dear, scarce
wọnú (wọ̀ inú), to go in
wọ̀nyí, these

wọ̀nyẹn, those
wọ́pọ̀, to be common
wọra (wọ̀ ara), deeply
  (enter body)
wọru, in floods
wù, to attract, please
wúlò, to be useful
wúrà, gold

yà, to turn aside
——, to become
——, to open
  ó yà mí l'ẹ́nu, it surprised
    me
  àgò'yà, entrance is open
ya, to flood in
yá, to lend, borrow
——, to be quick, ready
yàà, copiously
yàn, to choose, set, appoint
yára (yá ara), to be quick;
  quickly

yàtọ̀, to be different
yé, to be clear to
——, to cease
yege, to pass a test, be
  successful
yẹ, to be right, proper,
  fitting
yẹ . . . wò, to examine
  (physically)
yẹn, that
yẹra, to avoid
yi, to be tough
yǐ, this
yí . . . ká, to surround, go
  round
yìnbọn (ìbọn), to shoot a
  gun
yọ, to come out
yọ . . . kúrò nínú, to
  subtract from
yọ . . . l'ẹ́nu, to annoy,
  worry

TEACH YOURSELF BOOKS

HAUSA

C. H. Kraft & A. H. M. Kirk-Greene

Hausa is one of the most important languages of West Africa. There are some twenty million people who speak Hausa as a mother-tongue, as well as approximately ten million non-native speakers.

This course in Hausa has been prepared both for the student working on his own and for use in the classroom. The grammar is introduced in a series of graded lessons, complete with tests, dialogue exercises and, at later stages, traditional fables and proverbs. A bibliography, easy-reference grammar tables and an extensive two-way vocabulary are also included, while throughout the course special attention is paid to the problems of pronunciation.

The authors, C. H. Kraft of the Department of Linguistics, University of California, and A. H. M. Kirk-Greene, some-time Chairman of the Higher Standard Hausa Board of Examiners, have written an extensive yet practical course in the Hausa language.

ISBN 0 340 05958 3

TEACH YOURSELF BOOKS

SWAHILI

D. V. Perrott

Swahili is a relatively easy language to learn. There are no
real difficulties of pronunciation and none of spelling, and
it is quite possible for the student working on his own to
master the language.
This book covers the whole of the Swahili language without
being in any sense a formal grammar. It begins by explain-
ing the construction of a Swahili sentence, using about a
dozen of the commonest words, and then goes on to show
the changes caused by the different classes of nouns and
the various verb tenses. At the end of each graded lesson
there is a list of new words and an exercise.

The author, a Former Member of the International Institute
of African Languages and Culture, has written a working
course in Swahili invaluable both to the student and to the
absolute beginner.

ISBN 0 340 05823 4

TEACH YOURSELF BOOKS

SWAHILI DICTIONARY

D. V. Perrott

This dictionary forms a companion book to *Teach Yourself Swahili* and to *Teach Yourself English for Swahili-Speaking People* and is intended for use by both English and Swahili-speaking people.

The Swahili-English and English-Swahili sections of the dictionary each contain an extensive vocabulary, and care has been taken to include words appropriate to the circumstances of life in East Africa. The compiler has also included a concise Swahili grammar at the beginning of the dictionary, along with practical notes on pronunciation.

A concise working dictionary that contains all the Swahili words the student is likely to hear or read.

ISBN 0 340 05824 2

TEACH YOURSELF BOOKS

ESPERANTO DICTIONARY

J. C. Wells

A fully comprehensive two-way dictionary specifically
designed to satisfy the needs of those whose mother tongue
is English. By using a wide variety of sources John Wells
has succeeded in compiling a dictionary which reflects the
extensive development which both English and Esperanto
have undergone so far this century.

The inclusion of a summary covering the grammar and
pronunciation of Esperanto results in a dictionary of
immense value to beginners, as well as those who are
familiar with the language.

ISBN 0 340 05950 8

TEACH YOURSELF BOOKS

CANTONESE

R. Bruce

Cantonese is the form of Chinese that most Westerners meet, for it is the dialect which is most widely spoken outside China.

In this single volume Mr Bruce has gathered all that is needed to speak Cantonese. However, he has arranged the information so that the path to holding a simple conversation with a Chinese is as easy as possible. Instruction takes the form of dialogue-lessons which are most beneficial when spoken aloud. Chinese grammar is comparatively straightforward – difficulties arise mostly in the pronunciation of the language. The scarcity of sounds means that many words are similar, differing only in pitch. Thus tones are very important, and the book offers ample coverage and practice of their use.

ISBN 0 340 05932 2

MORE TEACH YOURSELF LANGUAGES

☐ 05771 8	**Arabic** A. S. Tritton	£1.25
☐ 05936 2	**Cantonese** R. Bruce	£1.75
☐ 19499 5	**Catalan** Alan Yates	£2.50
☐ 05823 4	**Swahili**	85p
☐ 05824 2	**Swahili Dictionary** D. V. Perrot	95p
☐ 05958 3	**Hausa** Charles H. Kraft & A. H. M. Kirk-Greene	£1.95
☐ 05781 5	**Esperanto** J. Cresswell & J. Hartley	£1.50
☐ 05950 8	**Esperanto Dictionary** J. C. Wells	£1.75

All these books are available at your local bookshop or newsagent, or can be ordered direct from the publisher. Just tick the titles you want and fill in the form below.

Prices and availability subject to change without notice.

TEACH YOURSELF BOOKS – P.O. Box 11, Falmouth, Cornwall.

Please send cheque or postal order, and allow the following for postage and packing.

U.K. – One book 30p, 15p for the second book plus 12p for each additional book ordered, up to a maximum of £1.29.

B.F.P.O. and EIRE – 30p for the first book, 15p for the second book plus 12p per copy for the next 7 books; thereafter 6p per book.

OTHER OVERSEAS CUSTOMERS – 50p for the first book plus 15p per copy for each additional book.

Name ....

Address ....

....